आणि...

त्या दिवशी माझा मृत्यू झाला

वॉव पब्लिशिंग द्वारा वितरीत पुस्तके

१. **आध्यात्मिक विकास साधण्यासाठी या पुस्तकांचा लाभ घ्या**

- शोध स्वतःचा - In Search of Peace
- संपूर्ण जीवन रहस्य - जीवनाची ५ महान रहस्ये
- आत्मनिर्माण - पीस बाय पीस
- कसे प्राप्त कराल - ईश्वराचं मार्गदर्शन
- निःशब्द संवाद का जादू - जीवन जगण्याचे १११ उपाय
- The मन - कसे बनावे मन : नमन, सुमन, अमन आणि अखंड
- ध्यान दीक्षा - ध्यानाचे दान - 'स्व' साक्षीचं ज्ञान
- संपूर्ण ध्यान - २२२ प्रश्न
- कर्म सिद्धांत - कर्म करण्याची कला
- The मीरा - अंतरीचा भाव जैसा, तैसे घडते जीवन
- मोक्ष - अंतिम साफल्याचा राजमार्ग
- शोधयात्रा - ईश्वरप्राप्तीची सात पावलं
- मृत्यू अंत नव्हे वाटचाल... - पारटूचं रहस्य
- कर्मयोग नाइन्टी - प्रत्येकाची गीता वेगळी आहे
- साद मानवतेची - स्वभाव हाच धर्म

२. **या पुस्तकांद्वारे स्वमदत करा**

- संपूर्ण लक्ष्य - संपूर्ण विकास कैसे करें
- विचारनियम - आपल्या यशाचे रहस्य
- नींव नाइन्टी - नैतिक मूल्यांची संपत्ती
- स्वसंवाद एक जादू - आपला रिमोट कंट्रोल कसा प्राप्त करावा
- संपूर्ण सफलतेचं लक्ष्य - अपूर्व यशाची गुरुकिल्ली
- निर्णय आणि जबाबदारी - वचनबद्ध निर्णय आणि जबाबदारी कशी घ्यावी
- नोकरी ईश्वराची - कथा तुमचीच
- जाऊ आनंदाच्या गावा - तोडू तणावाचा पिंजरा
- गजर झाला जागे व्हा - ज्योत जागृतीची
- सूक्ष्म विकारांवर विजय - मन करा रे प्रसन्न
- उत्कर्षाकडे झेप - विकासपथावर मार्गक्रमण
- सूर छेडिता धीराचे - संतुलित जीवन संगीत - Power of Patience
- आळसावर मात
- नम्रतेची शक्ती - अहंकारातून मुक्ती
- ३६५ प्रेरणादायी तेजवाक्ये - आनंदी विचार
- आत्मनिर्भर कसे व्हाल - आजची स्त्री आणि आपण

३. **या पुस्तकांद्वारे प्रत्येक समस्येचं समाधान प्राप्त करा**

- भय, चिंता आणि क्रोध यांपासून - मुक्ती
- आनंदाचे रहस्य - सुखदुःखाच्या पलीकडे

४. **या आध्यात्मिक कादंबरी द्वारे जीवनाचे गूढ रहस्य जाणा**

- पृथ्वी लक्ष्य - मृत्यूचं महासत्य

अनिता मुरजानी

आणि... त्या दिवशी माझा मृत्यू झाला

कॅन्सर पासून मृत्यूपर्यंत आणि
मृत्यूपासून पुनर्जीवनापर्यंत माझा प्रवास

HAY HOUSE INDIA

Marathi translation of bestseller book ***DYING TO BE ME***

आणि... त्या दिवशी माझा मृत्यू झाला

सहावी आवृत्ती : जुलै २०२०

रीप्रिंट : नोव्हेंबर २०२५

अनुवादक : नीता कुलकर्णी

प्रकाशक : वॉव पब्लिशिंग्ज् प्रा.लि., पुणे

मुद्रक : ट्रिनिटी अकादमी फॉर कॉर्पोरेट ट्रेनिंग लि., पुणे

This edition is licenced by
Hay House Publishers (India) Pvt. Ltd.

'Dying To Be Me' **या मूळ इंग्रजी पुस्तकाचा मराठी अनुवाद**

Ani... Tya Divashi Maza Mrutyu Zala
by Anita Moorjani

विषय सूची

प्रस्तावना

या पुस्तकात उल्लेख केलेल्या प्रसंगांनी मी अतिशय भारावून गेलो आहे. त्याचबरोबर ज्या पद्धतीने दैवी योगायोगांच्या एका मालिकेमुळे अनिता माझ्या आयुष्यात आली आणि आमचे जे ऋणानुबंध जडले, त्यामुळेही खोलवर मी भारावलो आहे. अनिताने तब्बल चार वर्षं अतिशय गंभीर स्वरूपाच्या कॅन्सरला तोंड दिलं. ही व्याधी तिला अक्षरश: मृत्यूच्या दारात घेऊन गेली. नव्हे, दारातून आत अनिता मृत्यूच्या सदनात जाऊन आली. अनिताने या साऱ्या गोष्टी अतिशय सविस्तरपणे या पुस्तकात मांडल्या आहेत. एका अर्थाने आत्मशोध घेणारं हे पुस्तक आहे. हे पुस्तक वाचकांनी अतिशय काळजीपूर्वक आणि विचारपूर्वक वाचावं असं मी सुचवेन. तसंच अतिशय खुल्या दिलानं हे पुस्तक वाचणं आवश्यक आहे, असं मला वाटतं. कारण ते वाचताना आपले अनेक वर्षांपासूनचे पूर्वापार चालत आलेली समज, श्रद्धा आणि विश्वास यांच्यासमोर आव्हान उभं राहणार आहे. विशेषत: या जीवनानंतर पलीकडच्या जगात काय आहे, थोडक्यात मृत्यूनंतरचं जग कसं असेल, याबाबत अनिताने मांडलेले विचार खूप महत्त्वाचे आहेत असं मला वाटतं.

या आजाराला तोंड देताना एका क्षणी अनिताची परिस्थिती फार गंभीर बनली. डॉक्टरांची एक टीम तिच्यावर उपचार करत होती. सभोवताली तिचे नातेवाईक होते. आता कोणत्याही क्षणी अनिता शेवटचा श्वास घेईल असं वाटत असतानाच ती खोल कोमात गेली. मात्र सर्व अडचणींवर मात करून निर्हेतुक प्रेमाच्या माध्यमातून तिला कॅन्सरने पार ग्रासून गेलेल्या शरीरात परत येण्याची संधी मिळाली. या निर्हेतुक प्रेमामुळेच अविश्वसनीय अशा रीतीने बरं होण्याचा तिने अनुभव घेतला. इतकंच नाही तर मृत्यूच्या दुनियेतून परत येऊन पलीकडची ती दुनिया कशी आहे, हे आपल्यापर्यंत पोहोचविण्याची संधी तिला मिळाली. ती स्वर्गीय दुनिया कशी आहे; याच्या जोडीलाच तिथे काय वाटतं, काय जाणिवा होतात, हे अनितानं सांगितलं आहे.

एका अर्थाने ही प्रेमकथा आहे. अतिशय उदात्त आणि निर्हेतुक अशी प्रेमाची कथा. ही कथा तुम्हाला तुम्ही खरे कोण आहात, तुम्ही इथे कशासाठी आला आहात याचा एक नवीन अर्थ देईल. तुमच्या मनातली भीती तुम्ही कशी घालवू शकता, तसंच स्वत:ला नाकारण्याची वृत्ती कशी कमी करू शकता, हे देखील हे पुस्तक सांगतं. अनिता स्वत:च्या कॅन्सरविषयी बोलताना अतिशय आगळ्या-वेगळ्या पद्धतीने बोलते. आपल्या आयुष्यातील या सगळ्यात भयानक मार्गावर ती कशी आली, याबाबत ती सांगते. आपण बरे झालो आहोत असं तिला का वाटतं, त्याबद्दलही ती माहिती देते आणि मुख्य म्हणजे ती परत का आली, त्याचं प्रयोजनही सांगते. आपण तिची ही कथा वाचणार आहोत, तिचे अनुभव ऐकणार आहोत यातच तिच्या आयुष्याचं ध्येय सामावलं आहे. तिचा हा अतिशय महत्त्वाचा संदेश जगापर्यंत पोहोचण्यासाठी मी सुद्धा साहाय्यभूत ठरलो आहे.

२४ तासांच्या कोमात तिला काय काय जाणवलं, ती दुसऱ्या दुनियेच्या रस्त्यावरून कशी चालत गेली, हे वाचत असताना मला स्वत:लाही अतिशय प्रेरणा मिळत आहे. आम्हाला दोघांनाही ही एकच गोष्ट जाणवली, की एक प्रकारचा दैवी हस्तक्षेप तिच्याबाबतीत झाला. त्यामुळे गोष्टी अशा तऱ्हेने बदलल्या की ही स्त्री दुसऱ्या दुनियेत गेलेली असताना परत आली आणि तिने या जगात येऊन काम सुरू केलं.

तिच्या NDE च्या मुलाखतीची प्रत जेव्हा मीरा केली या न्यूयॉर्क येथील एका महिलेने मला पाठविली, तेव्हा मी पहिल्यांदा अनिताविषयी ऐकलं. मीरा नंतर तर आमची मैत्रीणच झाली. तिने माझ्यावर प्रयोग करून मला माझ्या पूर्वजन्माची सैर घडवून आणली. त्याची हकीकत माझ्या 'विशेस फुलफिल्ड' या पुस्तकात मी मांडली आहे. अनिताचे NDE चे अनुभव वाचल्यानंतर हे अनुभव जगापर्यंत पोहोचवण्यासाठी तिला उद्युक्त केलंच पाहिजे आणि त्यासाठी मी माझ्या मर्यादित सामर्थ्याचा पूर्ण वापर केला पाहिजे, असं मला सारखं वाटू लागलं. 'हे हाऊस'चे अध्यक्ष रीड ट्रेसी यांना मी फोन केला. अनिता मुरजानीला शोधून काढण्याची मी त्यांना विनंती केली आणि तिचे अनुभव तिने सविस्तरपणे एका पुस्तकाच्या रूपात लिहून काढावेत असं त्यांनी तिला सांगावं अशी विनंती केली. एवढं करून मी थांबलो नाही, तर या पुस्तकाला प्रस्तावना लिहिण्याचं भाग्य मला लाभलं तर तो माझा मोठा सन्मान असेल असं मी त्यांना सांगितलं. अर्थात हे सारं अनिताची संमती असेल तरच! त्यानंतरच्या गोष्टी अतिशय सुंदरपणे एकापाठोपाठ एक घडून आल्या. मी चालवत असलेल्या hayhouseradio.com या शोमध्ये अनिताने हाँगकाँगहून फोन केला. मी तिची मुलाखत घेतली आणि

साऱ्या जगाने ती ऐकली. केवळ व्यक्तिगत स्तरावरच नव्हे तर व्यावसायिक स्तरावरही आमचे ऋणानुबंध जुळले.

आपण सारे शुद्ध प्रेम आहोत या भावनेविषयी अनिता बोलली. आपण सारे एकमेकांशी आणि भगवंताशी जोडले गेलो आहोत, इतकंच नाही तर अधिक खोल जात अनिता म्हणते, आपण सारेच परमेश्वर आहोत. आपण साऱ्यांनी आपल्या भीतीमुळे आणि अहंकारामुळे भगवंताला आयुष्याच्या कुंपणाबाहेर बसवलं आहे. अनेक प्रकारच्या व्याधी या आपल्या केवळ शरीरातच नाहीत, तर त्या संपूर्ण जगाला जडल्या आहेत. मुलाखतीत अनिता आपल्या भव्य स्वरूपाविषयीही बोलली. प्रकाश आणि प्रेमाने आपण बनलो असल्याबद्दलही तिने उल्लेख केला. अशा सगळ्या विचारांमध्ये तिची प्रकृती बरी होणारच होती.

काळ आणि अवकाश या दोन्हीही गोष्टी नसल्याचा अनुभव अनिताने घेतला. एकता किंवा तादात्म्य पावणे ही केवळ बौद्धिक संकल्पना नाही तर खरोखरच अस्तित्वात असलेली ही गोष्ट आहे. त्यामुळे साऱ्या गोष्टी एकाच वेळेला घडत असतात याचा अनुभव तिने घेतला. अत्यंत शुद्ध आणि आनंदी अशा प्रेमाचा अनुभव तिने घेतला. या भावनांमुळे तिची प्रकृती बरी झाली. तिने पहिल्यांदा खऱ्या अर्थाने जीजस या शब्दाचा खरा अर्थ जाणून घेतला. त्याचा अर्थ असा आहे, 'परमेश्वर बरोबर असेल तर सर्व गोष्टी शक्य होतात.' कोणतीही गोष्ट 'बाहेर' राहात नाही. अगदी आपला भूतकाळही बरा होतो. अनिताने या साऱ्या गोष्टी जाणून घेतल्या. ज्या गोष्टी मी माझ्या पुस्तकात लिहिल्या आहेत, त्याही तिला जाणवल्या – त्यांपैकीच एक गोष्ट म्हणजे, परमेश्वराचं अस्तित्व खऱ्या अर्थाने उमगणं किंवा इथे भौतिक दुनियेचे नियम (वैद्यकीय दुनियेचे सुद्धा) लागू न पडणं इत्यादी.

या बाईला भेटणं अपरिहार्य होतं. सुरुवातीला फोनवर आमची संभाषणं झाली. कालांतराने मला अनिताचं आणि तिच्या संदेशाचं आध्यात्मिक अस्तित्व थेट जाणवत असे. माझ्या मनातली भीती त्याने दूर केली. मी तिला केवळ पुस्तक लिहिण्याचीच विनंती केली, असं नाही, तर PBS वर तिला माझ्यासोबत येण्याची विनंती केली. शिवाय प्रेम, आशा आणि तिच्या तब्येतीतील सुधारणा याची गोष्ट संपूर्ण जगाला सांगण्याचं आवाहन केलं.

अनिताची NDE च्या संदर्भातील मुलाखत मी माझ्या आईला पाठविली. माझी आई ९५ वर्षांची असून ती एका 'असिस्टेड लिव्हिंग सेंटर' मध्ये राहाते. माझ्या आईने

मृत्यूचं दर्शन पुष्कळवेळा घेतलं आहे कारण तिच्या वयाचे तिचे अनेक मित्रमैत्रिणी वृद्धापकाळा मुळे अगदी झोपेतही मरण पावले आहेत. अशा अनेक प्रसंगांचे अनुभव तिच्या गाठीशी आहेत. मृत्यू नावाच्या गूढ संकल्पनेबाबत तिचे विचार जाणून घेण्यासाठी मी तिच्याशी अनेकदा गप्पा मारल्या. कारण अखेरीस प्रत्येक सजीवाची मृत्यू हीच अंतिम नियती असते. जे जे प्रत्यक्षात असतं, ते या एका गोष्टीनी क्षणात नाहीसं होतं. आपल्याला या साऱ्या गोष्टी ठाऊक असतात, पण आपल्यासमोर काय वाढवून ठेवलं आहे, हे मात्र अत्यंत गूढ असतं.

अनिताचे NDE अनुभव ऐकल्यानंतर माझ्या आईला कमालीची शांतता जाणवली. तिच्या मनातली भीती, काळजी आणि तणाव यांची जागा शांततेने घेतली. वास्तविक अनिताचे हे अनुभव ज्यांनी कोणी वाचले – अगदी माझ्या मुलांनीही ते वाचले – त्या प्रत्येकाला आयुष्याकडे बघण्याची एक नवीन दृष्टी मिळाली. प्रत्येकाने आपण स्वत:वर प्रेम करू, अनिताने सांगितलेली आत्म्याची भव्यता जपू आणि कोणतीही व्याधी निर्माण होऊ शकेल असे विचार आपापल्या आयुष्यापासून दूर ठेवू असं सांगितलं. या सर्व गोष्टींबद्दल मी लिहीत असतानाच अनिताने हे सारं स्वत:च्या अनुभवाच्या दुनियेतून येथवर आणलं.

स्वत:ची प्रकृती सुधारण्यात अनिता यशस्वी झाली. हा अतिशय साधा पण खूप प्रभावी असा धडा सर्वांपर्यंत पोहोचवण्यासाठी ती परत आली आहे, असं तिला वाटतं. याबाबत तिने मला अनेकदा सांगितलं आहे. तिच्या या धड्यातून एक गोष्ट स्पष्ट होते, ती म्हणजे तुम्ही केवळ स्वत:चीच प्रकृती बरी करता असं नाही तर सभोवतालचं जगही परावर्तित करता. शिवाय या गोष्टीसाठीच परमेश्वराने मला आणि अनिताला एकत्रित आणलं असा माझा विश्वास आहे. लोकांना त्यांच्या स्वत:च्या दैवत्वाबद्दल जाणीव करून देणं आणि त्यांच्या व्यक्तिमत्त्वातील सर्वांत महत्त्वाची गोष्ट म्हणजे – तो दैवी अंश आहे – ही गोष्ट सर्वांना सांगणे हा माझा धर्म आहे असं मी नेहमी मानत आलो. आपण म्हणजे केवळ आपलं शरीर नाही. आपलं शरीर आपल्या मालकीचं असतं असंही नाही. आपण सारेजण देव या – या जगाच्या स्रोताचा एक अंश आहोत आणि त्याच्याशी तादात्म्य पावलेलो आहोत – असं माझं मत आहे. मी माझ्या पुस्तकात जेव्हा या साऱ्याविषयी लिहीत होतो त्याचवेळी अनिता मुरजानी माझ्या आयुष्यात आली आणि माझे जे विचार व्यक्त करत होतो त्यावर तिने शिक्कामोर्तबच केलं. ती हे सारं जगलेली आहे. अतिशय सुंदरपणे तिने हे विचार मांडलेले आहेत. आता तुम्ही सारेजण हे विचार वाचू शकता हे भाग्यच आहे. अनिताने गंभीर स्वरूपाच्या कॅन्सरमुळे तिला आलेले अनुभव आणि पलीकडच्या जगातून परत आल्यानंतर तिला

प्रकृती सुधारण्याचा आलेला दैवी अनुभव मांडला आहे. त्यातील काही गोष्टींचा तुम्ही अवलंबही करू शकता.

सर्व व्याधींवर प्रभावी औषध 'प्रेम' हेच आहे. हा अतिशय आशादायी आणि महत्त्वाचा संदेश लोकांपर्यंत पोहोचवण्याच्या या प्रयत्नात माझी ही छोटीशी भूमिका आहे याचा मला आनंद वाटतो. अनिताचे शब्द तुम्ही आपल्या अंगी बाणवा. शरीरातून सर्व व्याधी दूर कराच पण तुमची नाती, तुमचा देश आणि तुमचं विश्व यातूनही सर्व प्रकारचे विकार दूर करण्यासाठी प्रयत्न करा. एलिझाबेथ ब्राऊनिंग या प्रसिद्ध कवयित्रीने एके ठिकाणी अतिशय काव्यात्मकरीत्या म्हटलं आहे, ''ही पृथ्वी आणि स्वर्ग हे अतिशय दाटीवाटीने का असेना पण एकत्रच आहेत आणि इथल्या प्रत्येक झाडाझुडपातही परमेश्वराचं अस्तित्व आहे.'' या धरतीवर रोगमुक्तता आणि स्वर्ग या दोन्ही गोष्टींचा अनुभव घेणं हे तुमच्या हातात आहे. अनिताचं हे अतिशय सुंदर पुस्तक जरूर वाचा. मला तर आवडलं आहेच ...तसंच अनितावरही माझं मनापासून प्रेम आहे.

– डॉ. वेन डायर

माउई, हवाई

परिचय

ज्या परिस्थितीतून मी गेले, त्यातून इतरांना जावं लागू नये, एवढ्यासाठीच हा पुस्तकप्रपंच!

इतरांनी त्यांचं आयुष्य कशाप्रकारे जगावं, यासंबंधी त्यांना काही शिकवावं असं मला कधीच वाटत नाही. किंबहुना कुणी मला आपणहून विचारलं तरी त्यांच्या आयुष्यात काय बदल करणं गरजेचं आहे, याबद्दल सल्ला द्यायला मला मुळीच आवडत नाही. स्वत:च्या उदाहरणातून मला ते सारं दाखवून द्यावंसं वाटतं. प्रत्येकाला स्वत:च्या सत्याची जाणीव व्हावी यासाठी योग्य ते वातावरण तयार करण्यास माझं प्राधान्य असतं.

२००६ सालच्या हेमंत आणि वसंत ऋतूंत माझ्या बाबतीत ज्या घटना घडल्या, त्यानंतर मी या साऱ्याचा सतत विचार करत होते. त्या दरम्यान मला NDE चा अनुभव आला आणि त्यापूर्वीची तब्बल चार वर्षे मी कॅन्सरशी झगडत होते, त्यातून मी बरी झाले. माझ्या NDE च्या वेळी माझ्या भावी आयुष्यातील काही पैलू मला दिसल्याने माझे हे अनुभव, मला मिळालेला संदेश इतरांना उपयुक्त ठरू शकेल हे जाणवल्यामुळेच पुन्हा एकदा मी पृथ्वीवर या भौतिक जीवनात परतले.

त्या NDE च्या अवस्थेत एक गोष्ट प्रकर्षाने मला जाणवली, ती म्हणजे माझ्या जीवनाचं उद्दिष्ट हजारोलाखो लोकांना प्रेरणा देणं, हे आहे. त्यासाठी मला वेगळं काहीही करण्याची आवश्यकता नाही, ही गोष्टदेखील मला जाणवली. मी जशी आहे तशीच राहून, आयुष्याचा आनंद घेत काहीतरी भव्य घडण्यासाठी एक साधन बनण्यास संमती देणं, एवढंच अपेक्षित होतं.

हे जग आणि अनुभव या पार्श्वभूमीवर वैद्यकीय, शास्त्रीय जगतातले लोक आणि

इतरही अनेकजणांच्या विविध प्रश्नांसंबंधी उत्तर देताना मी माझ्या अनुभवांविषयी बोलत असे, लिहीत असे. अशातऱ्हेने हे पुस्तक आकाराला आलं. (त्याविषयी पुस्तकातील १४ व्या प्रकरणात आपण सविस्तर वाचणार आहोतच.) माझा कॅन्सर आणि NDE यातून मी काय शिकले, त्याबद्दल मी मोकळेपणाने लिहिलंच आहे. माझे अनुभव इतरांना सांगणं, त्या अनुभवांतून मी या आयुष्याविषयी जे काही जाणून घेतलं होतं, त्याविषयी लोकांना सांगायला मला आवडू लागलं. विशेषत: लोकांना यातून फायदा होईल असं मला वाटू लागल्यावर तर मला ते जास्तीच आवडू लागलं.

माझी कथा पहिल्या भागापासून वाचकांसमोर उलगडते. माझं लहानपण, अनेक संस्कृतींच्या पगड्याखालची माझी जडणघडण, अतिशय ठोस पण अनेक विरोधाभास असणाऱ्या अनेक समजुती व श्रद्धा यांचे माझ्यावरील संस्कार याबद्दल मी लिहिलं आहे. या साऱ्यातून माझी घडण कशी होत गेली, त्यातून माझ्या मनात भीती ठाण मांडून कशी बसली आणि परिणामत: त्यातून मला कॅन्सर कसा जडला, याविषयी मी सविस्तर सांगितलं आहे. माझं लहानपण, मोठं होत असतानाचा माझा प्रवास आणि कॅन्सरचा दुर्धर आजार यांविषयी या विभागात वाचायला मिळेल.

दुसऱ्या भागात मी प्रत्यक्ष माझ्या NDE विषयी लिहिलं आहे. त्याक्षणी मी नेमकं काय काय अनुभवलं आणि त्यातून मला काय समजलं, तसंच त्यानंतर काय घडलं, याबद्दल या विभागात वाचायला मिळेल. कॅन्सरमधून माझं बरं होणं आणि या जगात नव्याने स्वत:ची जागा शोधणं – हा अतिशय आश्चर्यकारक, आव्हानात्मक आणि कमालीचा आनंद देणारा प्रवास आहे.

तिसऱ्या भागात व्याधीतून मी कशी बरी झाले, आजचं जग कसं आहे आणि आपण जसे आहोत त्याचंच प्रतिबिंब आपल्या जगण्यातून कसं पडेल, आपली भव्यता कशी प्रकर्षाने झळाळून उठेल – या साऱ्याबाबत चर्चा केली आहे. सर्वांत शेवटी मी काही प्रश्नोत्तरे दिली आहेत. जे प्रश्न नेहमी विचारले जातात किंवा ज्या समस्या अतिशय आव्हानात्मक वाटतात, ज्या गोष्टींची खूप काळजी वाटते – अशा विषयांवरील प्रश्नोत्तरांनी मी समारोप केला आहे.

मात्र, माझ्या अनुभवांतून मी काय शिकले हे तुम्हाला सांगण्यापूर्वी एक गोष्ट स्पष्ट करू इच्छिते ती म्हणजे – कोणतीही वैश्विक आणि शास्त्रीय सत्य मला समजली आहेत, असा माझा मुळीच दावा नाही. तसंच मी कोणाची आध्यात्मिक गुरू आहे – असंही माझं म्हणणं नाही. वेगळा धर्म किंवा श्रद्धेची नवीन शाखा सुरू करण्याचाही

माझा मानस नाही. माझा उद्देश केवळ साऱ्यांना 'सहकार्य करणे' हा आहे. 'पटवून देणे' किंवा मन वळवणे हा नाही.

प्रकृती सुधारण्यासाठी, व्याधिमुक्त होण्यासाठी तुम्हाला NDE चीच आवश्यकता असते – असं अजिबात नाही. मला आजार जडला, त्यामागची भावनिक आणि मानसिक कारणं काय होती, हे सांगण्यामागचा उद्देश म्हणजे, या गोष्टी लक्षात घेऊन त्या तुम्ही तुमच्या मनातून हळूहळू काढून टाकल्या किंवा दूर केल्या तर आजाराचं 'मूळच' तुम्ही नाहीसं करू शकता. तसंच, तुम्हाला किंवा तुमच्या माहितीतल्या कुणाला कॅन्सर किंवा इतर दुर्धर व्याधी जडली असेल तर बरे होण्याचे मार्ग अनेक असतात, हे लक्षात ठेवा. तुम्हाला स्वत:ला तुमच्यासाठी जे योग्य वाटतं, तुमच्या व्यक्तिमत्त्वाला जे साजेसं आहे, तेच तुम्ही करावं, असं मी सुचवेन.

तुम्ही काय करावं – याविषयी अगदी पावलापावलागणिक तुम्हाला मार्गदर्शन हवं असेल तर ते देण्यास मी अगदी चुकीची व्यक्ती आहे, असं मी म्हणेन. कारण मुळातच साऱ्यांना एकच गोष्ट लागू असते असा सरधोपट आणि 'सब घोडे बारा टक्के' वाला विचार करणाऱ्यांतली मी नाही. त्यामुळे तुम्ही जे आहात त्यालाच मर्यादा येतील. अगदी जेव्हा मी स्वत:वर प्रेम करण्याविषयी बोलते, त्याही वेळी माझ्याकडे लक्ष द्या – असं म्हणण्याचाही माझा हेतू नसतो. तुमच्या मनातही तुम्ही स्वत:विषयी तसाच विचार करावा, असं मला वाटतं. माझे अनुभव, माझे विचार व दृष्टिकोन तुम्हाला सांगण्यामागे तुमच्यात दडलेली भव्यतेची जाणीव चेतवणं, हाच माझा हेतू आहे. या विश्वाच्या केंद्रस्थानी तुम्ही तुमचं स्वत:चं स्थान शोधावं, यासाठी मार्गदर्शन करू शकेल असा तुमच्यातलाच अदृश्य गुरू जागृत करण्याची माझी इच्छा आहे.

आत्ता मी माझ्या आयुष्याचा दररोज जसा आनंद घेत आहे आणि या जगण्यावर प्रेम करत आहे, तसाच तुम्ही आनंद घ्याल, जीवनावर प्रेम कराल, अशी मला आशा वाटते.

ऋणनिर्देश

माझ्या दृष्टीने या पुस्तकातील ही सर्वांत महत्त्वाची गोष्ट आहे. हे पुस्तक साकारण्यामध्ये ज्या-ज्या व्यक्तींची प्रत्यक्ष वा अप्रत्यक्षपणे मदत झाली, त्या साऱ्यांविषयी मी येथे कृतज्ञता व्यक्त करणार आहे. काही जणांचा या पुस्तकाच्या निर्मितीत थेट सहभाग होता तर काही पडद्याआडचे पण महत्त्वाचे शिलेदार आहेत. पण 'तेथून येथ'वरच्या माझ्या वाटचालीत या साऱ्यांनी फार महत्त्वाची भूमिका बजावली आहे.

सर्वप्रथम डॉ. वेन डब्ल्यू. डायर – तुमच्याविषयी मी काय बोलू? तुमच्या उदार अंत:करणाचं वर्णन करण्यास माझ्याजवळ शब्दच नाहीत. ही गोष्ट वारंवार बघायला मिळत नाही. आपल्याला कोणतीही पूर्वकल्पना नव्हती, पण योग्य वेळी आपली भेट घडवून आणण्याचं या विश्वानं ठरवलंच होतं. माझ्या या वाटचालीतला तुम्ही एक मोलाचा आधारस्तंभ आहात. तुम्ही नसता, तर हे पुस्तक साकारलंच नसतं. या साऱ्या प्रवासात तुमचा सल्ला-मार्गदर्शन आणि मायाळू स्वभाव या माझ्यासाठी फार मोलाच्या गोष्टी ठरल्या. साऱ्या जगासाठी तुम्ही प्रेरणा बनलात, यात आश्चर्य ते काय? तुमचे त्रिवार आभार! माझी कहाणी लोकांपर्यंत पोहोचविण्यासाठी तुम्ही मार्ग दाखवलात आणि माझं आयुष्य जादुई बनून गेलं, याबद्दल मनापासून धन्यवाद! पण सर्वाधिक आभार तुम्ही माझ्या पाठीशी आहात, त्याबद्दल! माझं तुमच्यावर नितांत प्रेम आहे.

माझा सर्वांत जवळचा मित्र आणि भाऊ रिओ क्रूझ – आमच्या मैत्रीविषयी मी कितीही योग्य शब्दांत वर्णन करायचा प्रयत्न केला आणि कृतज्ञता व्यक्त केली तरी ते माझ्या मनातल्या भावनांच्या आसपासही पोहोचणार नाही. गेल्या काही वर्षांत माझ्या आयुष्यावर तुझा कमालीचा प्रभाव आहे. मला जे काही जगाला सांगायचं होतं, ते ऐकून घेण्याची जगाची तयारीच नव्हती. त्यावेळी तू मला मदतीचा हात दिलास. या

जगात वावरण्यायोग्य होताना मला तुझी साथ होती. NDE बद्दलच्या तुझ्या अफाट ज्ञानामुळे मला खूप धीर मिळाला. जेव्हा इतरांच्या शंकांनी, प्रश्नांनी मी भंडावून जात असे, त्यावेळी तुझा भक्कम आधार माझ्या पाठीशी होता. त्याबद्दलचं ऋण तर मी कधीच फेडू शकणार नाही. तू माझा सर्वांत जवळचा मित्र आहेस आणि माझी कहाणी मी जगापर्यंत पोहोचवलीच पाहिजे असा तुझा आग्रह – नव्हे – पूर्ण विश्वास होता. या पुस्तकाच्या प्रवासात तुझा पाठपुरावा आणि पुस्तक साकारताना अखेरपर्यंत मला धीर देणं, यासाठी धन्यवाद! I love you mucho, amigo!

मीरा केली – तू किती छान व्यक्ती आहेस, म्हणून सांगू? या साऱ्या मालिकेतील एक महत्त्वाचा दुवा बनल्याबद्दल आणि डॉ. डायर यांच्यापर्यंत माझी कहाणी पोहोचवल्याबद्दल शतशः आभार! संमती देण्याची प्रक्रिया तुझ्या कृतीमुळे फळाला आली. I love you!

जेसिका केली – माझी संपादिका या पुस्तकाच्या पानांतून माझी कहाणी जिवंत केल्याबद्दल तुझे मनःपूर्वक आभार! तुझा संयम आणि जे सांगायचा मी प्रयत्न करत आहे, ते धोरणीपणाने समजावून घेण्याची तुझी वृत्ती – याबद्दल अंतःकरणापासून धन्यवाद! तुझ्याबरोबर काम करणं – हा भन्नाट अनुभव होता. Thank You!

रीड ट्रेसी, शॅन्नॉन लिट्रेल आणि हे हाऊसमधील सारे जण – तुम्ही साऱ्यांनी मला केलेल्या सहकार्याबद्दल शतशः धन्यवाद! हे हाऊसच्या परिवारातील मी एक घटक आहे, या विचारानेच मी रोमांचित झाले आहे.

डॉ. जेफ्री लाँग – NDERF (निअर डेथ रिसर्च फाउंडेशन) चे संस्थापक – माझ्या संदेशाचं महत्त्व जाणल्याबद्दल तुमचे आभार. तुमच्या वेबसाईटच्या होमपेजवर तुम्ही माझे अनुभव प्रकाशित केलेत व ते जगापर्यंत पोहोचवलेत याबद्दल धन्यवाद!

डॉ. पीटर को – माझ्या 'केस' मध्ये तुम्ही एवढा रस दाखवला, मला भेटायला तुम्ही हाँगकाँगला आलात आणि माझे वैद्यकीय अहवाल अभ्यासलेत – याबद्दल आभार! तुमचे अथक प्रयत्न आणि माझ्या अक्षरशः डोंगराएवढ्या वैद्यकीय अहवालांच्या फायलींच्या अभ्यासाबद्दलही शतशः धन्यवाद!

ब्रायन वॉकर – आमचे फॅमिली डॉक्टर व मित्र. मी तुम्हाला खूप काळजीत टाकलं... घाबरवलं.. याची मला कल्पना आहे. पण तुम्ही मला कधीच सोडून दिलं नाही, माझ्याबद्दलची आशा सोडली नाही. उलट त्या अतिशय बिकट काळात तुम्ही आम्हां सर्वांच्या पाठीशी ठाम उभे राहिलात.

हाँगकाँग सॅनिटोरियममधले सर्व डॉक्टर्स आणि साहाय्यक वर्ग – त्या भीषण कालावधीत, माझी खूप काळजी तुम्ही सर्वांनी घेतली. तुमच्या हातांच्या माध्यमातून विश्वाला त्याचं काम करू देण्याची संमती जणू तुम्ही दिलीत.

माझा NDERF परिवार – गेली पाच वर्षं तुम्ही माझं जग, माझं कुटुंब, माझे मित्र आहात. डेव्ह थेलर, ल्यूकास टेलर, मार्क स्वीनी, अ‍ॅलिसन ब्रुअर, बेली स्ट्रुस, क्लो सॉलिस, डेव्ह मेसवेरी, डॉन ओकॉनोर, वेन हार्ट, कार्ला डॉबेल आणि लोरेन – तुम्हा साऱ्यांचे खूप खूप आभार! तुम्हा सर्वांची साथ नसती, तर मी ही वाट चालूच शकले नसते. तुम्हा साऱ्यांच्या सहवासात मला छान वाटायचं. मी तुमच्यापैकीच आहे, हा विश्वास वाटायचा. या वाटेवर मार्गक्रमण करताना तुम्ही माझ्या आयुष्यात हसू उमलवलंत. मला तुम्हा साऱ्यांचं फार कौतुक वाटतं.

अखेरीस माझा सुंदर परिवार – माझा भाऊ अनुप म्हणजे माझं जग आहे, त्याची पत्नी मोना, मुलगा – शाहन; तसंच माझी आई. या साऱ्यांचं माझ्याबद्दलचं प्रेम अभेद्य, निर्व्याज आहे. आई, माझं तुझ्यावर खूप खूप प्रेम आहे. तुला मी फार छळलं – त्याबद्दल मला माफ कर आणि अखेरीस सर्वांत महत्त्वाची व्यक्ती – माझा प्रिय नवरा – डॅनी – तू माझ्या आयुष्यात आहेस, हेच माझं भाग्य आहे. आपलं नातं मी हृदयापासून जपते आणि तो माझा सर्वांत मोठा खजिना आहे. आपण दोघे जन्मोजन्मी एकत्र राहू, अशी आशा मला वाटते. I love you, darling!

पूर्वपीठिका
त्या दिवशी माझा मृत्यू झाला!

अरे देवा! मला आत्ता जे वाटतंय ते केवळ कल्पनातीत आहे. शब्दांत वर्णन करायचं झालं तर फारच अवघड! मला इतकं मोकळं आणि हलकं वाटतंय! मला कुठलीच वेदना कशी जाणवत नाहीये? कुठं गेलं सगळं दुखणं? आणि माझ्या भोवतालचं सगळं जग माझ्यापासून दूर चाललंय असं मला का वाटतंय? पण मला अजिबात भीती वाटत नाहीये? मला भीती का वाटत नसावी, हे मात्र कळत नाहीये. माझ्यामधलं भय, माझ्यातली असुरक्षितता गेली कुठं? पण वा! माझ्यातली भीती पळून गेली त्यामुळे किती बरं वाटतंय!

मला जेव्हा तातडीनं हॉस्पिटलमध्ये नेण्यात आलं, तेव्हा माझ्या मनामध्ये असे विचार चालू होते. माझ्या भोवतालचं सारं जग मला आता अजब आणि खरंतर स्वप्नवत वाटत होतं. मी हळूहळू कोमामध्ये चाललेय हे मला जाणवत होतं. माझ्या सर्व जाणिवा, माझं भान दूर होतंय. अनेक महिन्यांपासून ज्या कॅन्सरशी मी झुंज देत होते, त्या कॅन्सरसमोर माझ्या शरीरानं मान तुकवली होती. गेली चार वर्षे चाललेला माझा झगडा आता हळूहळू संपत चालला होता. माझे अवयव एकामागून एक असहकार पुकारत होते.

तो दिवस मला स्पष्ट आठवतोय – २ फेब्रुवारी २००६! हा दिवस माझ्या मनात एखाद्या पाषाणावर लेणं कोरावं इतका भक्कम कोरला गेला. कारण याच दिवशी माझा ''मृत्यू झाला.'' मी कोमात होते, पण तरीही माझ्या भोवताली जे जे काही चाललेलं होतं, ते मला खोलवर कुठंतरी जाणवत होतं. माझ्या संपूर्ण कुटुंबाचे भावनिक चढउतार, मला हॉस्पिटलमध्ये नेण्यासाठी त्यांची चाललेली ती गडबड, माझ्यासाठी काय काय करता येईल, याच्यासाठी अविरत चाललेली त्यांची तळमळ हे मला आत कुठंतरी कळत होतं. मला घेऊन ते सारे हॉस्पिटलमध्ये आले, ऑँकोलॉजिस्टने मला पाहिलं मात्र आणि तिचा चेहरा धक्का बसून एकदम पांढराफटक पडला.

"तुमच्या बायकोचं हृदय अजूनही काम करत आहे, हे मान्य... पण खरं सांगायचं, तर त्या आता या जगात नाहीयेत. आता खूप उशीर झालाय. त्यांना वाचवणं आता अशक्यप्राय आहे." डॉक्टर, डॅनीला म्हणजे माझ्या नवऱ्याला सांगत होते.

कुणाबद्दल डॉक्टर बोलत होत्या? मला खूप आश्चर्य वाटत होतं. खरं सांगायचं तर आत्ता इतकं छान आणि निवांत मला आयुष्यात यापूर्वी कधीच वाटलं नव्हतं. ममा आणि डॅनी दोघांनाही एवढी कसली भीती वाटत होती? आणि मुळात भीती कशाची? ममा प्लीज रडू नकोस. काय चुकलंय? काय झालंय? तू माझ्यासाठी रडतीयेस का? रडू नकोस. मी अगदी छान आहे ममा. खरंच छान आहे मी.

मी हे सगळं खूप मोठ्यांदा बोलतेय, असं मला वाटत होतं. पण खरं तर ते शब्दच फुटत नव्हते. माझा आवाज मूक झाला होता.

मला माझ्या आईला घट्ट मिठी मारावीशी वाटत होती. तिला कुशीत घेऊन समजून सांगावं, असं वाटत होतं. मी अगदी बरी आहे, असं तिला पटवावंसं वाटत होतं. पण मी हे सगळं का करू शकत नव्हते, हे मात्र मला सांगता येत नव्हतं. माझं शरीर सहकार्यच करत नव्हतं. ते का बरं? मी तिथे पडून राहिले होते, निर्जीव लोळागोळा अशी! आणि मला मात्र वाटत होतं, माझ्या आईला आणि माझ्या लाडक्या नवऱ्याला मिठीत घेऊन त्यांना मी अगदी बरी आहे, मला कुठल्याही प्रकारे वेदना होत नाहीत, हे सांगावं.

डॅनी, इकडे बघ. व्हीलचेअरशिवाय मी सगळीकडे हिंडू शकते आहे. कसलं भन्नाट वाटतं आहे मला आणि बघितलंस का? आता मला ऑक्सिजन टँकची पण गरज नाहीये. व्वा! मला श्वासोच्छ्वास करताना कोणत्याही प्रकारे बाहेरची मदत लागत नाही आणि मला त्रासही होत नाहीये. माझ्या त्वचेवरचे सर्व व्रण, साऱ्या जखमा नाहीशा झाल्या आहेत. आता अजिबात वेदना नाहीत, अश्रू नाहीत. चार वर्षांच्या अविरत वेदनेनंतर अखेरीस आत्ता मला बरं झाल्यासारखं वाटतंय.

निखळ आनंद आणि उल्हास एवढंच मला जाणवत होतं. माझ्या संपूर्ण शरीराचा ताबा घेतलेल्या कॅन्सरने ज्या मरणप्राय वेदना मला दिल्या, त्यातून अखेरीस मी मुक्त झाले आहे, ही जाणीवच माझ्यासाठी खूप सुखकारक होती. म्हणूनच ममा आणि डॅनी यांना खरंतर याक्षणी खूप आनंद व्हायला हवा, असं मला वाटत होतं. प्रत्यक्षात, माझा स्वत:चा संघर्ष संपला, त्यांचा संघर्ष, त्यांची पळापळ संपली, तरीही ते आनंदात का नाहीत, याचं मला आश्चर्य वाटत होतं. माझ्या आनंदात ते सहभागी का होत नाहीयेत?

मला किती आनंद होत आहे हे त्यांना दिसत नाहीये का?

''प्लीज, प्लीज काहीतरी करा. अजूनही काही करता येण्याजोगं नक्की असेल.'' डॅनी आणि ममा डॉक्टरांना विनवत होते.

''खरं सांगायचं तर त्यांच्याकडे आता केवळ काही तास उरले आहेत,'' ऑंकोलॉजिस्ट त्यांना सांगत होत्या. ''तुमच्या इतर डॉक्टर्सनी त्यांना आधीच आमच्याकडे का पाठवलं नाही? त्यांचे सगळे अवयव काम करायचे जवळपास थांबले आहेत. म्हणून तर त्या कोमामध्ये गेल्या आहेत. आजची रात्र तरी त्या काढू शकतील की नाही, हीदेखील शंकाच आहे आणि तुम्ही अशक्य ते करण्याची आम्हाला विनंती करत आहात. त्यांचे अवयव काम करत नसल्याने आम्ही त्यांच्यावर जे उपचार करू, ते त्यांच्या शरीराला कितपत झेपतील याची काळजी आहे. उलट त्याचे दुष्परिणामच जास्ती आहेत.''

''काहीही होवो, पण मी तिला जाऊ देणार नाही. मला खूप आशा आहेत.'' डॅनी ठासून सांगत होता. मी तिथे पडले होते. डॅनीने माझा लोळागोळा झालेला हात घट्ट धरला आणि त्याच्या त्या एका स्पर्शातून मला त्याची तळमळ, त्याची हतबलता या दोन्ही गोष्टी जाणवल्या. त्याच्या आवाजातूनही ते कळत होतंच. मला मात्र त्याचा त्रास नाहीसा व्हावा, एवढंच वाटत होतं. मला किती छान वाटतंय, हे त्याला सांगावंसं वाटत होतं. पण मला ते त्याच्यापर्यंत पोहोचवता येत नव्हतं, त्यामुळे मी हतबल झाले होते.

डॅनी, डॉक्टरांचं काहीही ऐकू नकोस. खरंच ऐकू नकोस. त्या माझ्याबद्दल असं का सांगत आहेत? अरे, मी अजून आहे. जिवंत आहे आणि उत्तमही आहे. खरं तर आत्ता मला खूपच छान वाटतंय.

मला कळत नव्हतं, पण माझ्या सभोवतालच्या साऱ्यांची आत्ता काय मन:स्थिती आहे, हे मला जाणवत होतं. सगळेच! माझे कुटुंबीय आणि डॉक्टरही! त्यांची भीती, काळजी, हतबलता आणि नैराश्य या सगळ्या गोष्टी मला अक्षरश: स्पष्टपणे जाणवत होत्या. जणूकाही त्यांच्या भावना, त्यांचे विचार माझेच झाले होते. जणूकाही मी म्हणजे तेच झाले होते.

डार्लिंग, मला तुझं दु:ख कळतंय. तुझ्या भावना जाणवताहेत. पण प्लीज, माझ्या साठी रडू नकोस आणि ममालाही समजाव. रडू नको म्हणून तिलाही सांग.

पण माझ्या सभोवताली जे नाट्य घडत होतं; त्यात मी भावनिकदृष्ट्या गुंतायला

लागले. त्याचवेळी काहीतरी वेगाने मला लांब खेचतंय, असं जाणवायला लागलं. एखादं भव्य चित्र, एखादं भव्य पटल, भव्य योजना माझ्यासमोर उलगडावी असं काहीतरी मला जाणवायला लागलं. जणू एखादी पूर्वनियोजित गोष्ट ठरल्याप्रमाणे त्या भव्य पटलावर उलगडत जावी असं जाणवायला लागलं.

मी खरोखरच मृत्यूच्या दिशेने वाटचाल करू लागले होते, असं प्रथमच त्याक्षणी मला जाणवलं.

ओहो! मला मृत्यू येत होता. मरण असं असतं? मी कधीही कल्पना केली नव्हती, असा तो क्षण होता. मृत्यू असा असतो असं वाटलंच नव्हतं. मला एक सुंदर शांतता, एक नीरवपणा जाणवत होता आणि सगळ्यात महत्त्वाची गोष्ट म्हणजे मोठ्या व्याधीतून छान बरं झाल्याची भावना मनात होती.

त्याक्षणी प्रथमच मला जाणवलं, की माझ्या शारीरिक अस्तित्वाने म्हणजेच माझ्या शरीराने काम करायचं थांबवलं, तरीही आयुष्याच्या त्या भव्य पटलावर सगळ्या गोष्टी यथायोग्य सुरू होत्या. कारण खऱ्या अर्थाने आपला कधीच मृत्यू होत नसतो.

माझ्या भोवताली चाललेल्या सगळ्या हालचाली मला अगदी बारकाईने जाणवत होत्या. बारीकसारीक तपशीलही जाणवत होते. माझ्या जवळपास निर्जीव अशा शरीराला आय.सी.यू.मध्ये नेण्यासाठी गडबड करणारी डॉक्टरांची टीम मला दिसत होती. अतिशय गडबडीने, काळजीने माझ्या शरीराला कितीतरी मशिन्स जोडली जात होती. अनेक प्रकारच्या ट्यूब्ज माझ्या शरीरात घुसत होत्या. कितीतरी सुया टोचल्या जात होत्या.

हॉस्पिटलमधल्या त्या बिछान्यावर पडलेल्या माझ्या त्या निर्जीव शरीराविषयी मला आता काहीच प्रेम वाटत नव्हतं. मुळात ते शरीर माझं आहे, असंच मला वाटत नव्हतं. जे जग आता मी अनुभवत होते, त्या जगाच्या तुलनेत ते अतिशय छोटं आणि अगदी क्षुल्लक वाटू लागलं होतं. मला खूप मुक्त, निर्बंध आणि उदात्त जाणवत होतं. प्रत्येक वेदना, प्रत्येक दुखणं, दुःख आणि उदासीनता या गोष्टी आता कुठल्या कुठे पळून गेल्या होत्या. माझ्यावर आता कोणतंही ओझं जाणवत नव्हतं. आजवर कधीही वाटली नव्हती, अशी ती भावना होती.

त्याचवेळी एक वेगळीच जाणीव, भावना मला कवेत घेते आहे, असं मला जाणवलं. त्याचं शब्दांत वर्णन करायचं झालं, तर जे मी अनुभवत होते, ते पवित्र निर्व्याज प्रेम आणि काहीतरी कमालीचं शुद्ध असं होतं. पण फक्त प्रेम म्हटलं, तरी

ते पुरेसं होणार नाही. खूप खोलवरची काळजी, माझ्याबद्दलची आपुलकी होती ती! तसा अनुभव यापूर्वी मला कधीच आला नव्हता. आपण कल्पनाही करू शकणार नाही तसं, तसं प्रेमाच्या शारीरिक अभिव्यक्तीच्या फार पलीकडचं ते होतं. खऱ्या अर्थाने निर्व्याज! ती भावना माझी होती. मी जे काही केलं होतं, माझं जे कर्म होतं त्या व्यतिरिक्त माझ्यावर त्या भावनेचा वर्षाव होत होता. ते मिळविण्यासाठी मला वेगळं काही करावं लागलं नव्हतं किंवा विशिष्ट प्रकारे वर्तणूकही करायला लागली नव्हती. ते प्रेम फक्त माझं होतं...

त्या प्रेमाच्या ऊर्जेचा माझ्यावर अक्षरश: वर्षाव झाला. एक नवं चैतन्य मला लाभलं आणि त्यानंतर मला जाणवलं की, इतक्या वर्षांच्या संघर्षानंतर, वेदना, काळजी आणि भीतीनंतर मी येथे पोहोचले आहे.

अखेरीस मी माझ्या घरी आले होते...

१
आगळंवेगळं लहानपण

भारत हा अप्रतिम देश आहे. तिथं राहणं मात्र माझ्या नशिबात लिहिलेलं नव्हतं. माझे आई-बाबा मूळचे भारतातले! ते जरी हैदराबाद सिंधमधले असले तरी, माझा जन्म मात्र नितांत सुंदर अशा सिंगापूरमधला!

माझे आजोबा, बाबांचे वडील हे कापडाचे व्यापारी होते. त्यांचा स्वत:चा व्यवसाय होता. ते युरोपीयन, चायनीज आणि भारतीय कापडाची जगभर आयात-निर्यात करत. आमच्या व्यवसायाचं स्वरूपच असं होतं, की बाबांना जगभर भरपूर फिरावं लागायचं. सरतेशेवटी ते हाँगकाँगला स्थायिक झाले, तेव्हा मी अवघ्या दोन वर्षांची होते. हाँगकाँग ही त्यावेळची ब्रिटिश वसाहत होती.

एकूण काय, तीन भिन्न संस्कृती आणि भाषा यांचं एकाचवेळी मला वरदान लाभलं. हाँगकाँग हे अतिशय सळसळतं आणि गजबजलेलं महानगर होतं. तिथे चिनी नागरिकांची संख्या सर्वाधिक होती. त्यामुळे आपसूकच मी स्थानिक नागरिकांबरोबर केंटॉनीज बोलायला शिकले. आई-बाबांनी मला आणि माझ्या भावाला-अनुपला ब्रिटीश स्कूलमध्ये घातलं. तिथे सारं शिक्षण इंग्लिशमध्ये होतं. शिवाय शाळेतले लोक, मित्र-मैत्रिणी ब्रिटीश होते. घरात मात्र आम्ही आमची सिंधी भाषा बोलत असल्याने हिंदू रीतीरिवाज आणि परंपरा पाळत होतो.

माझे वडील मस्त उंचेपुरे आणि देखणे होते. आमच्या कुटुंबात त्यांना चांगलाच मान होता. त्यांचं आमच्यावर खूप प्रेम होतं. त्यांचं वागणं-बोलणं मात्र एकदम कडक होतं. आम्ही त्यांच्या शिस्तीचं पालन करतोय की नाही याकडे त्यांचं बारीक लक्ष असायचं. मला त्यांच्याबद्दल नेहमीच दरारा वाटायचा आणि लहान असताना तर मी त्यांच्या शब्दाबाहेर जाण्याचं धाडस कधीही केलं नाही. आईचं मात्र तसं नव्हतं. मी आणि माझा भाऊ - आम्हा दोघांवर तिची खूप माया होती. त्यामुळेच मनातल्या गोष्टी

तिच्याशी मनमोकळेपणाने बोलायला मला कधीच भीती वाटली नाही.

अनुपवर माझा फार जीव होता. खरं तर तो माझ्यापेक्षा पाच वर्षांनी मोठा! पण तरीही आम्ही दोघंही मनाने एकमेकांच्या अतिशय जवळ आहोत. वयातलं पाच वर्षांचं अंतर म्हणजे लहान मुलांच्या मानाने खरंतर बरंच होतं. त्यामुळे आम्ही फार क्वचित एकत्र खेळलो किंवा आमची फारशी भांडणंही कधी झाली नाहीत. उलट मला नेहमीच त्याचा खूप आधार वाटायचा आणि तो देखील माझी खूप काळजी घ्यायचा. तो सोबत असला तर मला अगदी सुरक्षित वाटायचं आणि त्याच्याशी मनातलं काहीही बोललं तरी चालेल, अशी मनोमन खात्रीही वाटायची. माझ्या आयुष्यावर एक पुरुष म्हणून बाबांपेक्षाही त्याचा पगडा नेहमीच जास्त आहे.

पारंपरिक हिंदू असल्याने माझ्या आई–वडिलांचं अरेंज्ड मॅरेज झालं होतं. मी आणि अनुप - मोठे झाल्यानंतर आम्हालाही अशाच पद्धतीनं योग्य जोडीदार शोधून देण्याचा त्यांचा मानस होता. परंपरेनुसार बाईने नेहमीच नवऱ्याच्या आणि घरच्या इतर पुरुषांच्या धाकात राहणं अपेक्षित असायचं.

माझ्या संस्कृतीमध्ये ही लैंगिक असमानता फार मोठ्या प्रमाणात दिसून येते. लहान असताना, या अशा समजांविषयी मी कधीही प्रश्न विचारण्याचं धाडस केलं नाही. उलट या गोष्टी अशाच असतात, अशी स्वत:चीच समजूत करून घेतली होती. या विषमतेबाबतचा पहिला दाहक अनुभव मला आला, तेव्हा मी अवघी सहा वर्षांची होते. त्या कोवळ्या वयात एकदा माझी आई आणि आणखी एका बाईचं बोलणं मी ऐकलं.

त्या बाई माझ्या आईला विचारत होत्या, ''का हो, दुसऱ्या खेपेला तुम्हाला मुलगी झाली, त्याचं तुम्हाला वाईट वाटलं असेल ना?''

आता आई काय उत्तर देईल या विचाराने मला जरा धडधडत होतं.

पण माझ्या आईने त्यांना स्पष्ट उत्तर दिलं, ''छे! मुळीच नाही. माझ्या लेकीवर माझं अत्यंत प्रेम आहे.'' आईचं उत्तर ऐकून मला हुश्श झालं.

''अहो, पण मुलगी म्हणजे संकटच की! आणि ती वयात आली तर विचारूच नका.'' बाईचं बोलणं आपलं पुढे दामटून चाललंच होतं. ''मुलगी म्हटली की तिने बिघडू नये याच्यावर फार लक्ष ठेवावं लागतं ना! पोरगी बिघडली तर चांगला

नवरा मिळणं अवघडच बाई! आणि दुसरं म्हणजे हुंड्याची रक्कम तर दरवर्षी वाढतच चालली आहे!''

माझ्या आईने यावरही त्यांना सुजाण उत्तर दिलं. ती म्हणाली, ''अहो, पुढे काय होणार, हे आज कोणी सांगू शकतं का? मुलगा असो वा मुलगी, प्रत्येक जण स्वत:बरोबर आपापलं नशीब घेऊन येतो.''

''असेल बाई. मला तर दोन्ही मुलंच आहेत. याचा मला फार आनंद होतो.'' त्या बाईने अगदी अभिमानाने सांगितलं. पण हे वाक्य बोलताना तिने फार मोठ्ठा तीर मारलाय, यश मिळवलंय, अशा थाटात ती बोलत होती. त्या लहान वयातही हे मला जाणवलं होतं.

त्यानंतर एकदा आई आणि मी दोघीच असताना तिला विचारलं, ''ममा, मुली म्हणजे खरंच अडचण असतात का ग?''

आई लग्गेच म्हणाली, ''छे गं बेटा! मुळीच नाही.''

माझ्या आईने मला जवळ घेत मिठीत घेतलं आणि त्याक्षणी मी मनात ठरवून टाकलं, 'मी केवळ मुलगी आहे म्हणून माझ्या आई-वडिलांसाठी अडचण बनणार नाही. हिच्याऐवजी मुलगा झाला असता तर बरं झालं असतं, असा विचार मी त्यांच्या मनात येऊ देणार नाही.'

हाँगकाँगमधलं आमचं पहिलं घर हॅपी व्हॅलीमध्ये एका नऊ मजली इमारतीत होतं. समोर हॉर्स रेसिंग ट्रॅक होता. दर आठवड्याच्या शेवटी होणाऱ्या रेससाठी घोड्यांना प्रशिक्षण देणाऱ्या, रंगीबेरंगी सिल्कच्या कपड्यांतल्या जॉकींकडे मी खिडकीतून तासन्तास बघत असे. आमच्या अपार्टमेंटच्या मागच्या बाजूला ट्रॅम लाईन होती. सातव्या मजल्या-वरच्या आमच्या घरातल्या खिडकीतून बाहेर दिवास्वप्न बघण्यात मी मग्न असायचे आणि मागून धडधडत, मोठा आवाज करत जाणाऱ्या ट्रॅम्स माझी तंद्री मोडायच्या.

रोज सकाळी मला जाग येई ती, चंदन आणि गुलाबाच्या चिरपरिचित सुगंधाने! त्या सुगंधामुळे एक प्रकारची शांतता आणि नीरवता मनाला लाभत असे. त्यामुळे मला तो सुवास फार आवडायचा. त्याचवेळी माझी आई तिच्या अनेक रंगांच्या आणि उत्तम प्रतीच्या भारतीय रेशमी किंवा फ्रेंच शिफॉनच्या अनेक सलवार-कमीजपैकी एखादा घालून देवघरात जाताना दिसायची.

दररोज सकाळी माझे आई-वडील देवघरातल्या कृष्ण, लक्ष्मी, शंकर, हनुमान, गणपती यांच्या मूर्तींसमोर बसून ध्यानधारणा, प्रार्थना करत असत आणि अनेक स्तोत्रं म्हणत. नवीन दिवसाचा आरंभ करताना सदसद्‌विवेकबुद्धी आणि अंतःसामर्थ्य अधिक बळकट व्हावं, यासाठी ते हे सारं करत. हिंदू वेदांतील पवित्र ग्रंथांचं वाचन करत, त्यातील तत्त्वांचा अवलंब करत. तसेच गुरुनानक आणि त्यांचा पवित्र ग्रंथ नानकसाहिबमधील तत्त्वांचंही आचरण करत.

देवघरातील अनेक देवदेवतांच्या मूर्ती आणि चित्रांसमोर उदबत्ती पेटवून, ती गोल गोल फिरवत स्तोत्र म्हणत पूजा करणाऱ्या आई-बाबांकडे मी एकटक बघत बसे आणि मग त्यांचं अनुकरण करत असे.

आह फाँग - आमची आया - केंटॉनीजमधून माझ्याशी बडबड करत बरीच कामं करायची, तिच्याकडे बघत बसायलाही मला आवडायचं. बारीकशा चणीची आह फाँग काळ्या-पांढऱ्या रंगाचा पारंपरिक साम्फू हा चिनी ड्रेस घालून ज्या झपाट्याने घरभर हिंडायची, त्याला तोड नसे. मी आहला चिकटूनच असे. तिचं-माझं छान सूत जुळायचं. मी दोन वर्षांची असल्यापासून ती आमच्या घरी यायची. ती आमच्या घरी आली नाही, असा एकही दिवस मला आठवत नाही.

आठवडाभर शाळेच्या दिवसांत आई-बाबा मला फक्त संध्याकाळीच भेटायचे. शाळा संपली की आह फाँग मला न्यायला यायची. मग घरी जाऊन दुपारचं जेवण! ते झालं की आह नेहमी मला घेऊन बाहेर जायची. घरासाठी ताजी भाजी, फळं, इतर सामानसुमान आणायला ती मला घेऊन बाहेर पडत असे. आम्ही ही खरेदी करण्यासाठी ट्रॅमने जात होतो. माझ्यासाठी आहबरोबरची ही भटकंती म्हणजे आनंदाची परमावधीच असे.

आमच्या अपार्टमेंटच्या बाहेरच थांबणाऱ्या ट्रॅममध्ये आम्ही टुण्णकन उडी मारून चढायचो. तसं माझ्यासाठी ते खूप मोठं धाडसच होतं. हाँगकाँगच्या गजबजलेल्या, अरुंद रस्त्यांवरून ट्रॅम रस्ता काढत जाई आणि मी खिडकीतून बाहेरील दृश्य बघण्यात रममाण होऊन जात असे. हॅपी व्हॅली, कॉजवे बे आणि वॉन चाय या भागांतून ट्राम जात असे. मग मार्केट आलं की आम्ही खाली उतरायचो. आह फाँग माझा चिमुकला हात घट्ट पकडून ठेवायची. सभोवतालचे असंख्य प्रकारचे वास, आवाज आणि दृश्यं नाका-कानात आणि डोळ्यात भरून घेताना कित्ती आनंद व्हायचा! माझे आई-बाबा मला कधीच अशा भन्नाट भटकंतीला नेत नसत. ते नेहमीच फक्त कारने हिंडायचे आणि

डिपार्टमेंटल स्टोअर्समध्ये खरेदी करायचे. पण आहबरोबरच्या भटकंतीतल्या रंग आणि संवेदनांच्या या कॅलिडोस्कोपच्या तुलनेत मला ते फारच कंटाळवाणं वाटायचं.

मार्केटमध्ये सारं काही मिळायचं. ताज्या भाज्या, फळं आणि घरगुती सामानापासून ते अगदी छुटपुट स्वस्तातल्या गोष्टींपर्यंत सारं काही! विक्रेते त्यांच्याकडच्या गोष्टींची नावं मोठमोठ्याने ओरडून सांगायचे. तिथली दुकानंही काही विशिष्ट क्रमाने वगैरे नसायची. भाज्यांच्या टपऱ्यांच्या ओळीतून बूट, फुलं, भांडी, स्वस्तातली प्लास्टिक खेळणी, रंगीत फळांचे ढीग, शोभेचे दागिने, फुगे, ताजे मासे, मोजे आणि स्टॉकिंग्ज, रंगीत नॅपकिन्स आणि टॉवेल्स, टेबलक्लॉथ्स अशा सगळ्यांच्या टपऱ्या असायच्या. त्या इतक्या खच्चून भरलेल्या असायच्या की त्यातल्या वस्तू अनेकदा बाहेर रस्त्यावर लोळत असायच्या. त्या भुलभुलैय्यात माझं तासन्‌तास भान हरपून जायचं.

एकदा मी सराईतपणे केंटॉनीजमध्ये आह फॉंगला विचारलं, ''आह फॉंग, ते बघितलंस! तो माणूस त्या सापाला काय करतोय?''

''अग, तो सापाचाच विक्रेता आहे. आता तो त्या सापाला बांधेल आणि ते कुटुंब त्याला घरी घेऊन जाईल आणि मग त्या सापाचं झकास सूप बनवतील.'' आह फॉंगनं सांगितलं.

मी डोळे विस्फारून त्या सापाची सुटकेसाठी चाललेली जीवघेणी धडपड बघत राहिले. पण अखेरीस त्या विक्रेत्याने सराईतपणे त्याला बांबूच्या पट्ट्यांनी बांधलं आणि जाळीदार कापडात गुंडाळून दिलं. त्या मुक्या प्राण्याची धडपड व्यर्थ ठरलेली बघून मला फार कीव आली.

पण तरीही मला आह फॉंगबरोबर मार्केटमध्ये जायला अतिशय आवडायचं. माझ्यात दडलेल्या धाडसी वृत्तीला प्रत्यक्ष अनुभव देणारी जणू ती प्रयोगशाळाच होती.

आमच्याकडे अनेक वर्षं राहिल्यानंतरदेखील, प्रत्येक वेळी आई-बाबा खोलीत आल्याबरोबर, आह फॉंग नजर झुकवून उभी राहायची. मी अतिशय जिज्ञासू होते, त्यामुळे आह फॉंगला असंख्य प्रश्न विचारून मी भंडावून सोडायचे. अगदी तिच्या वागण्याबद्दलही! खरंतर माझे आई-बाबा आणि आह फॉंग यांच्यातला सांस्कृतिक फरक मिटवायचा मी माझ्या पद्धतीने प्रयत्न करत होते.

माझ्यातल्या सहा वर्षांच्या मुलीला अतिशय कुतूहल वाटायचं, एकदा मी विचारलं, ''तू असं का करतेस?''

''मी काय करते?'' आह फाँग म्हणाली.

''माझे आई-बाबा आले की तू नजर का खाली करतेस?''

''त्यांच्याबद्दल माझ्या मनातला आदर दाखवण्यासाठी.''

''कशासाठी?''

''तुझे आई-बाबा माझे मालक आहेत. नोकरी करते मी त्यांची! त्यामुळे मला त्यांच्याबद्दल आदर दाखवायचा असतो आणि ते माझ्याहून मोठे आहेत, हे व्यक्त करायचं असतं.''

''ते तुझ्याहून खरंच वरचढ आहेत?'' तिनं दिलेल्या उत्तरानं मी थक्क झाले होते.

''हो, कारण त्यांनी मला काम दिलंय.''

''मग मी सुद्धा तुझ्यापेक्षा मोठी आहे?'' मी लगेच प्रश्न केला.

आह फाँगला माझं कुतूहल ठाऊक होतं. ती या प्रश्नावर दिलखुलास हसली आणि म्हणाली, ''नाही, तू मला कामावर थोडंच ठेवलंयस! मी तुला सांभाळायला इथे आले आहे.''

''बरं..बरं!'' मी प्रश्न आवरते घेतले कारण मला माझ्या नवीन बाहुलीसोबत खेळायला जायचं होतं.

मला आह फाँगच्या मुलीबरोबर खेळायलाही आवडायचं. तिचं नाव आह मो यी! मी साधारण पाच वर्षांची असेन. आह मो यी तिच्या आईबरोबर दर आठवड्याच्या शेवटी आमच्या घरी राहायला यायची. ती माझ्यापेक्षा एकाच वर्षाने मोठी होती आणि मला चांगलं कॅंटॉनीज बोलता यायचं. त्यामुळे आमची छान गट्टी जमली. मला तिच्याबरोबर खेळताना जाम मज्जा यायची. आम्ही दोघी माझ्या खेळण्यांबरोबर मनसोक्त खेळायचो आणि शेजारच्याच बागेतही जोडीने जायचो. प्रत्येक आठवड्याच्या शेवटी मला घरातच ही छान मैत्रीण मिळाल्याने आई-बाबा देखील खूश असत.

रविवार हा आह फाँगचा सुट्टीचा दिवस असे. मग त्या दिवशी ती आह मो यीला बाहेर जेवायला घेऊन जात असे. त्यानंतर तिला तिच्या स्वत:च्या आई-वडिलांकडे सोडून येत असे. आह मो यी आठवडाभर त्यांच्याकडे राहत असे. (त्यावेळी मी कधीच

विचारलं नाही, पण आता विचार केला की, लक्षात येतं, आह फाँग आपल्या मुलीची एकटीच पालक होती आणि आपल्या कुटुंबाच्या मदतीने लेकीला वाढवत होती.) मला कधी कधी आई-बाबांबरोबर बाहेर जायचं नसलं तर आह फाँग मला देखील बरोबर घेऊन जात असे. अहाहा! मी त्या क्षणांचा मनसोक्त आनंद घ्यायचे.

अशावेळीही आम्ही नेहमीप्रमाणे ट्रॅमनेच जायचो. पहिल्यांदा जेवण्यासाठी सरळ एखादा चायनीज फूड स्टॉल गाठायचा. केंटॉनिजमध्ये त्यांना 'दै पी दोंग' असं म्हणत. रस्त्याच्या बाजूलाच हे खाण्याचे अड्डे असत. तिथल्या छोट्या छोट्या लाकडी स्टुलांवर बसून गरमागरम नूडल्स आणि सूपमधली डंप्लिंग्ज चवीने भुरकायला मजा यायची. त्याचवेळी पाठीमागे, रस्ता भरधाव वाहत असायचा. जेवण झालं की आह फाँग आम्हाला तिच्या आई-वडिलांच्या घरी घेऊन जायची. आह मो यी तिथंच राहायची. अगदी साधंसं आणि बेताचं फर्निचर असणारं हे घर होतं. अगदी खास चिनी पद्धतीचं! बेताच्या उंचीवरच्या मजल्यावरचं! अंधाऱ्या बोळकांडीतून आत गेल्यावर प्रत्येक कोपऱ्यात काय असेल ते बघण्याची माझी धडपड चालायची. त्यावेळी छोट्या कपातून आह फाँग आणि तिचे आई-वडील चहा प्यायचे. त्या कपांवर चायनिज राशींच्या प्राण्यांची-ड्रॅगन किंवा वाघ वगैरे - रंगीत चित्रं काढलेली असत. मला ते ज्यूस किंवा गोड चहा देत.

मला तिथे जायला कधीही कंटाळा यायचा नाही. अगदी, त्यांच्या गप्पांना मी कंटाळले तरी मला त्या कमानदार खिडक्यांतून खालचा रस्ता बघायला आवडायचा. तिथे खाली वाळवलेल्या माशांच्या विक्रेत्यांनी रस्त्याच्या बाजूलाच ताजे ताजे फडफडीत कालवे आणि मासे चटयांवर दुपारच्या कडक उन्हात वाळत घातलेले असत.

अशाप्रकारे माझं लहानपण म्हणजे पूर्व आणि पश्चिमेचा संगम होता. तेव्हा हाँगकाँग ही ब्रिटीश वसाहत होती. तिथे चायनिज लोकांचं प्रमाण अधिक होतं. त्यामुळे ख्रिसमस आणि इस्टर ज्या उत्साहाने साजरे केले जात, त्याच उत्साहाने हंग्री घोस्ट आणि मिडऑटम मून फेस्टिवलदेखील साजरा केला जाई.

आह फाँग आणि आह मो यीनी मला चायनिज परंपरा आणि श्रद्धा यांची सारी माहिती दिली. तसंच सगळ्या सणांचा अर्थदेखील सांगितला होता. आह मो यी तिच्या सुट्टीचे सगळे दिवस आमच्या घरी राहायला यायची. याचा मला अतिशय आनंद व्हायचा. आता सणांबद्दल सांगायचं, तर हंग्री घोस्ट फेस्टिवल चांद्र दिनदर्शिकेच्या सातव्या महिन्याच्या १४ व्या दिवशी रात्री येतो. या दिवशी कुटुंबातील मृत व्यक्तींना आदरांजली वाहून पूर्वजांचे स्मरण करून त्यांच्यासाठी प्रार्थना केली जात असे.

आह फाँग, आह मो यी आणि आह चुन हा आमचा आचारी या दिवशी त्यांच्या मृत नातेवाइकांना श्रद्धांजली वाहत, ते मी आणि अनुप बघत बसायचो. मृतात्म्यांना आदरांजली म्हणून ते विविध कागदी प्रतिमांचं दहन करत असत. आमच्या स्वयंपाकघराच्या मागे एक वळणदार जिना होता. त्याच्या पायथ्याशी एका मोठ्या भांड्यात ते विस्तव पेटवायचे. मग त्या धगीत ते त्या कागदी प्रतिमा वाहत असत.

या प्रतिमा गाड्या, घरं, इतकंच काय तर अगदी खोट्या पैशांच्याही असत. असं केल्याने त्यांच्या पूर्वजांना परलोकात या गोष्टी मिळतात, असं मानलं जात असे.

मी कुतूहलाने विचारात असे, ''आह फाँग, हे कागदी घर इथे असं जाळून तुझ्या आजोबांना खरंच स्वर्गात घर मिळालं असेल?''

''नक्कीच, अनिता! मी माझ्या आजी-आजोबांना, त्यांचा मृत्यू झाल्यानंतरही लक्षात ठेवावं आणि त्यांना नंतरही मदत करत राहावं, अशी त्यांची माझ्याकडून अपेक्षा होती. आपण सगळ्यांनीच आपापल्या पूर्वजांचा आदर केला पाहिजे.'' ती मला सांगायची.

त्यानंतर आह फाँग, आह चुन आणि आह मो यी स्वयंपाकघराच्या मागे त्यांच्या टेबलावर जेवायला बसत. ते जेवण बनवायला आह चुन दिवसभर राबलेला असायचा. या सणाच्या प्रसंगी आपल्या मृत नातेवाइकांनीही जेवायला यावं, या भावनेतून ते त्या टेबलावर त्यांच्यासाठी खास जागा राखून ठेवत. त्या रिकाम्या जागांसमोर मृतांसाठी अन्नसुद्धा वाढलं जाई. मीदेखील त्यावेळी त्या तिघांबरोबर जेवायला बसायचे. त्यांच्या पूर्वजांना वाढलेलं अन्न त्यांना पुरेल ना, अशी प्रामाणिक चिंता मला त्यावेळी वाटायची.

वर्षभरात माझा आणखी एक आवडता सण म्हणजे मिड-ऑटम मून फेस्टिवल! यावेळी मस्त, रंगीत कागदाचा आकाशकंदील निवडणे ही एक मोठ पर्वणीच असायची. अनेक दुकानांमध्ये अगणित आकाशकंदील लावलेले असायचे. सर्व आकारांचे, चिनी राशींच्या प्राण्यांच्या आकारांचे हे कंदील असत. मला नेहमी सशाच्या आकाराचा कंदील आवडत असे. आह फाँग मला आणि आह मो यीला घेऊन मार्केटच्या मागच्या बाजूच्या दुकानांमध्ये जात असे. आम्ही दोघी आपापले कंदील निवडत असू. काही प्रमाणात हा सण अमेरिकेतल्या थँक्स गिव्हिंग या सणाशी मिळताजुळता आहे. हा पूर्ण चंद्राचाही सोहळा आहे. या सणाप्रसंगी चंद्राच्या आकाराचे केक्स वाटतात आणि खातात. या केक्समध्ये असंख्य प्रकार बघायला मिळतात. त्यानंतर आम्ही त्या सुंदर रंगीत कंदिलांमध्ये मेणबत्त्या पेटवायचो आणि ते बाहेर घेऊन जायचो. मग आमच्या

शेजारच्या इतर मुलांच्या जोडीने मी आणि आह मो यी ते कंदील घराबाहेर, झाडांवर, कुंपणांवर टांगायचो. या रात्री उशिरापर्यंत जागून त्या कंदिलांच्या आणि चंद्राच्या प्रकाशात खूप खेळायचे. त्या रात्री वर्षभरातला सगळ्यात मोठा अन् तेजस्वी पूर्ण चंद्र आकाशात लखलखत असे.

आमच्या कुटुंबात दिवाळीसकट सारे हिंदू सणही आम्ही मोठ्या उत्साहात साजरे करायचो. दिवाळी हा दिव्यांचा... प्रकाशाचा सण! दिवाळीच्या दिवशी छान नवीन कपडे घातल्यानंतर मला फार मज्जा यायची. अगदी लहानपणीसुद्धा सणांच्या अगोदर नवीन कपडे खरेदी करायला मला काय मस्त वाटायचं! माझी आई मला आणि माझ्या भावाला खरेदीसाठी नेहमी लेन क्रॉफर्डला घेऊन जायची. हाँगकाँगच्या मध्य भागातलं त्यावेळेचं ते सर्वांत मोठं डिपार्टमेंटल स्टोअर होतं. आम्ही तिथे मुलांच्या कपड्यांच्या विभागात खाली-वर बागडत असायचो. मी विस्फारलेल्या नजरेने, उत्साहाने ड्रेसेस आणि पिनाफोर्स शोधत असे आणि माझा भाऊ शर्ट्स आणि पँट्स! मग आई मला ड्रेस निवडायला मदत करत असे. यावेळी खास सणासाठी म्हणून जरा जास्तीच रंगीबेरंगी ड्रेस निवडला जाई.

दिवाळीत संध्याकाळी आम्ही सगळेच आमच्या नवीन कपड्यात नटायचो. नवीकोरी रंगीत साडी नेसून त्यावर तिचे सगळे दागिने घालून आई तयार व्हायची तर बाबा पारंपरिक कुर्ता अन् पायजम्यात. माझा भाऊ छान शर्ट-पँट मध्ये आणि मी माझ्या नवीन ड्रेसमध्ये!

मस्तपैकी तयार होऊन आम्ही हॅपी व्हॅलीतल्या देवळात जायचो. तिथे इतरही अनेक भारतीय लोक आलेले असत. मग तिथे आम्ही भजनं म्हणायचो.

घंटांच्या नादात आमचा आवाज मिसळायचा. देवळाच्या उंच घुमटात तो ध्वनी घुमायचा आणि बाहेरच्या संध्यारंगात विलीन व्हायचा. आजही मला तो घंटानाद आठवतो. त्याचा ध्वनी कुठेतरी आत खोलवर कंपनं छेडायचा, आत्म्याला स्पर्श करायचा. प्रत्येक हिंदू सणाच्या दिवशी देवळाचा सारा परिसर अनेक रंग, संगीत, नृत्य आणि त्यातच मिसळलेला खास हिंदू शाकाहारी भोजनाचा आणि सुवासिक उदबत्त्यांचा गंध यांनी कसा चैतन्याने सळसळत असे.

''ममा, मी महाराजांकडून कुंकू लावून घ्यायला जातेय.'' मी सिंधी भाषेत अगदी उत्साहाने आईला सांगायचे आणि त्या गर्दीतून वाट काढत धावत सुटायचे.

महाराज प्रत्येकाच्या कपाळावर कुंकवाची उभी चीर रेखत. ही रेखा तिसऱ्या डोळ्याचं प्रतीक! मी जेव्हा जेव्हा देवळात जायचे, तेव्हा तेव्हा कुंकू लावून घ्यायला कधीच विसरायचे नाही.

मुळात हिंदू असल्याने माझा कर्म आणि पुनर्जन्म या दोन्ही गोष्टींवर विश्वास होता. बहुतांश पौर्वात्य धर्म या गोष्टींवर श्रद्धा ठेवतात. जन्म आणि मृत्यूच्या फेऱ्यातून प्रवास करताना आपलं आत्मभान वाढवणं, जाणीव वाढवणं, अध्यात्म रुजवणं आणि आत्म्याची उन्नती करणं हे जीवनाचं उद्दिष्ट आहे, असं ते मानतात. हा हेतू सफल होताच त्यानंतर परत देहरूपी जन्म घेण्याची आवश्यकता राहात नाही, जन्म-मृत्यूच्या चक्रातून सुटका होते, असं मानलं जातं. या स्थितीला 'निर्वाण' असं म्हणतात.

या सगळ्याबद्दल विचार करताना अनेकदा मी गंभीर होत असे. त्यामुळे आपल्या भविष्यावर नकारात्मक परिणाम होतील असं कर्म आपल्या हातून घडू नये याची पुरेपूर दक्षता मी घेत असे. अगदी लहान वयातही चांगलं आणि वाईट कर्म यांबद्दलचं द्वंद्व माझ्या मनात सुरू असे. माझ्यात रुजलेल्या सांस्कृतिक श्रद्धांतून स्वत:ला अधिकाधिक चांगलं बनविण्याचा माझा हा प्रयत्न सुरू होता.

मनातले वाईट, अपवित्र विचार दूर करून आत्म्याच्या उन्नतीच्या मार्गावर वाटचाल करताना ध्यान आणि पठण हे दोन राजमार्ग आहेत, हेदेखील मला माझ्या हिंदू धर्माने शिकवलं. आपण या शरीरापलीकडे काही आहोत, ही जाणीव रुजवायला ध्यानामुळे मदत होते. त्यामुळे निव्वळ जैवशास्त्रापलीकडे आपण बरंच काही आहोत, हे मोठी होत असतानाच मला पक्कं कळून चुकलं होतं.

२

अनेक धर्म, अनेक मार्ग

घरात मी पूर्णत: हिंदू परंपरांच्या संस्कारात वाढत होते. त्याउलट माझं शालेय शिक्षण मात्र नन्सनी चालविलेल्या एका टिपिकल कॅथलिक शाळेमध्ये सुरू झालं. सात वर्षांची झाले तेव्हापासूनच मला सांस्कृतिक आणि धार्मिक भेद जाणवू लागले होते. माझी शाळा एका भल्यामोठ्या जुन्या इमारतीत भरत असे. शाळेची तीन मजली इमारत अतिशय सुंदर होती. सर्वांत वरच्या मजल्यावर छान डोम असलेलं एक चॅपेल होतं. त्या इमारतीचा जणू तो मुकुटच वाटायचा. आमच्या घरापासून अगदी चालत जाण्याच्या अंतरावर ती शाळा होती आणि म्हणूनच सोयीची सुद्धा! पहिल्या दिवशी मी माझा नवीन युनिफॉर्म घातला, तेव्हा माझं मन अभिमानानं एकदम भरून गेलं. छान कडक असा पांढऱ्या रंगाचा पिनॅफोर आणि त्यावर गडद निळ्या रंगाचा ब्लेझर असा माझा युनिफॉर्म होता. निळ्या ब्लेझरवर लाल रंगाचं शाळेचं चिन्ह होतं. शाळेत आत गेल्यावर बघितलं तर ग्राऊंडवर माझ्या सारखीच अनेक मुलं होती. त्यांनीही माझ्यासारखाच युनिफॉर्म घातला होता. ते बघून का कोण जाणे मला खूप बरं वाटू लागलं. त्या युनिफॉर्मने मला एक विशेष जबाबदारीची जाणीव दिली. दररोज आम्ही प्रार्थना म्हणून शाळेची सुरुवात करायचो. प्रार्थना म्हणायलाही मला खूप छान वाटायचं.

एक दिवस माझा वर्गमित्र जोसेफने मला विचारलं, ''रविवारी तू आणि तुझे कुटुंबीय चर्चमध्ये का येत नाही?'' त्याने जेव्हा मला हा प्रश्न विचारला तेव्हा शाळा सुरू होऊन जेमतेम एकच महिना झाला होता.

''अरे, आम्ही काही कॅथलिक नाही. आम्ही हिंदू आहोत. दर सोमवारी संध्याकाळी आम्ही देवळात जातो.'' मी जोसेफला सांगितलं.

त्यावर जोसेफ मला गडबडीनं म्हणाला, ''अगं! तू तुझ्या आईबाबांना दर रविवारी मला चर्चमध्ये घेऊन जात जा असं सांग. तू चर्चमध्ये प्रार्थना केली नाहीस

तर मेल्यानंतर तू स्वर्गात जाणार नाहीस.''

मी गोंधळले. ''खरंच सांगतोस? कारण हे जर खरं असेल तर माझ्या आईबाबांना ते माहीत असणार ना?'' मी त्याला म्हणाले.

''अगं! खरंच सांगतोय हे मी. तुला खोटं वाटत असेल तर शाळेतल्या कोणालाही विचार आणि सगळ्यात उत्तम म्हणजे आपल्या पुढच्या बायबलच्या क्लासच्या वेळी तू सिस्टर मेरीला हे विचार. खरं काय आहे ते तिला नक्की माहीत असेल. देवाला नेमकं काय हवं, हे सिस्टर मेरी सांगू शकेल.'' अगदी समजावून सांगत जोसेफ बोलत होता.

मला जोसेफचं म्हणणं पटलं अन् आवडलं. म्हणजे खरंतर तो आवडला. कारण त्याला माझ्याबद्दल खरंच काळजी वाटत होती आणि मी मेल्यानंतर स्वर्गात जावं असंही त्याला मनापासून वाटत होतं. शेवटी माझ्या मनातली शंका घेऊन मी सिस्टर मेरीकडे गेलेच. तिने काय उत्तर दिलं असणार हे वेगळं सांगायलाच नको. तिनेही जोसेफच्या बोलण्याला दुजोरा दिला. मी चर्चमध्ये का जायला हवं, बायबलचा अभ्यास कसा करायला हवा, हे पटवलं. शिवाय जर मला देवाची कृपा मिळवायची असेल तर मी या गोष्टी करायलाच हव्यात, हे पण तिनं ठासून सांगितलं. हे सारं करण्यात कुठेही मदत लागली तर तीही करण्याची तयारी तिनं दर्शवली.

त्या दिवशी दुपारी मी शाळेतून घरी आले. त्यावेळी सिस्टर मेरी काय म्हणाली, ते आईशी बोलायचं मी ठरवलं.

''ममा, माझे शाळेतले सगळे मित्रमैत्रिणी आणि सिस्टर्स म्हणतात की, दर रविवारी चर्चमध्ये जायलाच हवं आणि मेल्यानंतर मला स्वर्गात जायचं असेल तर बायबलचाही अभ्यास करायला हवा.''

''बेटा, असं काही नाही. तू त्याची काळजी करू नकोस. फक्त शाळेत सगळ्यांना सांग, की आपण हिंदू आहोत. तू थोडी मोठी झालीस ना की तुला आपले धर्मग्रंथ, आपले वेद हे आम्ही नक्की शिकवू. कारण वेगवेगळ्या ठिकाणच्या लोकांच्या श्रद्धाही वेगवेगळ्या असतात. तुलाही ते कळेलच. आपल्या धर्मात आपण मृत्यूनंतर वेगळ्या ठिकाणी, वेगळ्या परिस्थितीत आपला पुनर्जन्म होतो असं मानतो.'' आई मला समजावत होती.

''अगं, पण या सगळ्या गोष्टी माझ्या शाळेतल्या मुलांना पटतील असं नाही वाटत. मला खूप भीती वाटतीये. ते जे सांगतात ते खरं असेल तर? कारण ते सगळेच्या

सगळे चूकीचे असतील असं नाही. सिस्टर्स तर नक्कीच चुकीचं सांगत नसतील, त्या योग्यच सांगत असतील.'' मी तिला माझ्या मनातली भीती बोलून दाखवली.

आईने मला मायेनं जवळ घेतलं आणि म्हणाली, ''अशी घाबरू नकोस बेटा. आयुष्यातलं सत्य खऱ्या अर्थानं कुणालाच कळलेलं नाही. अगदी सिस्टर मेरीला सुद्धा. एक लक्षात ठेव, धर्म हा सत्य शोधण्याचा मार्ग असतो. धर्म म्हणजे सत्य नव्हे. तो केवळ एक मार्ग असल्याने वेगवेगळे लोक त्यावरून मार्गक्रमण, वाटचाल करतात एवढंच!''

आईच्या समजावण्याने मला तात्पुरतं बरं वाटलं. तरी माझ्या मनातली भीती, पूर्ण नाहीशी झाली नाही. उलट माझ्या बरोबरीच्या मुलांचा धर्म आपण पाळत नसल्याने माझ्या मनात असलेली ही भीती हळूहळू अधिक वाढतच गेली. मला सिस्टर मेरीला सारखं सांगावंसं वाटत होतं की, मी हिंदू असले तरीही मृत्यूनंतर मला स्वर्गप्राप्ती होऊ शकते. पण मला जी एक निश्चिती हवी होती, ती सिस्टर मेरी देऊ शकेल याची मला खात्री नव्हती.

मी झोपेत असताना परमेश्वर मला न्यायला आला तर? सिस्टर मेरी तर सांगते, 'परमेश्वर सर्वत्र आहे आणि त्याला सर्व गोष्टी कळतात.' मग मी ख्रिश्चन नाही हे त्याला कळणारच.

या अनामिक भीतीने मी रात्र रात्र जागी राहायला लागले. न जाणो मला झोप लागली आणि नेमका त्याचवेळी परमेश्वर माझ्यासाठी आला तर त्याच्या कृपेला मला मुकावं लागू नये, असा विचार माझ्या मनात सारखा असायचा.

या अशा सगळ्या प्रकारांमुळे रात्र रात्र जागे राहाणे, सतत काळजीत असणे या गोष्टींनी माझ्या आईबाबांना माझ्याबद्दल फार काळजी वाटू लागली. माझ्या मनातली ही भीती अधिक उग्र व्हायला लागली. शिवाय ती कमी होण्याऐवजी वाढतच चालली हे त्यांच्या लक्षात आलं. त्यावेळी त्यांनी सरळ मला या शाळेतून काढून आयलंड स्कूलमध्ये घालायचं ठरवलं. तेव्हा मी आठ वर्षांची होते. बोवेन रोडवर, हाँगकाँग शहरातल्या थोड्याशा टेकडीवजा भागात हे ब्रिटीश स्कूल होतं. सहा इमारतींचा हा परिसर होता आणि सभोवताली खेळण्यासाठी ग्राऊंडदेखील होतं. या शाळेमध्ये तुलनेने निधर्मी वातावरण होतं. त्यावेळी या शाळेमध्ये प्रामुख्याने हाँगकाँगमध्ये आलेल्या ब्रिटीश अधिकाऱ्यांची मुलं होती. बहुतांश मुलांचे पालक शासकीय अधिकारी होते किंवा बहुराष्ट्रीय कंपन्यांमध्ये काम करत होते. या कंपन्या प्रामुख्याने नगरविकास आणि

बांधकाम क्षेत्रातल्या होत्या.

शाळा अतिशय मोठी, सुंदर आणि त्या काळातली सर्वोत्कृष्ट अशी होती. तिथे विज्ञानाबरोबरच भाषेच्याही प्रयोगशाळा होत्या. एक प्रायोगिक प्राणिसंग्रहालय होतं. जिम्स होती, स्विमिंग पूल होते. शाळेमध्ये नाव ठेवावं असं खरंच काही नव्हतं. पण तरीही ब्रिटीशांचा छाप असलेल्या या शाळेमध्ये एक भारतीय मुलगी म्हणून माझा संघर्ष चालूच राहिला. माझ्या वर्गातल्या बहुतांश मुलांचे डोळे निळेशार होते. सोनेरी केसांची देणगी त्यांना लाभली होती. स्वाभाविकपणे त्या सगळ्यांमध्ये अनेकदा मी एकटी पडायचे. मी त्यांच्यासारखी गोरी नव्हते. माझे केस काळेभोर, जाड आणि छान कुरळे होते. पण यामुळेच त्यांच्या आणि माझ्यामध्ये अदृश्य भिंत तयार झाली. माझ्या मनात सतत असंख्य विचार असायचे. बिलीने मला 'सॅम्बो' या नावानं चिडवणं थांबवावं असं मला वाटायचं. शाळेमध्ये मला फार क्वचित कुठल्याही टीममध्ये निवडलं जायचं, फार कमी वेळा खेळण्यासाठी बोलवण्यात यायचं. माझं लक्ष नसायचं तेव्हा इतर मुलं माझ्या वस्तू पळवायची. माझी पुस्तकं, माझी पेनं लंपास करायची.

या गोष्टींमुळे मला कमालीचं एकाकी वाटायचं. कोणीतरी सतत आपल्याला धिक्कारतंय, अशी उदासी मनात असायची. लोकांमध्ये असताना तर मी माझे अश्रू थोपवून धरायचे. पण घरी आल्यानंतर माझ्या बेडरूममध्ये जेव्हा मी एकटी असायचे, तेव्हा मात्र डोकं उशीमध्ये खुपसून मनसोक्त रडून घेत असे. अगदी माझ्या आईबाबांनाही शाळेमध्ये मला काय वागणूक मिळत आहे, हे कळू नये याची मी काळजी घेत असे. कारण त्यांनी माझ्याकडे एखादी अडचण किंवा मी म्हणजे काहीतरी मोठा प्रश्न आहे या नजरेने बघू नये अशी माझी इच्छा होती. अगोदरच त्यांनी माझी शाळा एकदा बदलली होती. आता परत ती वेळ यायला नको म्हणून मला सगळं छान जमतंय आणि मी एकदम आनंदात आहे असं दाखवायचा सतत प्रयत्न करायचे.

तरीही एक प्रसंग असा घडला की, त्याचा परिणाम कायमचा माझ्या मनावर राहिला. एक दिवस मी कॅन्टीनमध्ये बसले होते. एकटीच! मी जेवत होते. इतक्यात, स्वत:चं जेवण संपवून बिली तिथे आला. तो खरंतर माझ्यासमोर तिरक्या रेषेत बसला होता. उठून येताना त्याने त्याच्या प्लेटमधलं उरलं सुरलं उचललं, माझ्यामागून तो चालत गेला आणि मुद्दाम त्याच्या प्लेटमधलं ते खरकटं अन्न माझ्यासमोरच्या जेवणामध्ये त्याने सांडलं.

माझ्या भोवताली बसलेले सगळे जण कुचेष्टेने खदाखदा हसायला लागले.

त्यांच्यापैकी फार कमी मुलांना बिलीने काय केलंय, हे लक्षात आलं. पण कॅन्टीनमधला प्रत्येक जण माझी थट्टा करत हसत होता.

त्याक्षणी मात्र मला अजिबात राहावलं नाही. माझ्या आत इतक्या दिवस दडलेला संताप उफाळून वर आला. आता पुरे! असं मलाच पटवणारा तो क्षण होता. मुळात 'सॅम्बो' या नावाने चिडवून घ्यायला मी कंटाळले होते. कुठल्याही टीममध्ये कधीही निवड नाही, कधीही कुठलीही संधी मिळणं नाही, माझ्या वस्तू लंपास करणं... या सगळ्या गोष्टी आता पराकोटीला गेल्या होत्या आणि त्या शांतपणे स्वीकारणं मला शक्य नव्हतं.

माझ्या अंगात काय संचारलं कोणास ठाऊक? मी तावातावानं उभी राहिले. माझ्या समोर ऑरेंज सोड्याचा कप होता, तो हातात घेतला. बिलीकडे पाहिलं. तो माझ्याकडे तुच्छतेने बघत हसत होता. त्याच्या चेहऱ्याकडे मी एक क्षण बघत राहिले आणि सरळ हातातला तो कप त्याच्या तोंडावर भिरकावला.

खोलीमध्ये मुलांचं हास्य आणखीच वाढलं. पण सुदैवानं ते माझ्यासाठी नव्हतं. ते सारेजण बिलीला हसत होते. बिलीच्या चेहऱ्यावरून, त्याच्या केसांवरून तो चिकट ऑरेंज सोडा ओघळत होता. त्याचं तोंड, त्याचे कपडे सोड्याने भरून गेले होते. ते ध्यान अगदीच कसंतरी दिसत होतं. मला मात्र हसायचं धाडस झालं नाही. कारण मी जर हसले तर तो काय करेल याची भीती माझ्या मनात होती. संतापाने धगधगत बिली माझ्याकडे बघत होता. तो इतका चिडला होता, की त्याची ती नजर मला आरपार छेदून जात आहे असं मला वाटलं. त्याची पुढची प्रतिक्रिया काय असेल हे बघण्यासाठी मी फार वेळ तिथे थांबलेच नाही. मी पळून गेले. अक्षरशः विजेच्या वेगाने मी कॅन्टीनमधून बाहेर पडले. मुलींच्या वॉशरूममध्ये आले. आतून कडी लावून घेतली आणि रडू लागले. मला रडू का येत होतं ते ठाऊक आहे? कारण माझ्या व्यक्तिमत्त्वाला न साजेशी गोष्ट माझ्या हातून घडली होती. ती स्वीकारणं मला खूप अवघड जात होतं. त्याबद्दल मला कोणी दोष देऊ नये असंही वाटत होतं. माझा रंग, माझा धर्म, माझा वंश हे बदलणं माझ्या हातात नव्हतं आणि याच गोष्टींमुळे मला हतबल वाटत होतं.

मी जिथे कुठे जाईन तिथे मी वेगळी का असते? माझी मुळं कुठल्या मातीत रुजली आहेत? मी कुठलीच नाही असं मला का वाटतं? एकीकडे मी हुंदके देत होते. त्या छोट्याशा जागेत स्वतःला अक्षरशः कोंबून ढसाढसा रडत होते. माझ्या मनात विचारांनी थैमान घातलं होतं.

सुदैवानं मी जसजशी मोठी होत गेले आणि टीनएजमध्ये आले, तसतसा शाळेतल्या मित्रमैत्रिणींकडून होणारा हा त्रास हळूहळू कमी होत गेला. पण आता त्याच्या जागी दुसरीच समस्या सुरू झाली होती. एकीकडे माझ्या वर्गमित्रमैत्रिणींना प्रचंड स्वातंत्र्य आणि मोकळेपणा मिळत होता आणि त्याचवेळी माझे आईबाबा मात्र आता आणखी शिस्तप्रिय झाले होते. माझ्या भोवतीची शिस्तीची चौकट आता आणखी घट्ट झाली होती. विशेषत: संध्याकाळी बाहेर जाणे, त्यातही मुलांबरोबर बाहेर जाणे. अशी वेळ आली, की माझ्या आई-बाबांना काय होत असे कळत नाही. मुलांबरोबर बाहेर जाणं म्हणजे आमच्या संस्कृतीत अगदी निषिद्धच मानलं जात असे. या गोष्टीमुळे शाळेमधल्या संध्याकाळच्या वेळी होणाऱ्या कोणत्याही अ‍ॅक्टीव्हिटीज किंवा वर्गमित्रमैत्रिणींबरोबर आठवड्याच्या शेवटी फिरायला जाणे अशा गोष्टीचा आनंद मला फार कमी मिळत असे.

या सगळ्याचा परिणाम म्हणजे मी त्यांच्यापैकीच एक आहे असं मला वाटायचंच नाही. जेव्हा माझे वर्गमित्र त्यांनी व्यतीत केलेल्या वीकेंडबद्दल, त्यांचा डान्स व त्यांनी केलेली मौजमजा यांविषयी हसत हसत अनेक गोष्टी सांगत, त्यावेळी मी पुन्हा एकटी पडत असे. त्यांच्याकडे मी अतिशय असूयेने बघत असे. पण कधीकधी मनात येई, 'आपण भारतीय नसतो तर बरं झालं असतं.' माझ्या अभ्यासावर लक्ष केंद्रित करणं एवढंच माझ्या हातात राहिलं होतं. बहुतांश वेळ मी तेवढंच करत असे. माझ्या स्वत:च्याच एका लहानशा जगात स्वत:ला बंदिस्त करून मी तासन्‌तास घालवत असे. जवळचे म्हणावेत असे मला फारसे मित्रमैत्रिणी नव्हते.

आपली संस्कृती माझ्यामध्ये रुजविण्याचा माझ्या आईबाबांनी पुरेपूर प्रयत्न चालविला होता. त्यादृष्टीने इतर भारतीय लोकांमध्ये मला सतत घेऊन जाणं, तसे संस्कार करणं या गोष्टी ते करत. पण त्यांच्या प्रयत्नांना मी फारशी दाद द्यायचे नाही.

मला आठवतं तेरा वर्षांची असेन मी! एका शनिवारी मी आईकडे कुरकुरत तक्रार केली, ''मी वेदान्ताच्या क्लासला जाणार नाही.'' वेदान्त हा हिंदू धर्मग्रंथांचा अभ्यास होता. या क्लासला मी दर आठवड्याला जायचे. तिथे इतर भारतीय मुलांशी माझी गाठ पडायची.

''तुला जर वेदान्त शिकायचं नसेल तर खूप अवघड होईल. विशेषत: लग्न झाल्यानंतर तर फारच अवघड! हिंदू असणं म्हणजे काय हे तुला कळायलाच हवं.'' माझ्या केसांमध्ये हात फिरवत माझी आई मला समजावत होती.

माझ्या मनात भलतेच विचार चालू होते. मला मुळीच भारतीय म्हणून वाढायचं नाही. मला माझ्या इतर वर्गमित्रांसारखं व्हायचं आहे. मी तिला म्हटलं, ''पण मला माझ्या इतर मित्रांसोबत जायचं आहे. माझ्या शाळेतल्या मित्रमैत्रिणींबरोबर! त्यांना काही वेदान्ताचा क्लास नसतो.''

आई मला म्हणाली, ''हे बघ! तू या गोष्टी शिकाव्यास असं मला आणि बाबांना वाटतं, जे आवश्यक आहे.''

मी हिंदू म्हणून वाढावं की नाही, याबद्दल माझा अजूनही निश्चय होत नव्हता. पण सरतेशेवटी मी एक चांगली भारतीय मुलगी होते. त्यामुळे शहाण्यासारखं मी आईबाबांचं म्हणणं ऐकलं. अनेक वर्षं दर आठवड्याला मी आणि माझे भारतीय मित्र-मैत्रिणी या क्लासमध्ये भेटत होतो. आपल्या धर्मामध्ये काय सांगितलं आहे हे अभ्यासण्यासाठी! हळूहळू मला हा वेदांचा अभ्यास आवडू लागला. त्यात खोलवर विचार करावा, अभ्यास करावा असं वाटू लागलं. आमचे एक गुरुजी फार भन्नाट होते. ते नेहमी मोकळ्या चर्चेला चालना देत असत. चर्चा म्हटली की त्यात मी हिरिरीने सहभागी व्हायचे. या क्लासमध्ये मी अतिशय लोकप्रिय आणि एकदम कृतिशील अशी विद्यार्थिनी होते. शाळेमध्ये जे चित्र होतं त्याच्या बरोबर उलटं चित्र या क्लासमध्ये होतं. एकीकडे पूर्णपणे सामावून जाण्यासाठी माझी प्रचंड धडपड चालू होती आणि इथे मी सहज सामावून गेले होते. आपण जणूकाही दोन भिन्नभिन्न आयुष्यं जगतोय असं मला वाटत असे.

ही दोन्ही आयुष्यं एकमेकांमध्ये छान मिसळून जावीत. माझ्या भारतीय मित्र-मैत्रिणीं मध्ये मी जेवढी लाडकी होते तसंच शाळेत झालं तर किती छान होईल, असं माझ्या मनात यायचं. माझे भारतीय मित्र माझ्यामध्ये जे काही बघू शकतात, ते शाळेमधल्या मित्र-मैत्रिणींना का जाणवत नाही?

मी मोठी होत होते आणि हिंदुत्वाच्या अभ्यासाच्या अनेक बौद्धिक पैलूंचा सखोल विचार करण्याची आवड माझ्यात निर्माण होत होती. भगवद्गीता आणि वेद यांचा अभ्यास माझ्यासाठी अतिशय आनंददायी होता. कारण आणि परिणाम, नियती विरुद्ध मुक्त इच्छाशक्ती.

हे आणि अशाच इतर विषयांचा अभ्यास करणं मला खूप आवडू लागलं होतं. या सगळ्या विषयांच्या संदर्भातली प्रवचनं आणि नंतर त्यावर होणाऱ्या चर्चा मला फार आवडत. प्रार्थना आणि ध्यानधारणा या गोष्टीही मी नित्यनेमाने करत असे. कारण

यावेळी माझ्या मनातले सर्व विचार, सर्व किल्मीषं दूर होऊन निरभ्र आकाशासारखं वाटत असे. या सगळ्यांमध्ये निश्चित अशी काहीतरी गोष्ट होती, ज्यामुळे माझ्या मनाची तार छेडली गेली होती. वास्तविक माझ्या संस्कृतीतल्या अनेक गोष्टी, अनेक समजुती फारशा तर्कशुद्ध नव्हत्या, उलट न पटणाऱ्या होत्या. उदा. स्त्रियांची मुस्कटदाबी, पुरुषांच्या तुलनेत त्यांना नेहमी दिला जाणारा दुय्यम दर्जा, इच्छेविरुद्ध ठरवून केली जाणारी लग्नं वगैरे वगैरे. वास्तविक वेदांमध्ये या सगळ्या गोष्टींना कुठेही दुजोरा दिलेला दिसत नव्हता.

इतक्या प्रकारच्या संस्कृती आणि धर्म यांच्यातली कमालीची विविधता लहानपणापासून बघत मी मोठी झाले पण तरीही त्या तुलनेत भविष्याच्या दृष्टीने मी घडत गेले नाही, असं मला वाटतं. माझा पूर्वीपासूनचा विश्वास, समजुती, पूर्वग्रह, माझी मतं, माझे विचार या साऱ्या गोष्टींना कालांतराने छेद मिळणार असून त्या मुळापासून हलणार आहेत याची पुसटशी कल्पनाही मला तेव्हा नव्हती. तारुण्यात प्रवेश करताना माझी संस्कृती आणि परंपरा यांच्याविषयी प्रश्न विचारणं मी चालूच ठेवलं होतं. आयुष्यात समतोल साधण्याचा मी तळमळीने प्रयत्न करत होते.

३
जीवनसाथीच्या शोधाचा फसलेला खटाटोप

आमच्या संस्कृतीत सांगितल्याप्रमाणे आजवर माझ्या आईबाबांनी माझ्या मनात अरेंज्ड मॅरेज म्हणजेच आई-वडिलांनी जोडीदार शोधून लग्न करणे या गोष्टीसाठी माझं मन वळविण्याचा प्रयत्न केला होता. आपले अनेक मित्र, परिचित यांच्या मुलांशी ते मला भेटवत. माझ्यासाठी जोडीदार शोधण्याचाच हा खटाटोप होता. हायस्कूलनंतर मी माझं पुढचं शिक्षण चालू ठेवावं, याविषयी माझे वडील फारसे उत्सुक नव्हते. कॉलेजमध्ये जाऊन मी उच्चशिक्षण घेतलं तर मी अधिक स्वावलंबी होईन अशी भीती त्यांना भेडसावत होती. जर मी स्वावलंबी झाले, स्वत:च्या पायावर उभी राहिले तर नवऱ्याच्या आज्ञेत कशी राहाणार? आणि आदर्श गृहिणीची भूमिका कशी निभावणार? असं त्यांना वाटत होतं. माझ्या संस्कृतीमध्ये अशी एक गैरसमजूत आहे, की कमी शिकलेली आणि वयाने लहान अशी मुलगी लग्नानंतर सभोवतालच्या परिस्थितीशी पटकन जुळवून घेते. म्हणून लहान वयातच तिचं लग्न करून टाकणं योग्य असे.

माझ्या आईबाबांना मी सुखी व्हावं, आनंदात राहावं, असंच वाटत होतं हे मला ठाऊक आहे. पण त्यासाठी माझं फक्त लग्न होणं पुरेसं नव्हतं, तर माझ्याच संस्कृतीतल्या एखाद्या मुलाशी लग्न होणं आवश्यक होतं. पण प्रत्यक्षात मला जे काही करायची इच्छा होती ते या चित्रात कुठेही बसत नव्हतं.

एक दिवस मी बाबांजवळ विषय काढलाच. थोडं आग्रहाने मी त्यांना सांगितलं, ''पण डॅडी, मला खरंच युनिव्हर्सिटीत जाऊन फोटोग्राफी आणि ग्राफिक डिझाइन शिकायचं आहे.''

तातडीने माझ्या वडिलांनी उत्तर दिलं, ''हे बघ, घराच्या जवळपास तुला एखादा कोर्स मिळाला तर माझी ना नाही. पण घरापासून दूर कुठेतरी पाठवून तुला शिकवणं मला मुळीच मान्य नाही.''

''पण डॅडी, तुम्हाला तर माहीत आहे आपल्या जवळपास इंग्लिशमधून उच्चशिक्षण देणाऱ्या संस्थाच नाहीत. मला जर पुढे शिकायचं असेल तर त्यासाठी घरापासून लांब जावंच लागेल.'' मी त्यांना म्हटलं.

''मुळीच जमणार नाही. लग्नाआधी मुलीने असं घरापासून लांब जाणं अजिबात योग्य नाही हे तुला माहिती आहे. आम्हाला ते पटणारच नाही.'' बाबांनी निक्षून सांगितलं. आता मी लहान मुलगी राहिले नव्हते. स्वत:ची ठाम मतं, निश्चित दृष्टिकोन असणारी मी एक तरुण मुलगी होते. शिक्षणामुळे माझ्यात पाश्चिमात्य दृष्टिकोनही आला होता. मी त्यांना परत विचारलं, ''मुलींसाठी वेगळे नियम आणि मुलांसाठी वेगळे नियम असं का?''

माझी प्रत्युत्तरं ऐकून बाबा जरा चिडलेच. ते मला म्हणाले, ''हे बघ, हे नियम वगैरे काही नाहीत. हे असंच आहे. या गोष्टी समजून घ्यायला हव्यात. तुझ्या स्वत:च्या सांस्कृतिक मूल्यांविषयी तुला अभिमान वाटायला हवा.''

माझ्या मनात तर असंख्य स्वप्नं होती. ती मला पूर्ण करायची होती. पण ती आता काही फळाला येणार नाहीत अशी भावना माझ्या मनात निराशा निर्माण करत होती. मला सारं जग बघायचं होतं. ट्रॅव्हल फोटोग्राफर म्हणून मला काम करायचं होतं. पाठीवर सामान टाकून मला युरोपची सैर करायची होती. पॅरीसमध्ये जाऊन आयफेल टॉवर डोळे भरून बघायचा होता. इजिप्तमधल्या पिरॅमिडचं गूढ सौंदर्य अनुभवायचं होतं. माचू पिचूची प्रचंड ऊर्जा अनुभवायची होती. स्पेनला जाऊन पाएल्लाची चव घ्यायची होती आणि मोरोक्कोच्या टॅगिनचाही आनंद लुटायचा होता. मला किती आणि काय काय गोष्टी करायच्या होत्या... काय काय बघायचं होतं... अनेक अनुभव घ्यायचे होते... अरेंज्ड लग्नाला होकार दिला तर माझी ही स्वप्नं बासनात गुंडाळून ठेवायला लागण्याचीच शक्यता अधिक होती. शिवाय माझ्याबाबतीत फार काही वेगळं होण्याची शक्यता दिसतही नव्हती. कारण माझ्या अगदी दोन जवळच्या भारतीय मैत्रिणींचा साखरपुडा असाच त्यांच्या आईवडिलांनी ठरविलेल्या जोडीदाराशी झाला होता. लवकरच त्यांचं लग्नही होणार होतं. हायस्कूल संपल्यानंतर लगेचच या गोष्टी घडल्या होत्या.

त्यामुळे बाबांशी फार काही वाद न घालता, त्यांना त्रास न देता मी जवळच्याच एका फोटोग्राफी कोर्ससाठी नाव नोंदवलं. त्याचवेळी एकीकडे आईबाबांच्या इच्छेनुसार एखादी आदर्श नियोजित वधू असावी त्याप्रमाणे ते सांगतील त्या मुलांना मी भेटू लागले.

एक प्रसंग मात्र मला अगदी जसाच्या तसा आठवतो. एका नियोजित वराला भेटायला जायचं आहे, असं सांगून आई-बाबांनी मला छान पारंपरिक कपडे घालून तयार व्हायला सांगितलं. गडद गुलाबी रंगाचा रॉ सिल्कचा टॉप मी घातला. त्याच्या गळ्याभोवती नाजूक भरतकाम केलं होतं. सुंदर अशी पेस्टल गुलाबी रंगाची शाल मी त्याच्याबरोबर घेतली. माझ्या डोक्यावरून आणि खांद्यावरून मी ती शाल ओढून घेतली. नम्रपणा दाखविण्याचा तो एक प्रयत्न होता. पेस्टल निळ्या रंगाची सिल्कचीच सलवार मी घातली होती. फिक्क्या गुलाबी रंगाचे उंच टाचांचे बूट त्यावर घालून मी तयार झाले. गाडीतून मुलाला भेटायला जाताना, माझ्या मनात अनेक विचारांची गर्दी सुरू होती. प्रामुख्याने मी तिथे काय करायचं नाही हे मी स्वत:ला बजावत होते. जसं, जीन्स घालायला मला सगळ्यात जास्त आवडतं. स्निकर्स किंवा हायकिंग बूट हे मला पारंपरिक भारतीय पोषाखापेक्षा अधिक आवडतात, असं तिथे अजिबात बोलायचं नाही, हे मी मनाला बजावत होते. दुसरी सगळ्यात महत्वपूर्ण गोष्ट होती ती पूजेची! लहानपणी मी खूप वेळा देवळात जायचे. पण अलीकडे मात्र मी फार क्वचितच देवळात जात असे. फारतर उत्सवाच्या प्रसंगी मी जात असे. पण हे तिथे अजिबात बोलायचं नाही हे मी स्वत:ला बजावत होते. माझे स्वत:चे छंद, मला आवडणाऱ्या गोष्टी, माझं आवडतं तालबद्ध संगीत, वेगवेगळ्या कला, अंतराळशास्त्र, आकाशदर्शनाचं माझं प्रेम आणि निसर्गात भटकायचा छंद या गोष्टींचा चुकूनही उल्लेख करायचा नाही हे मी पुन:पुन्हा स्वत:ला बजावत होते. एवढंच नाही तर भविष्यातील माझ्या अनेक इच्छा-आकांक्षांविषयी, आफ्रिकेमध्ये बाईकवरून भन्नाट प्रवास करायचा, युरोप, इजिप्त मनसोक्त भटकायचं, आजच्या ग्लोबल जगामध्ये विकसनशील देशात स्वनिर्भर आणि पर्यावरणपूरक गावं तयार करणाऱ्या स्वयंसेवी संस्थांमध्ये सामाजिक कार्यकर्ती म्हणून काम करण्याची माझी इच्छा, आशियामधल्या गरीब राष्ट्रांमध्ये लोकांच्या समृद्ध जीवनासाठी काम करण्याची इच्छा अशा कुठल्याही गोष्टीबद्दल चुकूनही उल्लेख करायचा नाही असं मी वारंवार ठरवत होते. केवळ ठरवलंच नाही तर हे काहीही न बोलण्याचा पणच मी केला होता.

याउलट कदाचित माझ्या होणाऱ्या सासूबाईंसमोर नुकतीच मी पोळ्या करायला कशी शिकले आहे, हे आवर्जून सांगायचं ठरवलं होतं. आमच्या संस्कृतीमध्ये छान गोल आणि मऊसूत पोळ्या करायला येणं म्हणजे कुठल्याही लग्नाळू मुलीच्या दृष्टीनं फार मोठी कौशल्याची गोष्ट होती. जर मी ते सांगितलं तर माझ्या आईबाबांनाही अगदी बरं वाटेल हे मला चांगल्याप्रकारे माहिती होतं. अशाप्रकारे सगळा विचार मी योग्य पद्धतीने केलाय, असा त्यावेळी मला खरंच विश्वास वाटत होता. भेटीमध्ये काय काय

घडू शकतं याचा विचार आधीच केल्याने त्यावर कशी उत्तरं द्यायची, हे मी ठरवलं होतं. आता चुकीचं काही घडूच शकणार नाही याची मला खात्री होती. पण प्रत्यक्षात घडलं उलटंच. मी माझं होमवर्क पुरेसं केलं नव्हतं, हे सिद्ध झालं. आम्ही आमच्या भेटीच्या ठिकाणी पोहोचलो. ओल्ड पिक रोडवर एका छोट्याशा टेकडीवर हा सुंदर क्लब होता. खाण्याच्या पदार्थांची ऑर्डर देताना माझ्या ध्यानीमनीही आलं नाही, मी सहजपणे बोलून गेले, ''मला ट्युना आणि सँडवीच हवं.'' साऱ्यांचे चेहरे बघण्यासारखे झाले. कारण तो मुलगा आणि त्याचे सर्व कुटुंबीय हे कडक शाकाहारी लोक होते. त्यांच्यासमोर त्यांच्याच घरात येणाऱ्या सुनेने निर्लज्जपणे माशाच्या सँडवीचची ऑर्डर दिली होती. माझ्या अगोदर त्या प्रत्येकाने चीज-काकडी-सँडवीच, चीज ओनियन पाय किंवा इतर अशाच शाकाहारी पदार्थांचीच ऑर्डर दिली आहे, हे माझ्या लक्षातच आलं नाही. मी ट्युना सँडवीच हवं, असं म्हटलं मात्र... त्या मुलाच्या आईने माझ्याकडे अशा नजरेनं बघितलं, की मला मेल्याहून मेल्यासारखं झालं. धरतीनं आत्ताच आपल्याला पोटात घ्यावं असं मला वाटायला लागलं. त्याहून वाईट म्हणजे त्या बाईंच्या पाठोपाठ त्यांच्या अख्ख्या कुटुंबाने तशाच नजरेनं माझ्याकडे बघायला सुरुवात केली. सारे डोळे माझ्यावर रोखले गेले होते. अशी मूर्खासारखी चूक केल्याबद्दल मला कसंतरीच वाटू लागलं होतं. हे सारे लोक शाकाहारी आहेत हे माझ्या लक्षातच कसं आलं नाही? मी वारंवार स्वत:ला टोकत राहिले. अशा गोष्टी माझ्या संस्कृतीत नवीन नव्हत्या. आमच्या या भेटीतून काहीही निष्पन्न झालं नाही. ते नातं या पहिल्या भेटीच्या पलीकडे गेलंच नाही, हे काही वेगळं सांगायची आवश्यकता नाही.

त्यानंतर जोडीदार शोधण्याच्या या प्रयत्नात एक वेळ अशीही आली, की योग्य मुलगा भेटलाय असं वाटलं. साखरपुड्यापर्यंत गोष्टी आल्या. वास्तविक तो तरुण आणि मी फक्त दोन वेळाच भेटलो होतो. त्या दोन भेटींच्या जोरावर आम्ही एकमेकांशी लग्न करायचं की नाही हा निर्णय सांगावा, असं दडपण माझ्यावर आणण्यात येत होतं. आम्हाला साखरपुडा करायचा की नाही हा निर्णय घेतल्याशिवाय एकमेकांशी परत बोलण्याची, एकमेकांबरोबर वेळ घालवण्याची मुभा नव्हती. मुलगा छान उंच, देखणा आणि बोलायला अतिशय चांगला होता. मला तो आवडला होता. त्यालाही मी आवडले होते. फक्त आम्हा दोघांना एकमेकांना अधिक जाणून घ्यावंसं वाटत होतं. अखेरीस आम्ही दोघांनीही साखरपुड्याला होकार दिला. गुरूनानक टेंपलमध्ये एक धार्मिक विधी करून या लग्नावर शिक्कामोर्तब करण्याचा निर्णय घेण्यात आला. आम्हा दोघांचे सारे कुटुंबीय, मित्रमंडळी यांच्या साक्षीने आणि त्या मंदिरातील महाराजांच्या आशीर्वादाने हा विधी पार पडला. या विधीला 'मिसरी' असं म्हणतात. हा एक प्रकारचा साखरपुडाच असतो.

दुपारी आमच्या दोघांची मिसरी पार पडली आणि त्यानंतर लगेच संध्याकाळी एका प्रसिद्ध भारतीय रेस्टॉरंटमध्ये डिनर पार्टी आयोजित करण्यात आली. चवदार पदार्थ आणि भरपूर वाईन यांची तिथे रेलचेल होती. छान संगीत वाजत होतं. आम्ही दोघांनीही त्या दिवशी एकत्र नृत्य केलं. खूप आनंदात होते मी. मी अगदी योग्य निर्णय घेतला आहे, असं मला त्यादिवशी वाटत होतं. साऱ्या गोष्टी अगदी छान प्रकारे जुळून आल्या. सगळ्यांनी मला उत्तमप्रकारे स्वीकारलं, परीकथेतल्या जोडप्याप्रमाणे आम्ही दोघंही आनंदाने संसार करणार आहोत, असा विश्वास त्यादिवशी मला वाटत होता.

लग्नाची तारीख जसजशी जवळ येत चालली होती, तसंतसं आता मला हळूहळू वाटायला लागलं, की काहीतरी बिनसतंय. मी या मुलाची उत्तम प्रेयसी, त्याची पत्नी, त्याच्या कुटुंबीयांना हवी तशी सून कधीच होऊ शकणार नाही. कारण मी त्या परंपरागत साच्यात यथायोग्यपणे बसूच शकत नव्हते. त्याच्याबरोबर वाङ्निश्चय करण्यापूर्वी या गोष्टी माझ्या लक्षात का आल्या नाहीत? वस्तुस्थिती अशी होती, की आमचं लग्न हे अरेंज्ड होतं, अशा प्रकारच्या लग्नामध्ये अनेक प्रकारच्या अपेक्षा सर्व बाजूंनीच अंगावर येत असतात. त्या अपेक्षांनुसार तुम्ही तुम्हाला वाकवायचं, वळवायचं, घडवायचं असतं. ही गोष्ट माझ्या आधी लक्षात यायला हवी होती. पण तरीही या साऱ्या गोष्टी लक्षात येण्याअगोदरच हा साखरपुडा घडून गेला होता.

या मुलासाठी आणि त्याच्या कुटुंबीयांसाठी मी स्वत:मध्ये बदल करीन, असं काही काळ मला वाटत होतं. पत्नी म्हणून, असाही विचार केला. सून म्हणून त्यांना माझा अभिमान वाटेल अशातऱ्हेने स्वत:ला घडवण्याचा मी मनापासून प्रयत्न करेन. पण प्रत्यक्षात तसं घडलं नाही. माझ्यामुळे त्यांच्या पदरी निराशाच येत गेली आणि त्यांच्या अपेक्षांची पूर्तता मी कधीच करू शकले नाही. खरंतर मला त्यांना खूप आनंदी ठेवायचं होतं. परंतु दुसरीकडे माझ्या स्वप्नांची पूर्ती करण्याची माझी तळमळ आणि त्यातून येणारी अस्वस्थता यामुळे माझ्या परंपरागत कर्तव्यांवर लक्ष केंद्रित करणं मला अवघड होऊन बसलं.

या सगळ्या काळात मी खूप निराश झाले. या गोष्टी माझ्यासाठी इतक्या कठीण का बनाव्यात? माझ्यात काय खोट आहे? इतर सगळ्यांना तर या गोष्टी अगदी सहजपणे जमतात. माझ्या मित्र-मैत्रिणींपासून अनेक लोकांचा साखरपुडा होतो, लग्नं होतात. मग मला लग्न या संकल्पनेशी इतकं झगडावं का लागत आहे? अशा असंख्य प्रश्नांनी माझ्या मनात थैमान घातलं होतं. माझ्यातली ताकद संपून गेली होती. आपल्यात

काहीच अर्थ नाही असं वाटू लागलं होतं. आपल्या नशिबात केवळ अपयश आहे असंही वाटत होतं.

अखेरीस त्यांना जशी हवी तशी व्यक्ती मी कधीही बनू शकणार नाही ही वस्तुस्थिती मी मान्य करून टाकली. अशा परिस्थितीत आयुष्य ओढत जगणं मला जमणार नाही, हे मला पटलं. म्हणून माझा पराभव स्वीकारायला मी राजी झाले. तरीही माझ्या मनात प्रचंड भीती होती. मी सगळ्यांना काय आणि कसं सांगू? त्यांची प्रतिक्रिया काय असेल? याची भीती होती. मला लग्न करायची जशी भीती वाटत होती तशीच लग्न मोडण्याचीही भीती वाटत होती.

माझ्या या भावी नवऱ्याच्या आणि माझ्या सासूसासऱ्यांच्या अपेक्षा मी पूर्ण करू शकणार नाही अशी माझ्या मनात खोलवर खात्री पटली होती. मी जे काही करत होते, मग ते माझ्या कपड्यांच्या संदर्भात असो किंवा माझं वागणं असो, या साऱ्या गोष्टी एकप्रकारे नाटकच होत्या. या सगळ्या गोष्टींमध्ये मी मनाने कधीच सहभागी नव्हते. त्यांना सगळ्यांना नेमकं तेच हवं होतं. हे लग्न म्हणजे मी जशी नाही तसं स्वत:ला दर्शविण्याचा केवळ प्रयत्न राहाणार होता आणि हे आयुष्यभर चालणार होतं, एवढं करून त्यात मी अपयशीच ठरणार होते. हे सारं करूनही मला माझी स्वत:ची स्वप्नं, माझ्या आशा, माझ्या इच्छा जाणून घेण्याची सुद्धा संधी राहाणार नव्हती.

या साऱ्या परिस्थितीत मला नेमकं काय वाटतंय, माझा स्वत:शी कसा झगडा चालू आहे, याबद्दल मी माझ्या आईबाबांना अवाक्षरही सांगितलं नव्हतं. कारण पुन्हा एकदा त्यांना माझं ओझं वाटू नये एवढीच माझी इच्छा होती. साऱ्या गोष्टी मी माझ्या मनातच दडपून टाकल्या होत्या. वरवर अतिशय धाडसी मुखवटा घेऊन, आनंदी असल्याचं दाखवून, सतत चेहऱ्यावर हसू ठेवून मी या सगळ्या परिस्थितीला हाताळत होते. साखरपुडा झालेली एखादी तरुणी जशी आनंदात असावी तसंच रूप मी वरवर धारण करत होते. आईबाबांनाच नव्हे तर मी कुणालाच कुठलीही कल्पना दिलेली नव्हती. माझी दु:खं आणि असुरक्षितता यांचं दडपण इतरांना का द्यावं? असा माझा विचार होता.

तरी एक क्षण असा आला, की जेव्हा हे सगळं सहन करणं मला खूप अशक्य झालं. लग्नाच्या काही दिवस आधी एका संध्याकाळी न राहवून मी आईजवळ गेले. तिच्यासमोर जाऊन मी हमसून हमसून रडायला लागले.

''ममा, आय ॲम सॉरी. मला हे जमत नाहीये. मला हे मुळीच करायचं नाहीये.'' मी हुंदके देत तिला म्हणाले. आश्चर्य म्हणजे माझ्या आईने मला कुशीत घेतलं.

समजुतीच्या स्वरात ती मला म्हणाली, ''शांत हो. रडू नकोस. तुला कशाचा त्रास होतोय हे मला नीट सांग.''

''ममा, मी लग्नासाठी तयार नाहीये. माझी काही स्वप्नं आहेत. मला जगभर फिरायचं आहे. कितीतरी गोष्टी करायच्या आहेत. लग्न झाल्यानंतर मला जे करायचं आहे ते स्वातंत्र्य माझ्याजवळ राहाणार नाही आणि हा विचारच मला सहन होत नाही.''

मला जे काही वाटत होतं, ज्या गोष्टींची भीती वाटत होती, त्या सगळ्या गोष्टी मी हुंदके देत आईला सांगून टाकल्या. माझे विचार, माझी असुरक्षितता, माझी स्वप्नं, माझ्या आशा, आकांक्षा सारं सारं मी आईजवळ बोलले. माझ्या आईने मला घट्ट जवळ घेतलं. माझ्या मनाविरुद्ध ती काही करणार नाही असं आश्वासन तिनं दिलं. उलट आजवर माझ्या या सगळ्या गोष्टी तिला जाणवल्याच नाहीत, तिच्या आग्रहामुळे या सगळ्यातून मला जावं लागलं, इतके दिवस हे सारं सहन करावं लागलं याबद्दल तिने माफी मागितली. या साऱ्या संदर्भात बाबांशी बोलावं लागेल असं ती म्हणाली. पण तिने मला 'घाबरू नकोस आणि तुझ्या निर्णयाला माझा पूर्णपणे पाठिंबा असेल,' असा आधारही दिला. आईपाशी हे सगळं सांगितल्यावर माझं मन पूर्ण मोकळं झालं. कधीही वाटली नाही इतकी शांतता मला वाटू लागली.

त्यानंतर मी अनुपशीही सगळं बोलले. आईला मी जे काही सांगितलं ते त्यालाही सांगितलं. अनुपही मला पटकन म्हणाला, ''काहीही काळजी करू नकोस. मी तुझ्याबरोबर आहे. तू हे मला अगोदर सगळं सांगितलं असतंस तरी चाललं असतं. निदान आत्तापर्यंत हे सारं तुला एकटीला सोसावं लागलं नसतं.''

''अरे पण मला माहितीच नव्हतं, की साखरपुड्यानंतर माझ्याजवळ निवडीचं स्वातंत्र्य नसेल.'' मी त्याला रडत रडत सांगितलं.

मात्र, माझ्या या निर्णयाचं स्वागत सख्ख्या नातेवाइकांच्या पलीकडे कोणीही केलं नाही. आमच्या समाजात तर त्यावर यथेच्छ टीका झाली. नातेवाईक... कुटुंबीय... आणि त्या मुलाचे कुटुंबीय आणि आमच्या समाजातले लोक माझा हा निर्णय ऐकल्यानंतर दु:खी झाले, रागावले, निराश झाले. अनेकजण तर मला घरी भेटायला आले, शिवाय मी हे लग्न करावं म्हणून माझी समजूत काढण्याचाही त्यांनी प्रयत्न केला. तुला आत्ता जे वाटतंय ते वाटणं काही गैर नाही. लग्नानंतर सगळं व्यवस्थित होतं म्हणून तू लग्न कर असा आग्रह ही त्यांनी केला. काहींनी तर मी हा साखरपुडा मोडला तर आमच्या समाजात दुसरा कोणीही मुलगा माझ्याशी लग्न करायला तयार होणार नाही अशी भीतीही घातली. माझं नाव, माझ्या कुटुंबाचं नाव बदनाम होईल

आणि मला मुलगाच मिळणार नाही असा धाक दाखवला.

अनेकांनी मला माझे आदर्श आणि माझी तत्त्वं ही अवास्तव आहेत, एखाद्या मुलीने अशा पद्धतीने विचार करणंच चूक आहे, हे पटवून देण्याचा प्रयत्न केला. त्यांच्या दृष्टीने माझ्या अपेक्षा या फारच अवाजवी होत्या. त्यामुळे मला योग्य जोडीदार मिळणार नाही अशी भीती त्यांना वाटत होती. 'तुझ्या अपेक्षा कमी कर. एक आज्ञाधारक पत्नी आणि सून हो आणि मग बघ, तुझं आयुष्य किती छान जाईल,' असं पटवून देण्याचाही प्रयत्न झाला.

माझ्या तत्त्वांच्या बाजूने उभी राहात असताना एकीकडे मला प्रत्येकाने दुखावल्याचं खूप दु:ख होत होतं. लोक माझ्याबद्दल काहीबाही बोलत होते. ते माझ्या कानावर येत होतं. माझ्या या निर्णयाबद्दल मला एकीकडे खंत वाटत होती. माझ्या भविष्याबद्दल कमालीची काळजी वाटत होती. मला नीट वळण लावलं गेलं नाही, मी बिघडलेली मुलगी आहे, ही चूक सर्वस्वी माझ्या पालकांची आहे अशी टीका लोक करत होते. एखाद्या स्त्रीने असा निर्णय घेणं कदापि योग्य नाही. ही स्वत:ला अतिशहाणी समजते असंही लोकांचं मत होतं. हे सारं ऐकून मला धक्का बसला. वाईट तर वाटत होतंच. आमच्या संस्कृतीत, आमच्या समाजात कुणाकडे जावं, कुणाला भेटावं, असं मला अजिबात वाटत नव्हतं. साखरपुडा करणं, नंतर तो तोडणं, माझ्या वाग्दत्त नवऱ्याला दुखावणं, त्याच्या कुटुंबीयांना व माझ्या कुटुंबीयांना क्लेष देणं, मला नीट वळण नसणं, भारतीय मूल्यं माझ्यात पूर्णपणे न रुजवली जाणं या साऱ्या गोष्टींबद्दल मला पश्चात्ताप होत होता. खरं सांगायचं तर मला माझ्यातल्या प्रत्येक गोष्टीचाच पश्चात्ताप होत होता. दरवेळी मी का क्षमा मागायची? मी जशी आहे त्याबद्दल मला क्षमा मागायला का लागावी? माझ्यात नेमकं काय चूक आहे हेच मला कळत नव्हतं.

प्रत्येक गोष्टीबद्दल स्पष्टीकरण देऊन आणि लोकांच्या प्रश्नांना उत्तरं देऊन मी थकले होते. म्हणूनच लग्नाच्या काही दिवस अगोदर सारी खरेदी झालेली असताना, सगळी व्यवस्था पूर्ण झालेली असताना, आहेराच्या वस्तू तयार असताना, लग्नासाठी जगभरातून माझे मित्र-मैत्रिणी, नातेवाईक येऊ लागले असताना, मी चक्क घरातून पळाले. भारतातल्या आणि इंग्लंडमधल्या माझ्या काही पूर्वीच्या मित्र-मैत्रिणींना भेटण्यासाठी मी निघून गेले कारण मला तिथून अदृश्यच व्हायचं होतं. माझ्या समाजापासून मला दूर जायचं होतं. दुसरं कारण म्हणजे माझ्या भावनांव्यतिरिक्त इतर कुणालाही कोणतीही उत्तरं देणं हे माझ्या सहनशक्तीच्या पलीकडे होतं. आता मला माझ्या स्वत:साठी वेळ हवा होता. कारण यानंतरचं माझं आयुष्य अजिबात सहज, सोपं नाही हे मला कळून चुकलं होतं.

४

सच्चे प्रेम गवसले!

हाँगकाँगला आईबाबांच्या घरी परतल्यानंतर मला पुन्हा एकदा भारतीय लोकांमध्ये मिसळायला खूप संकोच वाटत होता. कारण त्यांच्यामध्ये माझी योग्य जागाच नाही, अशी भावना माझ्या मनात मूळ धरू लागली होती. त्यामुळे मी माझं सगळं लक्ष स्वत:चं करियर करण्यामध्ये गुंतवलं. मला हवं असलेलं स्वातंत्र्य मिळविणं हाही त्यामागे एक हेतू होताच.

त्यादिवशी अत्यानंदाने मी घरी आले. दरवाजातून पाहिलं तर बाबा त्यांच्या लाडक्या आरामखुर्चीत बसून संध्याकाळच्या बातम्या बघण्यात मशगूल होते. दरवाजातूनच मी आनंदाने किंचाळले, ''बाबा, मला नोकरी मिळाली.'' माझ्या एका मैत्रिणीने मला या नोकरीविषयी सांगितलं होतं. ती स्वत: त्याच कंपनीत काम करत होती. या नोकरीसाठी मी अगदी योग्य आहे, या नोकरीला मी चांगला न्याय देऊ शकेन असं तिला वाटत होतं. ही एक फॅशन ॲक्सेसरीजूची फ्रेंच कंपनी होती. त्यांचा माल ते पूर्ण आशिया खंडात विकत असत. माझं काम सेल्स मॅनेजरला मदत करायचं होतं. त्यामध्ये विशेषत: त्यांच्या उत्पादनांची जाहिरात आणि घाऊक मागणीची पूर्तता करणं हे होतं. विशेष म्हणजे या कामासाठी मला आजूबाजूच्या शहरांमध्ये फिरायलाही लागणार होतं. खरं तर मला विक्री आणि वितरण या दोन्हीही गोष्टींमध्ये फारसा रस नव्हता. पण या नोकरीमधील एक गोष्ट मला खुणावत होती ती म्हणजे माझी प्रवासाची इच्छा आणि स्वत:च्या पायावर उभं राहाण्याचं ध्येय. दोन्ही गोष्टी या कामामुळे साध्य होणार होत्या.

माझ्याकडून बातमी ऐकल्यावर बाबांना खूप आनंद झाला. त्यांचा चेहरा अभिमानाने उजळला. ते मला म्हणाले, ''बेटा, खूप छान! मला माहीत होतं, तू एक दिवस स्वत:च्या पायावर उभी राहाणार. मला सगळं सांग बरं! तू कामाला केव्हा सुरुवात करणार आहेस? तुझे वरिष्ठ कोण असतील? तुझ्या जबाबदाऱ्या काय असतील?''

''बाबा, पुढच्या महिन्याच्या एक तारखेलाच मी कामावर रुजू होणार आहे. मला इतका आनंद झालाय, की मी केव्हा एकदा काम सुरू करेन असं मला झालंय. रिजनल एक्स्पोर्ट मॅनेजरला मला मदत करायची आहे. बाबा, या कामामध्ये मला भविष्यात खूप मोठी संधी दिसतेय. जर मी स्वत:ला सिद्ध करू शकले, वरिष्ठांसमोर माझ्या कामाची पावती देऊ शकले, बॉसला त्याची लक्ष्यपूर्ती साधण्यात मदत करू शकले, तर कदाचित कंपनी मला काही भाग स्वत: हाताळायला देईल.''

''म्हणजे काय?'' बाबांच्या चेहऱ्यावरचा उत्साह आता किंचित कमी झाला होता. जराशा शंकेने ते मला विचारत होते.

''बाबा, अहो, म्हणजे सगळ्या प्रदेशात मला खूप प्रवास करायची संधी मिळण्याची शक्यता आहे.''

एक क्षण शांत बसून बाबा म्हणाले, ''बेटा, मला तुझा खरोखरच खूप अभिमान वाटतो. पण एक गोष्ट मी तुला आत्ताच सांगतो. हे काम तू केवळ चांगल्या प्रकारे वेळ घालवण्यासाठी करत आहेस. तेही तुझा जोडीदार शोधेपर्यंतच! या कामामध्ये, तुझ्या करियरमध्ये तू स्वत:ला इतकं झोकून द्यावं, जेणेकरून तुझं लग्न होणं मुश्कील होईल, हे मात्र मला मान्य नाही. तुझी आई आणि मी तुझ्यासाठी जोडीदार शोधत आहोतच. एक दिवस तुला योग्य जोडीदार मिळेल, अशी आम्हा दोघांनाही आशा आहे.''

त्यावर मी त्यांना पटकन म्हटलं, ''अहो बाबा, सगळं ठीक आहे. पण कृपा करून आता माझा हा क्षण वाया घालवू नका. माझ्या या कामाबद्दल, मला मिळालेल्या पोझिशनबद्दल मी खूप उत्सुक आहे.''

त्यावर बाबाही चटकन म्हणाले, ''ठीक आहे, ठीक आहे. तुला एक सांगू का? कदाचित तुला तुझी नोकरी मान्य असलेला नवराही मिळेल. काय सांगावं, आजकाल काही नवऱ्यांना आपल्या बायकांनी नोकरी केलेली चालते. पण मी तुला हे एवढ्यासाठीच आत्ता सांगतोय, की न जाणो तुझ्या भावी पतीला तुझी नोकरी, तुझं प्रवास करणं मान्य नसेल तर तू निराश व्हायला नको. बस्स इतकंच. पण असो. तू सांगतेस, तेही खरंच आहे. पुढे काय होईल याचा फार विचार आत्ता करायला नको. चला, आज आपण तुझं यश साजरं करू.''

मी गडबडीने त्यांना विचारलं, ''ममा कुठे आहे? मला तिलाही ही छान बातमी द्यायची आहे. त्यानंतर मी तुम्हाला दोघांनाही रात्री बाहेर जेवायला घेऊन जाणार आहे. माझ्याकडून तुम्हाला ट्रीट.'' बाबांशी बोलत बोलतच मी खोलीबाहेर पडले. आता

मला पुढचा फोन अनुपला करायचा होता आणि त्याला ही छान बातमी द्यायची होती.

सरतेशेवटी काही गोष्टी माझ्या बाजूने व माझ्या मनासारख्या घडायला लागल्या होत्या असं वाटलं. मुख्य म्हणजे मला सगळ्यांत ज्या गोष्टीची गरज होती, ती मिळाली होती - आर्थिक आणि सामाजिक स्वातंत्र्य.

त्यानंतरही अनेक दिवस माझे आईबाबा माझ्यासाठी योग्य जोडीदाराचा शोध घेतच होते. पण हळूहळू त्यांच्या लक्षात येऊ लागलं, की ते एकाप्रकारे ही हरणारी लढाई लढत आहेत. त्यांना यश काही येत नव्हतं.

ते मनापासून प्रयत्न करत होते, पण माझी मात्र त्यामुळे चिडचिड होत होती. याचं कारण म्हणजे आमच्या संस्कृतीच्या चौकटीमध्ये तंतोतंत बसणारी, टिपिकल अशी मुलगी मी नव्हते. ही गोष्ट त्यांच्या लक्षातच येत नव्हती. त्यातून माझ्यावर मोडलेल्या साखरपुड्याचा कायमचा धब्बा बसला होता. माझ्या संस्कृतीमधलेच इतर लोक माझ्या विषयी काय विचार करतात, याची मला पूर्ण कल्पना होती. त्यांच्या दृष्टीने मी एक हट्टी, बंडखोर, आदर्शवादी, स्वत:ची ठाम मतं असलेली आणि मानसिकदृष्ट्या अतिशय कणखर अशी मुलगी होते. त्यांच्या दृष्टीने या सगळ्या गोष्टी एका स्त्रीमध्ये असणं अजिबातच योग्य नव्हतं. अशा सगळ्या गोष्टी असल्या तरीही माझ्या आईवडिलांनी जोडीदाराच्या शोधाच्या आशा काही सोडल्या नाहीत. ते मला सतत वेगवेगळ्या मुलांना भेटवत होते. त्यांना खूप आशा वाटत होती, की त्यांच्यासाठी मी बदलेन आणि छान घरेलू गृहिणी होईन.

या सगळ्या दरम्यान त्या फ्रेंच कंपनीमधल्या माझ्या करियरने छान आकार घेतला होता. ज्या पदावर मी काम करत होते, त्यासाठी मला आजूबाजूच्या शहरांमध्येही जावं लागत होतं. तरीही मी जेव्हा हाँगकाँगमध्ये राहायचे, तेव्हा आईबाबांबरोबरच राहात होते. मात्र कामानिमित्त होणाऱ्या प्रवासाने मला एकप्रकारचं स्वातंत्र्य आणि मोकळेपणा दिला होता. त्या स्वातंत्र्याचा मी मनसोक्त आनंदही घेत होते, म्हणूनच ते मला खूप प्रिय होतं. समाजातल्या सर्व वर्गांतल्या लोकांना भेटण्याची संधी या कामाने मला दिली. हळूहळू मी पूर्वपदावर येत होते. आयुष्य खूप छान आहे हे मला पुन्हा एकदा पटू लागलं होतं. इतकंच नाही तर पुन्हा एकदा मला कमालीचा आनंद, यशाचं समाधान आणि लोकांना आपण हवं असल्याची भावना या गोष्टींनी कृतकृत्य वाटत होतं. अर्थात हे सारं माझ्या संस्कृतीच्या चौकटीबाहेरचं जग होतं. पण मला माझ्या आयुष्याची ही बाजू खूप आवडली होती. माझ्या या जगामधले लोक, माझं काम, माझ्या कामानिमित्तचा प्रवास हे सारं मला जिवापाड प्रिय होतं. पारंपरिक भारतीय गृहिणीची भूमिका करण्यात मला

कुठलाही रस आता राहिला नव्हता. माझ्या मनामध्ये या भूमिकेला कणभरही जागा नव्हती. कारण मला जे मिळालंय ते एका क्षणात सोडून देण्यात माझा कुठलाही फायदा नाही, हे मला कळत होतं. त्यामुळे माझे आईबाबा जोडीदार शोधण्यासाठी जे प्रयत्न करत होते, ते शक्यतो यशस्वी होऊ नयेत असाही मी प्रयत्न करत होते.

असं असलं, तरी एक गोष्ट मात्र मी मान्य करीन. ती म्हणजे कुठेतरी माझ्या मनामध्ये स्वत:विषयीच्या अपूर्णतेची भावना होती. माझ्याकडून जे अपेक्षित आहे ते मी मिळवू शकले नाही किंवा ते मिळविण्यात अपयशी ठरले असं मला वाटत राहायचं. ही गोष्ट मला सतत त्रास देत राहायची. मी जिथे जाईन तिथे ही खंत मला जाणवायची. त्यातूनच आपण योग्य नाही किंवा तितकं काही साध्य केलेलं नाही अशी भावना कायम मनात असायची. एका परीनं आपण आयुष्यामधल्या चांगल्या गोष्टी बिघडवून ठेवल्या आहेत असंच सतत मला वाटत राहायचं.

मला आठवतं, १९९२ मध्ये अचानक एक दिवस मी एका मुलाला भेटले. कालांतराने तोच माझ्या आयुष्याचा जोडीदार झाला. पहिल्या भेटीत मात्र तो माझ्यासाठी योग्य आहे असं मला अजिबात वाटलं नव्हतं. आमच्या दोघांच्याही ओळखीच्या एका व्यक्तीने एका छान संध्याकाळी आमची भेट घडवून आणली.

नैना, माझी मैत्रीण. ती आमच्याच कंपनीत काम करायची. ती हाँगकाँगमध्ये राहात नसे, पण कामानिमित्त खूप वेळा इथे यायची. ती आली की काम संपल्यानंतर अनेकदा आम्ही दोघीही एखादं ड्रिंक घेण्यासाठी बाहेर जायचो. त्या दिवशी मी माझे आठवड्याभराचे विक्रीचे रिपोर्टस् पूर्ण करत बसले होते. अचानक नैनाचा फोन आला आणि तिने विचारलं, ''तुला डॅनी मूरजानी नावाचा मुलगा माहीत आहे का?''

''नाही गं! मी अशा कोणालाच भेटलेली नाहीये. पण तू हे मला का विचारते आहेस? कोण आहे तो?'' मी तिला विचारलं.

''काय सांगतेस? अगं, तो मस्त देखणा सिंधी मुलगा आहे. गेल्यावर्षी न्यूयॉर्कमध्ये माझी-त्याची भेट झाली. तो हाँगकाँगमध्येच राहातो आणि कामही करतो. कमाल आहे. तू त्याला अजून भेटली कशी नाहीस याचं आश्चर्यच वाटतं.'' नैना म्हणाली.

त्यावर मी तिला म्हटलं, ''अगं, तुला माहिती आहे ना, मी आमच्या समाजापासून तशी लांबच राहाते. त्यात तो सुप्रसिद्ध 'साखरपुड्याचा' प्रसंग घडल्यानंतर तर मी कुणातही मिसळत नाही. हाँगकाँगमध्ये कितीतरी सिंधी लोकांना मी भेटले नाही.

त्यामुळे यात आश्चर्य वाटण्यासारखं काही नाही.''

त्यावर नैना म्हणाली, ''ठीक आहे. पण आता तू त्याला भेटणार आहेस. मी आधीच त्याच्याशी बोलले आहे. आज संध्याकाळी तो आपल्याला भेटणार आहे.''

त्यादिवशी रात्री मी आणि नैना क्लब ९७ या आलिशान बार आणि लाऊंजमध्ये गेलो. शहराच्या मध्यवस्तीत असणारी ही जागा. तिथे डॅनी अगोदरच आलेला होता. वास्तविक मी त्याला यापूर्वी कधीही भेटले नव्हते. पण तरीही त्याला लगेच ओळखलं. स्वत:तच मग्न असल्यासारखा तो समोर उभा होता. मरून रंगाचा स्वेटर आणि काळ्या रंगाचे ट्राऊझर्स घातलेला! दरवाजातून आत येतानाच आमच्याकडे त्याचं लक्ष गेलं. खरं तर तो नैनाला भेटायला आला होता. पण तरीही त्याची नजर माझ्यावर खिळली होती हे माझ्या लक्षात आलं. आत येऊन त्याच्यासमोर बसेपर्यंत माझ्या सर्व हालचालींवर त्याचं लक्ष होतं. नैनाने त्याला हाय, हॅलो म्हटलं. तेव्हाही तिच्याकडे न बघता तो माझ्याचकडे बघत होता. आमच्या दोघांच्याही नजरा मिळाल्या आणि काय झालं कोणास ठाऊक, त्यातून ओळखीची एक खूण आम्हा दोघांनाही पटली. जणू काही आम्ही दोघंही एकमेकांना ओळखत आहोत असं वाटलं. ती भावना अतिशय उत्साहित करणारी होती. मला जे वाटतंय नेमकं तेच त्यालाही वाटतंय हे मला कळत होतं आणि आमच्या गप्पा सुरू झाल्या.

अनेक स्तरांवर, अनेक बाबतींत आमची मतं जुळताहेत हे लक्षात आलं. त्यादिवशी घरी येताना आम्ही दोघांनीही एकमेकांना आमचे फोननंबर्स दिले. आश्चर्य म्हणजे दुसऱ्याच दिवशी डॅनीने मला फोन केला आणि त्या रात्री तो मला जेवायला बाहेर घेऊन गेला. डॅनी अतिशय रोमँटिक आहे हे माझ्या लक्षात आलं. माझ्यासाठी फुलं आणणं असो किंवा मला माझ्या लाडक्या रेस्टॉरंटमध्ये 'जिमिज किचन'मध्ये आवर्जून घेऊन जाणं असो, साऱ्या गोष्टी तो विचारपूर्वक करत होता. हे रेस्टॉरंट आजही आमचं अतिशय लाडकं आहे.

असेच काही आठवडे गेले. आमच्या तारा छान जुळत होत्या. पण जसजसं आम्ही दोघं जवळ येत होतो, तसतसं माझं मन आम्हाला दूर खेचतंय असं वाटू लागलं कारण माझ्या विचारांवर माझा विश्वास नव्हता. त्याच्याबरोबर असणं ही अतिशय उत्साह देणारी, चैतन्य देणारी गोष्ट होती. गेल्या अनेक दिवसांत मी असं कधीच अनुभवलं नव्हतं. मला खूप भीती वाटत होती. मी सिंधी होते. माझ्याच संस्कृतीतल्या, माझ्याच समाजातल्या कुणाच्या तरी प्रेमात मी पडावं याचीच मला आता भीती वाटत होती. निदान आत्तातरी नको... किंवा कदाचित कधीच नको असं वाटत होतं.

आमच्या भारतीय संस्कृतीत लग्न ही गोष्ट केवळ दोन व्यक्तींची नसते. लग्नामुळे दोन कुटुंबं जोडली जातात. त्यामुळे जोडीदाराशी लग्न म्हणजे त्याच्या संपूर्ण नातेवाईक, परिवाराशी लग्न असं समीकरण असतं. ज्या गोष्टीमुळे मला पूर्वी पश्चात्ताप झाला होता तीच गोष्ट आता परत माझ्याबाबतीत होऊ नये हीच माझ्या मनात भीती होती. कारण खरं सांगते, मला एका व्यक्तीशी लग्न करायचं होतं. त्याच्या नातेवाइकांशी नाही. आमच्या संस्कृतीमध्ये हे मान्य होण्यासारखं नव्हतं. तीच भीती माझ्या मनात होती. दुसरी भीती माझ्या मनात होती ती म्हणजे त्याचे कुटुंबीय माझ्याविषयी काय विचार करतील? माझ्या आयुष्यात पूर्वी जे घडून गेलं होतं, तेच परत घडणार नाही ना? डॅनीच्या कुटुंबीयांना माझा भूतकाळ ठाऊक आहे का? मी पूर्वी एक साखरपुडा मोडला आहे हे जर त्यांना कळलं तर ते मला नाकारतील का? कुणास ठाऊक, डॅनीला माझ्याकडून माझ्या संस्कृतीतील इतर पुरुषांना त्यांच्या बायकांकडून जे अपेक्षित असतं तेच सारं अपेक्षित असेल तर? आता मला पुन्हा एकदा त्याच दु:खातून आणि त्याच धक्क्यातून जाण्याची अजिबात इच्छा नाही. स्वत:लाही नाही आणि माझ्यामुळे दुसऱ्या कुणाला दु:ख व्हावं असंही मला वाटत नाही. अशा शेकडो विचारांची गर्दी माझ्या मनात झाली होती.

पण डॅनीची सहनशक्ती आणि त्याचा संयम याची मला दाद द्यावीच लागेल. मुख्य म्हणजे मला हवा असलेला वेळ त्याने मला भरपूर दिला. मला याबद्दल त्याचं खूप कौतुक वाटतं. त्याचा सहवास, त्याचं असणं हे खूप हवंहवंसं वाटायचं. आजवर मला कधीही वाटलं नाही असं प्रेम त्यानं मला दिलं. एकीकडे मी माझं हृदय आणि माझं मन या दोघांमध्ये झगडत होते. पण त्यात विजय माझ्या हृदयाचा होतोय हे मला कळत होतं.

आम्ही जसजसे एकमेकांना अधिकाधिक ओळखू लागलो, तसतसं डॅनी खूपसा माझ्यासारखाच आहे, हे मला कळू लागलं होतं. आमच्या संस्कृतीतल्या अनेक गोष्टी त्यालाही पटत नसत. तोही हाँगकाँगमध्येच लहानाचा मोठा झाला होता. ब्रिटीश स्कूल मध्येच त्याचंही शिक्षण झालं होतं. आमच्या संस्कृतीतल्या अनेक प्रथा त्याला मान्य नव्हत्या. विशेषत: स्त्रिया आणि विवाह या दोन गोष्टींबद्दल आमच्या समाजात ज्या काही कल्पना होत्या त्या त्याला मुळीच मान्य नव्हत्या. विचाराने आणि मनाने तो अतिशय उदार होता. माझ्याविषयी त्याला वाटणारं प्रेम, आस्था तो अतिशय खुलेपणाने व्यक्त करायचा. या सर्व गोष्टींमुळेच त्याचं माझ्यावर असणारं प्रेम खरंखुरं आणि निर्व्याज आहे हे मला जाणवत होतं. आयुष्यात पहिल्यांदाच एखाद्या पुरुषाला जिंकण्यासाठी किंवा त्याला खूश करण्यासाठी काय करावं याचं कोणतंही दडपण

माझ्या मनावर नव्हतं. किंबहुना माझ्या संदर्भात त्याच्या काही अपेक्षा आहेत, असंही वाटत नव्हतं.

डॅनीला लाभलेली आणखी एक सुंदर देणगी म्हणजे त्याची विनोदबुद्धी. त्याच्या या गुणामुळे मला तो अधिकच आवडायचा. त्याला सहजपणे हसू यायचं आणि त्याचं हसू संसर्गजन्य होतं. आम्ही दोघं एकमेकांना भेटलो की खूप धमाल यायची. केव्हा फोन करायचा, कोणत्या वेळी काय बोलायचं, हे त्याला बरोबर माहिती होतं. तो अतिशय शांत, काहीसा हळवा तरीही कणखर आणि मन अचूकपणे वळवणारा होता. मला त्याच्या या साऱ्या गोष्टी खूप आवडत होत्या.

तरीही माझं एक मन मला सांगत होतं, या सगळ्या गोष्टी क्षणिक आहेत. थोडे दिवस जाऊ देत, माझ्यातले दोष त्याला दिसू लागतील. माझे दोष कळल्यानंतर त्याला वाईट वाटेल अशी भीतीही मला वाटत होती.

पण सुदैवाने तो दिवस उगवलाच नाही. माझ्यावरचं डॅनीचं प्रेम तसूभरही कमी न होता उलट वाढतच गेलं. दिवसभरात केव्हातरी तो मला सहज फोन करायचा. मी काय करत आहे, एवढंच विचारण्यासाठी. विशेष प्रसंगी न चुकता मला फुलं आणि निवडक गिफ्टस् पाठवायचा. आमच्या संस्कृतीमधल्या त्याच्याच वयाच्या इतर मुलांच्या अगदी विरुद्ध त्याचा स्वभाव होता. माझं स्वातंत्र्य आणि स्वावलंबन या दोन्हीही गोष्टी त्याला खूप आवडत. माझ्या आवडीनिवडी, माझी स्वप्नं आणि माझ्या आकांक्षा यांचा त्याला कधीही धाक वाटला नाही. उलट त्याला त्यांचं कौतुकच वाटायचं. माझ्यासाठी जोडीदार शोधण्याचे आईबाबांचे प्रयत्न मी कसे हाणून पाडते, याची त्याला मोठी मजा वाटायची. चक्क माझ्या या साऱ्या गोष्टी त्याला कमालीच्या आवडायच्या. मी जशी होते तशीच त्याला आवडत होते. माझ्यासाठी स्वीकाराची ही भावना अतिशय नवी आणि मला ताजंतवानं करणारी होती. डॅनीने विद्यापीठातून व्यावसायिक पदवी घेतली होती. आमच्या समाजामध्ये सर्वत्र दिसतं तसंच चित्र त्याच्याही घरात होतं. त्याच्या वडिलांची एक कंपनी होती. डॅनी त्यांचा एकुलता एक मुलगा आणि या कंपनीचा वारसदार त्यामुळे कौटुंबिक व्यवसायच पुढे चालवणं त्याला भाग होतं.

त्यावेळी मला कामानिमित्त हाँगकाँगच्या बाहेर खूप प्रवास करायला लागत असे. योगायोग म्हणजे डॅनीलाही कामानिमित्त हिंडाव लागत असे. हाँगकाँगबाहेर एखाद्या ठिकाणी मी गेले की हे महाशय माझ्या आधीच तिथे पोहोचून हसऱ्या चेहऱ्याने स्वागतासाठी उभे असत. माझ्या या फिरतीबरोबर त्याने स्वत:चीही कामं अशी जोडून घेतली होती. एक दिवस आम्ही दोघंही 'डीप वॉटर बे' या हाँगकाँगमधल्या माझ्या

अतिशय लाडक्या किनाऱ्यावर फिरत होतो. अचानक मी डॅनीला विचारलं, ''तुला माझ्या मोडलेल्या साखरपुड्याबद्दल ठाऊक आहे का? आपल्या समाजातल्या लोकांचं माझ्याविषयी काय मत आहे हे ठाऊक आहे का?'' आम्ही दोघंही आजवर याविषयी काहीच बोललो नव्हतो. खरंतर हे प्रश्न विचारताना माझ्या मनात धाकधूक होती. त्याला माझ्या भूतकाळाविषयी काहीच माहिती नसेल, तर आता कळल्यावर काय वाटेल, या गोष्टीनेही मी धास्तावले होते.

पण आश्चर्य म्हणजे अगदी याउलट झालं. माझ्या प्रश्नावर तो लगेच म्हणाला, ''सगळं माहिती आहे. जेव्हा मी तुला पहिल्यांदा भेटलो तेव्हापासूनच मला तुझ्याविषयी सगळी माहिती होती. त्यासाठी आपल्या समाजाचेच धन्यवाद. तुझ्याविषयीच्या अनेक गोष्टी दहापट मोठ्या करून त्याला झणझणीत मसाला लावून माझ्यापर्यंत पोहोचवण्यात आल्या होत्या.''

हे ऐकून अतिशय काळजीने मी त्याला विचारलं, ''तुला माझ्याविषयी सगळं कळलं तेव्हा तुला काय वाटलं?'' तो काय उत्तर देणार याचा घाबरून मी अंदाज घेत होते.

''तुला खरं काय ते ऐकायचं आहे?'' त्याने मला विचारलं. पण तेव्हा त्याच्या ओठांवर हसू होतं.

माझा सगळा धीर एकवटत मी त्याला म्हटलं, ''खरंच सांग आणि जे कळलं आहे ते जसंच्यातसं सांग.''

''ठीक आहे. ऐक. जेव्हा मला तुझ्याविषयी पहिल्यांदा कळलं, तेव्हा माझ्या मनात आलं, मला अशाच मुलीशी लग्न करायचं आहे. अशी मुलगी जी स्वत:च्या मनाच्या इच्छांनुसार जगत असेल.''

मी एकदम निवांत झाले. माझ्या मनावरचं सगळं मळभ दूर झालं. चेहऱ्यावर भलं मोठ्ठं हसू पसरलं. मी काहीशा खट्याळपणे त्याला विचारलं, ''ठीक आहे. म्हणजे मी पोळ्या कशा करते यावर तू मला पसंत केलेलं नाहीस.''

त्यावर डॅनीनेही तेवढ्याच खट्याळपणे उत्तर दिलं, ''बाई गं, माझ्या गुणांचा अपमान करू नकोस. मला उत्तम पोळ्या करता येतात. इतकंच नाही तर मी घराची साफसफाई, बाथरूम्स धुणं हे सारं करतो. किंबहुना कपडेसुद्धा उत्तम धुतो.''

आता माझं हसू खळाळत्या हास्यात बदललं. आम्ही दोघंही खूप हसत वाळूवर बसलो. हसून हसून आमच्या डोळ्यांतून पाणी यायला लागलं. आम्ही जवळपास प्रत्येक गोष्टीवर हसत होतो.

हसणं थांबल्यानंतर डॅनी माझ्यासमोर गुडघ्यावर बसला, माझ्या डोळ्यांत पाहात त्याने माझे दोन्ही हात हातात घेतले अन् म्हणाला, ''अनिता, आपण पहिल्यांदा भेटलो तेव्हापासून मला तुला विचारायचं होतं, माझ्याशी लग्न करशील?''

त्याक्षणी मला कळून चुकलं, हाच माणूस माझ्या आयुष्याचा जोडीदार होईल. अगदी माझा जीवाभावाचा सखा!

डॅनीने मला लग्नाविषयी विचारल्यावर बरोबर दोन महिन्यांनी १७ मार्च १९९५ ला एक अघटित घडलं. मी अजून झोपलेच होते. अचानक फोन खणखणला.

घड्याळात पाहिलं, तर पहाटेचे सव्वापाच वाजले होते. काय झालं असावं? मी विचार करतच फोन घेतला. अजून बोलायला सुरुवातही केली नव्हती. पण माझ्या लक्षात आलं होतं, काहीतरी वाईट बातमी देणारा हा फोन आहे.

पलीकडून माझी आई रडवेल्या आवाजात बोलत होती, ''बेटा, जागी झालीस?''

मी गडबडीनं उत्तर दिलं, ''हो. काय झालं ममा?'' त्या शांततेतही मला कमालीची भीती जाणवत होती. माझं हृदय धडधडत होतं. त्या फोनमधून मला काय ऐकायला लागणार आहे, या शंकेनं मी हैराण झाले होते. एकीकडे ती बातमी ऐकावीशी वाटत नव्हती तर दुसरीकडे काय आहे ते पटकन कळावं असंही वाटत होतं.

माझी आई हुंदके देत मला म्हणाली, ''बेटा, डॅडी.... डॅडी आज सकाळी उठलेच नाहीत. झोपेत असतानाच ते गेले.''

गेल्या काही महिन्यांपासून माझ्या बाबांच्या प्रकृतीत चढउतार चालू होते. शेवटी आईबाबा भारतात परत गेले. आयुर्वेदिक उपचारांसारख्या इतर काही उपचार पद्धतींनी त्यांना गुण येतोय का ते पाहू, असा त्यांचा हेतू होता. मला खात्री होती, माझ्या लग्नापर्यंत बाबा छान धडधाकट होऊन परत येतील. माझ्या लग्नात आम्ही दोघं मस्त भांगडा करू. पण हे मी काय ऐकत होते, क्षणभर माझा विश्वासच बसेना. फोन ठेवल्या ठेवल्या रडत अतिशय गडबडीने मी बॅग भरायला लागले. हाताला येईल त्या वस्तू

मी बॅगेत टाकत होते. तोवर अनुपने आमच्या दोघांचीही भारतात जाण्यासाठी तिकीटं बूक केली. अक्षरश: पुढच्या विमानाने आम्ही भारतात, पुण्याला आलो. भारतातील माझी ही भेट बाबांचे अंत्यविधी आणि अतिशय दु:खद आठवणी यांचीच होती. खरंतर मला यापलीकडे फारसं काही आठवतही नाही. बाबांच्या अस्थिविसर्जनाची आठवण मात्र कशी विसरू? एका नक्षीदार तांब्यामध्ये बाबांच्या अस्थी विसावल्या होत्या. पुण्याजवळच्या आळंदी या पवित्र ठिकाणी इंद्रायणी नदीकाठी आम्ही गेलो. आमच्या गुरुजींनी अस्थिविसर्जनाची वेळ सांगितली होती. त्या पवित्र क्षणी आम्ही आमच्या बाबांच्या अस्थी इंद्रायणीत विसर्जित केल्या. माझ्या भावाने तांब्याचं तोंड हलकेच उघडून त्या अस्थी नदीमध्ये सोडल्या. नदीचा प्रवाह आमच्या बाबांच्या अखेरीच्या शारीरिक स्मृतींना दूरवर नेऊ लागला. क्षणार्धात पाण्यातच त्या अस्थी विखुरल्या. पाण्याबरोबर लांब लांब जात दिसेनाशा होऊ लागल्या. प्रयत्न करूनही आम्हाला आमचे अश्रू थोपवता आले नाहीत. आमच्या आयुष्यातल्या इतक्या छान व्यक्तीला अखेरचा निरोप देणं आम्हाला जीवावर आलं होतं. नदीकाठी उभं राहून दूर जाणाऱ्या अस्थींकडे पाहात मी हात जोडून बाबांना नमस्कार केला. मनोमन त्यांची माफी मागत म्हटलं, 'डॅड, मी कधी तुम्हाला कुठलंही दु:ख दिलं असेल, तुमचं मन दुखावलं असेल तर मला क्षमा करा. आता मी लग्न करणार आहे. होमाभोवती सात फेरे घेताना तुम्ही तिथे नसाल. माझं लग्न व्हावं आणि ते डोळे भरून बघावं ही इच्छा सदैव तुमच्या मनात होती. आता ती इच्छा पूर्ण न करताच तुम्ही मला कसं काय सोडून गेलात?' अस्थी पाण्यात अदृश्य होत असतानाच मी बाबांना मनोमन प्रश्न विचारत होते. डोळ्यांतलं पाणी थांबता थांबत नव्हतं...

पुढचे काही महिने हा गोड आणि कडू घटनांचा मोठा पट होता. एकीकडे मी आणि माझे कुटुंबीय बाबांच्या मृत्यूनंतर पूर्ण सावरलोही नव्हतो. सतत त्यांची आठवण आमच्या मनात होती आणि त्याचवेळी दुसरीकडे लग्नाचं नियोजनही करत होतो. त्यातल्या त्यात एक गोष्ट चांगली झाली, ती म्हणजे माझ्या लग्नामुळे आई पुष्कळ सावरली. लग्नाची तयारी करण्यात तिचं मन गुंतलं. अन्यथा ती खचूनच गेली असती. तिच्यासाठी हा खूप अवघड आणि दु:खाचा काळ होता. पण लग्नाची तयारी करता करता ती थोडीफार का होईना उत्साहाने उभी राहिली.

बाबांची आठवण मात्र क्षणोक्षणी येत होती. माझं लग्न हा प्रसंगच त्यांच्यासाठी इतका महत्त्वाचा होता आणि आज लग्न होत असताना नेमके तेच हयात नव्हते. माझं उत्तम मुलाशी लग्न करून देणं हे त्यांच्या आयुष्याचं जणू ध्येयच बनलं होतं. निदान माझ्या साखरपुड्याला ते होते, एवढ्यावर मी समाधान मानून घेतलं. त्यावेळी त्यांना

खूप आनंद झाला होता, तो आठवत मी माझी समजूत काढत होते. निदान मृत्यूच्या वेळी माझं लग्न ठरलं आहे एवढ्या एका गोष्टीनेच त्यांची काळजी थोडीतरी कमी झाली होती.

डॅनीच्या आईबाबांबरोबर आम्ही सर्वांनी आमच्या गुरुजींचा सल्ला घेतला. लग्नासाठी चांगला दिवस ठरवला. गुरुजींना आम्ही सांगितलं, 'शक्यतो लग्नाचा दिवस काही दिवसांनंतरचा असावा. कारण माझ्या बाबांचं नुकतंच निधन झालं असल्याने कुटुंबाला सावरण्यासाठी थोडातरी वेळ मिळावा. लग्न साजरं करण्यासाठी त्यांची मन:स्थिती थोडीतरी पूर्वपदावर यायला हवी.' पंचांग बघून आणि आमच्या दोघांच्याही जन्मतारखांचा अभ्यास करून, गुरुजींनी लग्नासाठी ६ डिसेंबर १९९५ हा शुभदिवस सांगितला. तारीख ऐकून त्यावेळी वाटलं, की लग्नाला भरपूर वेळ आहे. पण लग्नाची व्यवस्था करताना, लग्नाचं ठिकाण ठरवणं, साड्यांची खरेदी, आमंत्रण पत्रिका छापून घेणं आणि पारंपरिक पद्धतीच्या भारतीय लग्नामध्ये ज्या काही लहान-मोठ्या गोष्टी कराव्या लागतात त्या करताना हे महिने कसे भूर्कन उडून गेले कळलंच नाही. बाबांच्या मृत्यूचं दु:ख विसरण्यासाठी आईने लग्नाचं सगळं नियोजन तिच्या हातात घेतलं होतं. अतिशय कौतुकाने तिने माझ्यासाठी लग्नाची साडी विकत घेतली. इतर कपडे खरेदी करतानाही ती उत्साहाने मला मदत करत होती. मी कोणत्या वेळी काय घालायचं, हे ठरवत होती. लग्नाच्या दिवशी तिने माझ्यासाठी एक छान मोठ्या काठाची तांबूस रंगाची साडी विकत घेतली. पारंपरिक हिंदू पद्धतीने लग्न केल्यानंतर आम्ही रजिस्टर लग्नही करणार होतो. त्यासाठी तिने सोनेरी रंगाचं भरतकाम असलेली, पांढऱ्या रंगाची साडी माझ्यासाठी निवडली. अखेरीस तो दिवस उजाडला. ६ डिसेंबर १९९५ ला मी माझ्या आयुष्याच्या जोडीदाराबरोबर विवाहबद्ध झाले. डॅनीच्या आणि माझ्या पारंपरिक पद्धतीच्या लग्नात आम्ही सगळे विधी मनापासून केले. जवळपास एक आठवडा हे विधी चालले होते. हे विधी, नंतरचे अनेक समारंभ यांना उपस्थित राहाण्यासाठी जगभरातून आमचे मित्र आणि नातेवाईक हाँगकाँगमध्ये आले. लग्नानंतर माझ्या लाडक्या 'डीप वॉटर बे' किनाऱ्यावर असणाऱ्या हाँगकाँग कन्ट्री क्लब येथील हिरवळीवर आमच्या लग्नाचा स्वागत-समारंभ पार पडला.

त्याचीसुद्धा एक गंमतच आहे. या स्वागत समारंभासाठी कोणतं ठिकाण असावं? याबद्दल लग्नापूर्वी अनेक महिने आम्ही चर्चा करत होतो. त्यावेळी मी चेष्टेने म्हटलं होतं, 'छान मोकळ्या किनाऱ्यावर लग्न करायला मला आवडेल. जिथे तू मला पहिल्यांदा लग्नासाठी विचारलंस, त्याच किनाऱ्यावर जर आपलं लग्न झालं तर किती

छान होईल!'

मी हे सुचविल्यानंतर काही वेळ आम्ही त्याविषयी बोलत होतो. पण नंतर एक एक गोष्टी लक्षात येत गेल्या. विशेषत: स्त्रियांना वाळूमध्ये उंच टाचांच्या चपला घालून चालता येणार नाही या कारणामुळे आम्ही किनाऱ्यावरच्या लग्नाचा प्रस्ताव नामंजूर केला. मग अचानक माझ्या लक्षात आलं, या 'डीप वॉटर बे' किनाऱ्याच्या एका टोकाला थोडं वरच्या बाजूलाच हा हाँगकाँग कन्ट्री क्लब आहे. त्याच्या भल्यामोठ्या हिरवळीवरून संपूर्ण किनारा दिसतो. त्याचक्षणी आम्ही दोघांनी ते ठिकाण निश्चित करून टाकलं.

कन्ट्री क्लबमधल्या स्वागतसमारंभाची ती संध्याकाळ अतिशय सुंदर गेली. रात्रीच्या वेळी किनाऱ्यावरची थंडगार वाऱ्याची झुळूक आणि मंद सनई या पार्श्वभूमीवर आमचं लग्न पार पडलं. होमाभोवती हातात हात घालून आम्ही सात फेरे घेतले. गुरुजी संस्कृतमध्ये लग्नाचे मंत्र म्हणत होते. सुंदर शेरवानी आणि रुबाबदार फेटा या पोशाखात डॅनी अतिशय देखणा आणि एखाद्या राजकुमारासारखा दिसत होता. आईने माझ्यासाठी निवडलेली तांबूस रंगाची मोठ्या काठाची साडी मी नेसले होते. त्याचा पदर सैलसरपणे मी डोक्यावरून घेतला होता. मोगऱ्याचे गजरे मी माळले होते. कुठल्याही भारतीय वधूप्रमाणेच माझ्या हातापायांवर नाजूक मेंदी काढली होती.

डॅनीबरोबर फेरे घेत असताना, मी माझ्या कुटुंबीयांकडे बघितलं. आई आणि भावाच्या चेहऱ्यावर बाबा नसल्याचं दु:ख तर होतंच पण माझ्या लग्नाचा आनंदही होता. आजच्या या संध्याकाळी बाबा हवे होते असं आम्हाला तिघांनाही वाटत होतं.

सगळे विधी पार पडल्यानंतर सगळेजण आनंदाने धमाल करण्यात गुंतले. भारतीय पदार्थ, ड्रिंक्स, संगीत आणि नृत्य यांनी भरलेली ती संध्याकाळ होती. सगळा समारंभ पार पडल्यानंतर मी आणि डॅनी आमच्या हॉटेलवरच्या रूममध्ये आलो. दिवसभराच्या श्रमाने आम्ही दोघंही थकून गेलो होतो. पण मनोमन मला खूप आनंद झाला होता. मला जसा जोडीदार हवा होता तसाच मिळाला होता. माझं सारं आयुष्य मी त्याच्यासोबत राहाणार होते आणि हो! परिकथेप्रमाणेच आम्ही दोघंही आनंदाने आणि सुखाने संसार करणार होतो.

५

भीतीचे निदान

लग्नानंतर डॅनीचं आणि माझं सहजीवन सुरू झालं. अनेक वर्षं झाली. आमचा संसार छान आकाराला आला होता. डॅनीने आता त्याचा कौटुंबिक व्यवसाय सोडून एका बहुद्देशीय कंपनीमध्ये मार्केटिंग आणि सेल्समध्ये आपलं करीयर केलं होतं. त्याच्या ब्रह्मचाऱ्याच्या मठीतून आम्ही दोघांनीही आमचं बस्तान हाँगकाँगच्या एका शांत उपनगरातल्या सुरेख इमारतीत हलवलं. आमच्या दोघांच्या संसारात आता एका कुत्र्याची भर पडली होती. त्याचं नाव 'कॉस्मो'.

माझ्या लग्नानंतर काही दिवसांतच माझ्या भावाने हाँगकाँग सोडायचं ठरवलं. हाँगकाँगमध्ये तोपर्यंत मंदीचे वारे सुरू झाले होते. म्हणून अनुपने भारतात जाऊन व्यवसाय सुरू करायचा निर्णय घेतला. भारतात व्यवसायवृद्धीची संधी त्याला दिसत होती. त्यानुसार तो, त्याची बायको मोना आणि त्यांचा लहान मुलगा शाहन हे तिघेही भारतात परतले. ते तिघे भारतात गेल्यानंतर मला खूप अवघड गेलं. सतत त्यांची आठवण यायची. कारण एका वेगळ्या देशामध्ये सोबत कोणीही कुटुंबीय नसताना मी कधीच राहिलेली नव्हते.

त्यात भरीस भर म्हणजे मंदीमुळे माझी नोकरी गेली. त्या फ्रेंच कंपनीची विक्री भयंकर घसरली होती. नोकरी गेल्यानंतर तर आणखीच परिस्थिती अवघड झाली. एकतर मला हा अनपेक्षित धक्का होता, त्यात माझे सारे कुटुंबीय हाँगकाँग सोडून गेले. त्यामुळे मला जाणवणारा तणाव आणि एकाकीपणा यात भरच पडली.

या सगळ्या काळात आणखी एका गोष्टीचा त्रास मला होत होता. आमचा समाज आणि माझ्या समवयस्क बायका यांच्याकडून मी मूल होऊ द्यावं यासाठी वेळोवेळी सतत माझ्यावर दडपण येत होतं. पण पूर्वी सांगितल्याप्रमाणे, त्याही वेळी मला नोकरी करण्यात, भरपूर प्रवास करण्यात आणि जगभर हिंडण्यात अधिक रस होता.

अखेरीस मला एका कंपनीत फ्रीलान्स पद्धतीचं काम मिळालं. ती दुसऱ्या देशातून आलेली कंपनी होती. त्या कंपनीत इतर ठिकाणहून कामाला आलेल्या कर्मचाऱ्यांना हाँगकाँगमध्ये स्थायिक होण्यास मदत करणं, असं माझ्या कामाचं स्वरूप होतं. हे काम पूर्णवेळ नव्हतं. पण त्यामुळे मला अधिक मोकळीकही होती.

मुलांची जबाबदारी स्वीकारायला मी अजून धजावत नव्हते. पण आमच्या समाजात आणि संस्कृतीत एकदा लग्न झालं की तातडीने तुम्हाला मुलं झालीच पाहिजेत अशी अपेक्षा असते. पुन्हा एकदा मी त्या टिपीकल द्वंद्वामध्ये सापडले. एकीकडे बाहेरच्या आयुष्यातल्या अनेक आकांक्षा मला खुणावत होत्या. मला जे काही करायचं आहे त्या गोष्टी मला साद घालत होत्या. त्याचवेळी दुसरीकडे माझ्या मित्रपरिवारात आपण अपूर्ण आहोत, ही खंत मला बेचैन करत होती. विशेषत: माझ्या मित्रमैत्रिणी, प्रामुख्याने मुलांच्या बाबतीत त्यांचे जे विचार होते, तसं मला काहीच वाटत नव्हतं.

माझ्या समाजातले लोक वारंवार मला या गोष्टीची जाणीव करून देत होते. एक बाई म्हणून विशिष्ट वयात तुमचं शरीर अधिक साथ देत असतं. मुलं व्हायला उशीर झाला तर अवघडच! अशा सगळ्या गोष्टींमुळे पुन्हा एकदा माझं मन भीतीने ग्रासू लागलं. जुन्या चिंता आणि अनेक बाबतींतली खंत यांमुळे माझी काळजी खूप वाढू लागली. एक बाई असूनही आपण काही गोष्टी करत नाही हे चूक आहे, ही भावना माझ्या मनात मूळ धरू लागली. पण दुसरीकडे मी विचार केला, आम्हाला दोघांनाही जर खरोखरच मुलं हवी असती तर आम्ही ती दत्तकही घेऊ शकतो. या जगात असंख्य 'नकोशी' मुलं आहेत. या मुलांना जर घर मिळालं, प्रेम मिळालं आणि ते आपण देऊ शकलो तर त्यासारखी चांगली गोष्ट दुसरी कोणती? मग मी माझं वय आणि शारीरिक क्षमतांचाही विचार करण्याची आवश्यकता नाही.

डॅनी आणि मी, आम्ही दोघांनीही या गोष्टीबद्दल गंभीरपणे चर्चा केली. मूल दत्तक घेतलं तर उत्तम, या गोष्टीवर आमच्या दोघांचंही एकमत झालं. त्यामुळे बऱ्याच गोष्टी साध्य होणार होत्या. पण आमच्या समाजात मी जेव्हा या गोष्टीबद्दल बोलायचे, तेव्हा मला नकारात्मक प्रतिक्रियाच ऐकायला मिळाल्या. ''का? तुला स्वत:ची मुलं होणार नाहीत का? अरे अरे, मला माहीत नव्हतं.'' अशी विनाकारण खंतच अनेकजण बोलून दाखवायचे. पुन्हा एकदा आपण अमुक एका गोष्टीसाठी लायक नाही, हा कमीपणा माझ्या मनामध्ये जोर धरू लागला. पण लवकरच मी माझ्या आयुष्यातलं ध्येय मनात ठेवून त्यावर लक्ष केंद्रित केलं.

मला वाटतं २००१ चं वर्ष होतं ते! माझी खास मैत्रीण सोनी हिला कॅन्सर झाल्याचं निदान झालं. या बातमीने मी अंतर्बाह्य हादरले. एक दिवस तिला श्वसनाला त्रास होत होता. म्हणून ती चेकअपसाठी डॉक्टरांकडे गेली. डॉक्टरांना त्यावेळी तिच्या फुफ्फुसांवर मोठा ट्यूमर दिसून आला. सोनीला असं काही व्हावं याची कल्पनाच मी करू शकत नव्हते. तरुण, कणखर, निरोगी आणि सतत उत्साहाने सळसळती अशी ही माझी मैत्रीण! तिचं अवघं आयुष्य तिला साद घालत होतं. अजून तिचं सारं आयुष्य समोर होतं. डॉक्टरांनी निदान केल्यानंतर तिला हॉस्पिटलमध्ये दाखल करून घेतलं. तिचं तातडीने ऑपरेशन करावं लागणार होतं. ऑपरेशन, त्यानंतर रेडिएशन आणि किमोथेरपी या भयानक चक्रातून माझ्या या लाडक्या मैत्रिणीला जावं लागणार होतं.

सोनीच्या आजाराबाबत हे कळलं आणि थोड्याच दिवसांत डॅनीचे मेव्हणे त्याच्या धाकट्या बहिणीचा नवरा यांनाही खूप गंभीर कॅन्सरचं निदान झालं.

या दोन्हीही व्यक्ती माझ्याच वयाच्या होत्या. अर्थातच त्यांच्याबाबतीत हे झालेलं ऐकून मला खूप धक्का तर बसलाच पण मी धास्तावलेही. ताबडतोब मी कॅन्सर आणि त्याची कारणं याविषयी विविध ठिकाणांहून माहिती घ्यायला लागले. सुरुवातीला मी हे सुरू केलं याचं कारण इतकंच होतं, की या दोघांनाही काहीतरी मदत करावी. सोनीची कॅन्सरशी झुंज चालू होती. तिला मदत करावी अशी माझी इच्छा होती. पण जसजसं या आजाराविषयी मी वाचत गेले, तसतसं माझ्या लक्षात यायला लागलं, की या आजाराची कारणं अनंत आहेत. त्याविषयी जाणून घेताना कुठेतरी आत मीच खचत चालले होते. प्रत्येक गोष्टीमुळे कॅन्सर होऊ शकतो असा माझा विश्वास आता पक्का होत चालला होता. खतं, मायक्रोव्हेज, प्रिझर्व्हेटिव्हज्, फास्ट फूड, सूर्यप्रकाश, हवेतलं प्रदूषण, प्लास्टिकचे डबे, मोबाईल फोन.... ही यादी संपता संपत नव्हती. माझी भीती इतकी वाढू लागली, की मला या जगण्याचीच भीती वाटू लागली.

तो दिवस मी आणि डॅनी कधीच विसरू शकणार नाही. २६ एप्रिल २००२! आम्ही दोघंही डॉक्टरच्या दवाखान्यात शिरलो. तेव्हा कुठे माहिती होतं, की एका परीने आम्ही मृत्यूच्या दारातूनच आत निघालो आहोत! तिथे बसलेलो असताना चारीही बाजूने भीती माझ्या अंगावर येत होती. शुक्रवारची दुपार होती ती! आठवड्यातला कामाचा शेवटचा दिवस. आता विकेंडला छान मजा करायची, असं ठरवत होतो. दवाखान्यात जात असताना, सभोवतालच्या गर्दीतून वाट काढत असताना प्रत्येकाच्या चेहऱ्यावर विकेंडचा आनंद दिसत होता. फक्त आम्हीच चिंतेत होतो. हाँगकाँगमधल्या उंचउंच काचेच्या इमारतींवर सूर्याचा प्रकाश पडून हे चैतन्यदायी शहर अधिकच उत्साही

व तेजस्वी वाटत होतं. सूर्य हळूहळू मागच्या बाजूला समुद्रात अस्तंगत होण्यासाठी कलत होता. पण आमचं तिकडे अजिबात लक्ष नव्हतं. काही दिवसांपूर्वी झालेल्या माझ्या तपासण्यांचा रिपोर्ट आज डॉक्टर आम्हाला सांगणार होते.

काही दिवसांपूर्वी अचानकच माझ्या उजव्या खांद्याच्या वर हाडाच्या किंचित वरच्या बाजूला मला एक गाठ हाताला लागली. त्याक्षणी माझ्या मनात आलेल्या भलत्यासलत्या विचारांना मी दूर केलं. त्यावेळी ती एखादी साधी गाठ किंवा गळू असेल असं मला वाटलं. खरं तर मी मनाची तशी तात्पुरती समजूत काढली होती. पण माझ्या मनामधला वाईट विचार मला सारखं सांगत होता, हे प्रकरण इतकं साधं नाही. आता तर ही आव्हानाची सुरुवात आहे. ही गोष्ट वाटते एवढी सोपी नाही, ही खूप गंभीर गोष्ट आहे, असं माझं मन मला सारखं सांगत होतं.

गेले काही महिने मी नियमितपणे सोनीकडे जात होते. वर्षभरापूर्वी तिला कॅन्सरचं निदान झालं होतं. ती हॉस्पिटलमध्येच असायची. तिची अवस्था भयानक होती. अतिशय भीतीने आणि कमालीच्या वेदनेनं तिचं रोज थकत चालणारं शरीर मी बघत होते. या कॅन्सर नावाच्या अमानुष व्याधीने तिचा पूर्ण कब्जा घेतला होता. आजार आटोक्यात येण्याचं नावच घेत नव्हता. वास्तविक अद्ययावत वैद्यकीय सुविधा हात जोडून समोर उभ्या असतानाही सोनीचा आजार बळावतच चालला होता. माझ्याबाबतीत असं काहीतरी भयंकर घडावं अशी माझी अजिबात इच्छा नव्हती. पण तरीही गळ्याखालच्या या गाठीने मला या आजाराच्या शक्यतेचा विचार करायला भाग पाडलं होतं. तातडीने मी सर्व तपासण्या केल्या. बायोप्सी झाली होती. आज मला त्याचा रिपोर्ट कळणार होता.

डॉक्टरांनी अतिशय शांतपणे आणि प्रेमाने मला निदान सांगितलं, ''तुम्हाला लिम्फोमा झाला आहे. लिम्फॅटिक सिस्टीमचा कॅन्सर.'' डॉक्टरांनी ज्या क्षणी कॅन्सर हा शब्द उच्चारला, त्या क्षणापासून मला त्यांचं पुढचं बोलणं ऐकूच येईनासं झालं. खोल पाण्यामध्ये कोणी तुमच्याशी बोलावं तसे त्यांचे शब्द माझ्या कानावर पडत होते. माझी नजर त्यांच्या खिडकीतून बाहेर बघत होती. बाहेर काहीच बदललं नव्हतं. सूर्य अस्ताला चालला होता. हळूहळू हाँगकाँगच्या बंदरात तो अस्तंगत होणार होता. त्याच्या संध्याकाळच्या किरणांनी इमारतीच्या काचा सोनेरी, केशरी दिसत होत्या. सारे लोक हसत, आनंदाने घरी परतत होते. पण इकडे... माझ्या शरीराच्या आत काय घडतंय, हे कळल्यानंतर ताबडतोब माझं सगळं जग मात्र पार उलटंपालटं झालं होतं.

बोलता बोलता अतिशय सहानुभूतीने डॉक्टर मला काय काय उपचार करता

येतील, हे सांगत होते. ''मी नेहमी तुमच्या पाठीशी ठाम उभा आहे. तुम्ही जो निर्णय घ्याल, जे उपचार तुम्ही निवडाल ते मला मान्य आहेत. पण सगळ्यात आधी सोमवारी आपण तुमचं स्कॅनिंग करून घेऊ. त्यानंतर आपल्याला तुमच्या आजाराची तीव्रता कळेल. तुमचा कॅन्सर कोणत्या स्टेजचा आहे हे आपल्या लक्षात येईल. स्कॅनिंग करून घ्या आणि मला भेटा. मग आपण त्याविषयी बोलू.'' ते म्हणाले.

माझ्या डोक्यात त्यांचा आवाज घण घातल्यासारखा घुमत होता. त्यांचा सल्ला मी ऐकला, पण त्याविषयी फार विचार करायचा नाही, असं मी ठरवत होते. डॉक्टर मला सांगत होते, 'आता याक्षणी कोणतीही काळजी करू नका. शांत राहा. हा विकेंड आनंदाने घालवा.'

आम्ही दोघंही पुरते हादरून गेलो. मी काय किंवा डॅनी काय, दोघांनाही काहीही सुचत नव्हतं. किंबहुना आम्हाला त्याबद्दल विचारच करायचा नव्हता. कॅन्सरविषयी, उपचारांच्या तयारीविषयी, मृत्यूविषयी आम्हाला कणभरही विचार करायचा नव्हता. मला माझं जग नेहमीसारखंच माझ्याभोवती हवं होतं. काहीच झालं नाही असा विश्वास मनात बाळगून मला त्या नॉर्मल जगात पळून जावंसं वाटत होतं. खरंच या गोष्टीचा विचार न करणं हा एक पर्याय असू शकतो हेच माझ्या लक्षात आलं नव्हतं. पण तरीही तो सगळा प्रकार अतिशय भयावह होता. माझ्या मनात, माझ्या डोक्यात पुरता गोंधळ उडालेला होता. सुदैवाने डॉक्टर म्हणाले होते, सोमवारी माझं एम.आर.आय. स्कॅन झालं की त्यानंतरच आपण उपचारांविषयी चर्चा करू. आत्ता लगेचच कोणत्याही ठाम निर्णयापर्यंत आपण यायला नको.

माझं मन आता पार कुठेतरी भरकटलं होतं. माझ्या मनात प्रश्नांनी थैमान मांडलं होतं. एकीकडे डॅनी मला सांगत होता, ''आपण कुठेतरी मस्त जेवायला जाऊ. आत्ता दुसरा कसलाही विचार करू नकोस.'' आम्ही दोघं घरी परतलो. लाल रंगाचा सुंदर ड्रेस मी घातला. तयार होऊन मी आरशासमोर उभी असताना, डॅनीने मला मिठीत घेतलं आणि म्हणाला, ''अजिबात घाबरू नकोस. जे काही आहे त्याला आपण दोघे मिळून सामोरे जाऊ.''

अशा तऱ्हेने त्या संध्याकाळी आम्ही दोघांनी कठोर वास्तवापासून क्षणभर का होईना, पण स्वत:ची सुटका करून घेतली. 'अल सीद' या माझ्या आवडत्या रेस्टॉरंटमध्ये आम्ही जेवायला गेलो. हाँगकाँगच्या दक्षिणेकडच्या स्टॅंले बे भागात हे रेस्टॉरंट होतं. त्या दिवशी पूर्ण चंद्र होता. आभाळ चांदण्यांनी गच्च भरलं होतं. समुद्रावरच्या वाऱ्याची खारी झुळूक सभोवताली भरून राहिली होती. समुद्राची गाज

सतत कानावर पडत होती. रेस्टॉरंटमधला संगीताचा बँड प्रत्येक टेबलापाशी जाऊन त्यांच्या आवडीचं संगीत वाजवत होता. आमचा वेळ छान जावा म्हणून आम्ही त्या बँडला टीप दिली. आमच्या टेबलापाशी जास्त वेळ उभं राहून आमची आवडती गाणी वाजवावीत, अशी आमची इच्छा होती. टेबलावरचे पदार्थ, सुमधुर संगीत आणि समुद्राची मंद गाज या वातावरणात आमच्या टेबलापलीकडचं सारं जग आम्ही विसरून गेलो.

दुसऱ्या दिवशी मी जागी झाले. डॅनी माझ्या शेजारीच होता. त्याचं माझ्या शेजारी नुसतं असणंसुद्धा इतकं छान वाटत होतं. मी पुन्हा एकदा भोवतालच्या जगाला दूर सारलं. मनोमन वाटत होतं, डॉक्टरांकडे जाणं नकोच. ते जे काही सांगतील ते एखादं दुःस्वप्न ठरावं. माझ्या मनातले भीतीचे खेळ खरे ठरू नयेत. पण तरीही वास्तव किती काळ नाकारणार? मला कॅन्सर झाला होता ही वस्तुस्थिती होती आणि या गोष्टीपासून मी किती काळ लांब पळणार होते? असं पळताना मला माझं शरीर सोडून जाणं थोडंच शक्य होतं? आपल्या मनाच्या खेळाची ताकद मोठी विलक्षण असते. शनिवारची सकाळ जसजशी पुढे सरकत होती तसतसं मला वाटत होतं माझ्या या आजाराबद्दल कुणालाच कळू नये. कुणाला काही कळलंच नाही तर मलाही त्या आजाराची काळजी करण्याचं फारसं कारण नाही. मग शरीरापासून पळणं शक्य नसलं तरी मी निदान मनापासून पळू शकेन.

तेवढ्यात डॅनी मला स्पष्ट म्हणाला, ''चल, आपण ही गोष्ट आपल्या नातेवाइकांना सांगूया.''

मी त्याला म्हणाले, ''मला माहिती आहे. सांगणं गरजेचंही आहे. पण त्यांना कळल्यानंतर ते या सगळ्या गोष्टींचं भलंमोठं प्रकरण करतील. गजब करतील. कुणालाही ही गोष्ट सांगण्यापूर्वी मला फक्त एक दिवस दे. मला एक दिवस शांतपणे राहायचं आहे.''

नेमका त्या दिवशी दुपारी आईचा फोन आला. माझी बायोप्सी झाल्याचं तिला माहिती होतं. बायोप्सीचे रिपोर्टस् कळवले का नाहीस, हे विचारायला तिने फोन केला होता. अखेर डॅनीनं तिला माझ्या आजाराबद्दल सांगून टाकलं. त्यावर काहीही न बोलता आईनं हाँगकाँगला येणाऱ्या पहिल्या विमानाचं तिकीट बूक केलं. अनुपचा, माझ्या भावाचाही फोन आला. त्यानेही तो इकडे लगेच येत असल्याचं मला सांगितलं.

या सर्वांनी माझा आजार इतका गंभीरपणे घ्यावा, असं मला वाटत नव्हतं.

मला पुढचं कुठलंही नाटक नको होतं. पण या सगळ्या गोष्टींनी वास्तवाची जाणीव तीव्रतेने झाली. या दोघांच्याही प्रेमामुळे माझी अवस्था एखाद्या थंडगार पडलेल्या मृत माशासारखी झाली. माझ्या बाबतीत झालेलं निदान हेच वास्तव होतं अन् आता त्यातून सुटण्याचा किंवा पळण्याचा कुठलाही मार्ग नव्हता.

सोमवारी सकाळी पुन्हा एकदा मी आणि डॅनी दवाखान्यात हजर झालो. पण यावेळी आम्ही समोरच्या वेगवेगळ्या पर्यायांची खुलेपणाने चर्चा करत होतो. माझा एम.आर.आय. नुकताच झाला होता. त्याचे रिपोर्टस् पाहताना डॉक्टरांच्या चेहऱ्यावर किंचित काळजी दिसत होती. पुन्हा एकदा त्यांनी मला शांतपणे सांगितलं, '2 स्टेजचा कॅन्सर आहे.'

''त्याचा अर्थ काय?'' डॅनीने विचारलं.

''याचा अर्थ कॅन्सर छातीपर्यंत आणि काखेमध्येही पसरलेला आहे. पण तो फक्त शरीराच्या वरच्या भागात आहे. आता तुमच्यासमोर काय काय पर्याय आहेत, याचा आपण विचार करू. मला असं वाटतं की, तुम्ही केमोथेरपी आणि रेडिएशन या दोन गोष्टींचा विचार करावा.'' डॉक्टर म्हणाले.

मी ताबडतोब ठासून सांगितलं, ''केमोथेरपी मी मुळीच घेणार नाही.'' आश्चर्यानं डॅनीनं माझ्याकडे बघितलं आणि तो मला म्हणाला, ''अगं, पण आपल्या समोर जे पर्याय आहेत, त्यातला हा पुष्कळ बरा पर्याय आहे.'' त्याच्या या वाक्यावर मी त्याच्याकडे पूर्णत: निग्रहाने पाहिलं. मी त्याला म्हणाले, ''केमोथेरपीमुळे सोनीची काय अवस्था झाली हे तुला ठाऊक आहे ना? आणि तुझ्या बहिणीच्या नवऱ्यालासुद्धा किती त्रास झाला होता, हे कसं विसरलास?''

मला याविषयी चर्चा होणंच नको होतं. माझं पूर्वीचं आयुष्य मला परत मिळावं, एवढीच माझी इच्छा होती. माझा चेहरा मी हाताने झाकून घेतला आणि मनातले विचार दूर ढकलण्याचा प्रयत्न करू लागले. अतिशय भीतीने मी म्हणाले, ''डॅनी, मी अशा पद्धतीने मेलेलं तुला चालेल का? या गोष्टींचा काहीही उपयोग होत नाही. उलट कमालीच्या वेदना मात्र होतात. हे उपचार घेण्यापेक्षा याक्षणी मरून गेलेलं मला परवडेल.''

''मला माहीत आहे. पण मला तुला असं जाऊ द्यायचं नाही. तू मला सोडून गेलेली मला चालणार नाही. दुसरं काय करणार?'' थंडगार पडलेल्या माझ्या हातावर डॅनीनं त्याचा हात प्रेमाने ठेवला.

आमचं लग्न होऊन सहाच वर्षं झाली होती. अजूनही आमची कितीतरी स्वप्नं शिल्लक होती. ती पूर्ण करण्यासाठी आम्हाला जगायचं होतं. कितीतरी ठिकाणी जायचं होतं. अनेक गोष्टी करायच्या होत्या. परंतु एखादा बर्फाचा पहाडी कणाकणाने वितळत जावा तशी आमची स्वप्नं आमच्यासमोर पाणी पाणी होताना दिसत होती. माझी भीती थोडी दूर व्हावी, या हेतूने मीच डॅनीला समजावण्याचा प्रयत्न केला. ''हे बघ, इतरही काही वेगळ्या उपचारपद्धती आहेत.'' डॉक्टरांनी मला दुजोरा द्यावा या हेतूने मी त्यांच्याकडे बघितलं. ''केमोथेरपीशिवाय कॅन्सर बरा होऊ शकतो, याचे इतर काही मार्ग आहेत असं मला वाटतं.''

त्या दिवशीपासून डॅनीचा आणि माझा मोठ्ठा प्रवास सुरू झाला. आम्ही दोघं एकमेकांच्या अधिक जवळ आलो. एकमेकांच्या साथीने या आजारावर मात करण्यासाठी आमचे प्रयत्न सुरू झाले. पुराणकथेतल्या नायकांप्रमाणे आमच्या आयुष्यावर कब्जा करू पाहाणाऱ्या या शत्रूला हरवण्यासाठी आम्ही सज्ज झालो. या साऱ्या प्रवासाच्या सुरुवाती पासून अनेक प्रकारचे भावनिक चढउतार, कमालीची निराशा, हतबलता, भीती आणि संताप या गोष्टींना आम्ही सामोरं जात होतो. माझं निदान होण्यापूर्वी मला कॅन्सर होईल, ही मला वाटणारी सर्वांत मोठी भीती होती. त्याचं मुख्य कारण म्हणजे माझ्या परिचयातल्या अनेक लोकांना तो झाला होता. एकीकडे मला कॅन्सर झालाय हे निदान स्वीकारताना दुसरीकडे हा आजार किती जीवघेणा असतो हे मी माझी खास मैत्रीण सोनी आणि डॅनीचा मेव्हणा या दोघांच्याही बाबतीत प्रत्यक्ष बघितलं होतं. शरीरातल्या ज्या गोष्टींमुळे आजार बरा होतो, त्याच गोष्टी केमोथेरपीमुळे कशा निष्प्रभ होतात, हे मी याची डोळा बघत होते, अन् आता आमच्या आयुष्यात हा जीवघेणा आजार दाखल झाला होता. आमच्या दोघांचं जग त्यानं हादरवून सोडलं होतं.

जवळच्या लोकांना हा आजार झालेला ऐकल्यानंतर कमालीची अस्वस्थता आणि काळजी यांची सावली माझ्या मनावर सतत होती. आता मला स्वत:लाच या आजाराचा सामना करायचा होता. केमोथेरपीच्या परिणामांनी मी अधिक धास्तावले होते. मला स्वत:ला निदान होण्याअगोदर सोनीची दिवसेंदिवस ढासळणारी परिस्थिती मी बघत होते. ती हॉस्पिटलमध्ये आजारी असताना बाहेर जाऊन मी मौजमजा करणं हेही मला पटत नव्हतं. ती त्रास सहन करत असताना आपण मजा मारणं योग्य नाही, असं मला वाटत असे. एकीकडे सोनी रोज कणाकणाने मरत असताना मी आयुष्यात आनंद शोधायचा या भावनेनेच मला अपराधी वाटत होतं. आता कॅन्सरशी मी स्वत:च लढत असताना दुसरीकडे माझ्या या मैत्रिणीची परिस्थिती अधिकाधिक खालावत

चालली होती. मला तिच्याबरोबर फार वेळही देता येत नव्हता. सोनीकडे बघितलं, की मनातला आशावाद, सकारात्मकता संपून जात होती. मला स्वत:ला धीराने उभं राहाणंही शक्य होतं नव्हतं. आम्ही पूर्वी जितका वेळ एकमेकींसोबत घालवत असू, तेवढा वेळ एकमेकींबरोबर न घालवणं हे किती वेदनादायी होतं, हे मला जाणवत होतं. कॅन्सरनं तिच्या शरीरात जसं थैमान मांडलं होतं त्याने मी पुरती धास्तावले होते. त्याहीपेक्षा त्याच्यावरील उपचारांच्या परिणामांनीच मी घाबरले होते आणि आता त्या सगळ्या गोष्टी माझ्या बाबतीत घडणार आहेत या शक्यतेनेच मी हैराण झाले होते. या गोष्टी, हे विचार यांनी सैरभैर झाले होते.

अन् ... एक दिवस सकाळीच सोनीच्या बहिणीचा मला फोन आला. कॅन्सरविरुद्धची लढाई सोनी हरली होती. तिच्या मृत्यूने तर मी पुरती कोलमडले. मला रडू आवरेना.

एकीकडे सोनी गेल्याचं दु:ख अपरिमित होतं. अजूनही माझं मन तिचा मृत्यू स्वीकारत नव्हतं. पण दुसरीकडे तिच्या सर्व वेदना आणि यातना संपल्याचा कुठेतरी मनात आनंदही होता. सोनीच्या अंत्यविधीचा दिवस मी विसरणंच शक्य नाही. आपली लाडकी मुलगी हे जग सोडून गेल्याचं दु:ख तिच्या आईवडिलांच्या चेहऱ्यावर दिसत होतं. तिची धाकटी बहीण आणि मोठा भाऊ हे देखील पार कोलमडून गेले होते आणि तिचा नवरा तर तिच्या जाण्याने पुरता उद्‌ध्वस्त झाला होता. पण या सगळ्यांपेक्षाही जास्त भेदक होते ते तिच्या दोन्ही लहान मुलांचे निरागस चेहरे. दोघंही रडत होती. आईच्या पार्थिवाला अग्नी देत असताना दोघांच्याही डोळ्यांमध्ये जी भीती होती, ती मी शब्दात वर्णन करू शकत नाही. माझ्या मृत्यूपर्यंत ती आठवण माझा पिच्छा सोडणार नाही. या दिवशी माझ्या भावनांच्या कल्लोळाला संतापाचीही जोड मिळाली.

सोनीचे अंत्यविधी झाल्यानंतर काही दिवसांतच डॅनीचा मेव्हणाही हे जग सोडून गेला. त्याच्या मागेही त्याची तरुण बायको आणि त्यांची दोन लहान मुलं होती.

आयुष्याच्या या क्रूर विनोदावर मी कमालीची संतापले होते. किंबहुना आयुष्य हाच एक क्रूर विनोद आहे, असं मला वाटत होतं. हे सारं कशासाठी होतं, हे मला कळत नव्हतं. आपण काही वर्षं जगतो, आपल्या संघर्षातून आपण धडे घेतो आणि अखेरीस कुठलाही उपयोग न होता लाकडांच्या चितेवर जळून राख होऊन जातो. पण हे आयुष्यात इतक्या लवकर होणं तर अपेक्षित नाही ना! इतक्या लवकर आयुष्य का थांबावं? मला आता सगळ्याच गोष्टी अर्थहीन वाटू लागल्या. कोणत्याही गोष्टीचा काही उपयोग नाही ही हतबलता मनात मूळ धरू लागली.

६

सुटका करून घेताना

संताप

भय

नैराश्य

भीती

तळमळ

सोनीच्या मृत्यूनंतर मी या सर्व भावनाच्या दुष्टचक्रांतून जात होते. दिवस उजाडल्या नंतर ते अगदी रात्रीपर्यंत माझ्यासाठी हे दुष्टचक्र फिरत राहायचं. माझ्या परिस्थितीबद्दल मी स्वत:ला मनाशीच अनेक प्रश्न विचारायचे. आव्हानं द्यायचे. संतापाने माझी लाहीलाही होत असे. अखेरीस कमालीची निराशा माझ्या मनाचा ताबा घ्यायची. या सर्व भावना मी फक्त माझ्यापुरत्याच अनुभवत होते असं नाही, तर माझ्या सगळ्या कुटुंबाबद्दल मला अशीच काळजी वाटत होती. माझ्या मृत्यूचं वास्तव स्वीकारण्यासाठी त्यांना त्यांच्या मनाची किती कसरत करावी लागेल, असा विचार माझ्या मनात येत होता.

अखेरीस नैराश्य आणि भीतीने माझ्या मनाचा इतका ताबा घेतला, की शेवटी सर्वांगीण आरोग्य, उत्तम प्रकृती मिळविण्यासाठी मी पौर्वात्य उपचारपद्धतींचा अभ्यास करू लागले. त्यांविषयी जी माहिती मिळेल ती मी घेत सुटले. नैसर्गिक पद्धतींपैकी कित्येक विशेषज्ञांना मी भेटत होते. प्रकृतीला आराम मिळावा यासाठी अनेक वेगवेगळ्या पद्धतींचा मी उपयोग करत होते. हिप्नोथेरपी म्हणजेच संमोहन उपचार पद्धतीचा मी प्रयोग केला. पुष्कळ ध्यानधारणा केली, प्रार्थना केली, कित्येक मंत्र म्हटले. चिनी हर्बल उपचारपद्धतीचा अवलंब केला. शेवटी एक क्षण असा आला की, मी हे सारे उपद्व्याप थांबवले. चक्क बॅग भरली आणि भारतात आले. आयुर्वेदाला शरण जावं,

असं मी ठरवून टाकलं. डॅनीच्या कामामुळे त्याला माझ्याबरोबर येणं शक्य नव्हतं म्हणून तो हाँगकाँगमध्येच राहिला. पण माझ्या भारतातील वास्तव्यात दोन वेळा तो मला भेटायला येऊन गेला.. आम्ही फोनवर तर जवळपास रोजच बोलत होतो. माझं कसं चाललं आहे याविषयी त्याला सर्व माहिती रोजच्या रोज हवी असायची.

मी पुण्याला आले. याच शहरात माझ्या बाबांना देवाज्ञा झाली होती. एका सर्वोत्तम गुरुंकडून योग आणि आयुर्वेद याचे धडे घ्यावेत म्हणून मी इथे आले होते. जवळपास सहा महिने मी भारतात होते. विशेष म्हणजे माझं आरोग्य पूर्वपदावर येतंय, असं मला वाटू लागलं होतं. माझ्या योगाच्या गुरुजींनी मला शिस्तबद्ध दिनक्रम ठरवून दिला होता. तो पाळायला अतिशय अवघड होता. शाकाहारी जेवण आणि हर्बल औषधं यांचा मेळ घालून गुरुजींनी मला दिवसभराचा आहार ठरवून दिला होता. त्याच्या जोडीलाच सूर्योदय आणि सूर्यास्ताच्यावेळी मी योगासनं करत असे.

अनेक महिने मी हा दिनक्रम काटेकोरपणे सांभाळला आणि खरोखरच मला खूप छान वाटू लागलं. माझे गुरुजी अतिशय कमालीचे गुरू होते. मला कॅन्सर झालाय यावर त्यांचा विश्वासच बसला नव्हता. यावर मी त्यांना सांगितलं, 'डॉक्टर्सनी मला तपासलं आहे. माझ्या काही तपासण्या केल्या आहेत. तपासण्यांच्या रिपोर्टवरून मला लिम्फोमा झाल्याचं त्यांनी निदान केलं आहे.' त्यावर गुरुजी म्हणाले, ''एक लक्षात ठेव. 'कॅन्सर' हा जीवनात भीती निर्माण करणारा फक्त एक शब्द आहे. तो शब्द तू विसरून जा. तुझं शरीर संतुलित करणं एवढ्यावरच आपण आत्ता लक्ष केंद्रित करू. कुठलाही आजार हे शरीरात असंतुलन निर्माण झाल्याचं महत्त्वाचं लक्षण असतं. जेव्हा तुमचं शरीर ते संतुलन परत मिळवतं, तेव्हा कुठलाही आजार तुमच्या शरीरात राहात नाही.''

माझ्या योगशिक्षकांकडून मिळणाऱ्या ज्ञानामुळे मला खरंच बरं वाटत होतं. त्या दिवसांत मला अतिशय आनंदही मिळाला. कॅन्सरमुळे माझ्या मनात निर्माण झालेल्या भीतीला घालवण्यासाठी गुरुजींनी मला खूप मदत केली. सहा महिन्यांनंतर मी पूर्ण बरी झाली आहे अशी त्यांना आणि मलाही खात्री पटली. कॅन्सरच्या निदानामुळे माझी झालेली मानसिक कोंडी आणि घुसमट यातून सरतेशेवटी मी मार्ग काढला. यामुळेच मला विजयाचा अतोनात आनंद झाला होता. आता मला वेध लागले होते ते घरी परतून डॅनीबरोबर पुन्हा संसार सुरू करण्याचे! इतके दिवस मला त्याची खूप आठवण येत होती, कितीतरी गोष्टी त्याला सांगायच्या होत्या.

हाँगकाँगला परत आल्यानंतर मला भेटलेल्या सर्व लोकांनी मला आवर्जून मी

किती छान दिसते आहे, हे सांगितलं. गेले अनेक दिवस मानसिक आणि शारीरिकदृष्ट्या मी पुरती खचून गेले होते. आता लोकांनी मला दिलेल्या या पावतीमुळे मला निश्चितच छान वाटत होतं. पण माझा हा आनंद फार कमी काळ टिकला. लोक मला आवर्जून मी इतके दिवस भारतात काय करत होते... मी कशी बरी झाले... याविषयी विचारत आणि मीही त्यांना सविस्तर उत्तरं देत होते. माझ्या आयुर्वेदिक जीवनशैलीसंदर्भात मी त्यांना सांगत असे. माझं बोलणं ऐकताना बहुतांश लोकांचा प्रतिसाद काहीसा भीतीदायक आणि नकारात्मक असे. हे सारे माझे हितचिंतक होते. मला खरोखरच बरं वाटावं आणि माझ्या तब्येतीला आराम पडावा असंच त्यांना वाटत होतं. त्यामुळे मी जी उपचारपद्धती अवलंबली होती, ती खरोखरच प्रभावी असेल का, अशी शंका त्यांच्या मनात यायची. या माझ्या हितचिंतकांपैकी अनेकांचा अशा पद्धतीने कॅन्सर बरा होऊ शकतो, यावरच विश्वास नव्हता. मी मात्र माझ्या या उपचारपद्धतीविषयी ठासून सांगत होते. मात्र, दुसरीकडे पुन्हा एकदा शंका आणि भीती माझ्या मनात शिरू लागली.

माझ्या संदर्भात या गोष्टी जेव्हा परत घडू लागल्या, तेव्हा खरं तर मी पुन्हा भारतात जायला हवं होतं आणि एकदा माझ्या आरोग्यासाठी आणखी प्रयत्न करायला हवे होते. पण असं घडलं नाही. लोकांनी व्यक्त केलेल्या या शंकांना मी बळी पडले आणि हाँगकाँग मध्येच राहिले. नंतर मी पारंपारिक चिनी औषध पद्धतीचा (TCM) सुद्धा अवलंब केला. ही पद्धती येथे मोठ्या प्रमाणावर वापरली जात असे. पण ही पद्धती आयुर्वेदाला आव्हान देणारी आहे. अर्थातच माझा पुरता गोंधळ उडाला. आयुर्वेदामध्ये तुम्ही शाकाहारीच असलं पाहिजे याचा आग्रह धरला जातो. तर (TCM) मध्ये मांसाहारी अन्नावर, विशेषत: पोर्क खाण्यावर भर दिला जातो. भारतीय पद्धतीनुसार पोर्क किंवा बीफ खाणं हे निषिद्ध मानलं जातं.

त्यानंतर मी पाश्चिमात्य निसर्गोपचारांचा आधार घेतला. पण त्याने तर अधिकच अवघड होऊन बसलं. मी पुरती गोंधळून गेले होते. या प्रकारामुळे माझा फक्त गोंधळच उडाला असं नाही तर माझ्या मनातली व्याधीची भीती दसपटीने वाढविली. या सर्व उपचारपद्धतींच्या वेगवेगळ्या अपेक्षा आणि पथ्यं होती. त्या परस्पर टोकाच्या होत्या. पाश्चिमात्य निसर्गोपचारामध्ये साखर आणि दूध व दुग्धजन्य पदार्थ अजिबात खायचे नसतात. कॅन्सरच्या पेशी वाढण्याचं मुख्य कारण हे प्रकार आहेत, असं ही उपचारपद्धती मानते. मी ज्या ज्या औषधप्रणालींचा अभ्यास करत होते, त्यानुसार साखरेमुळे मूळ रूपात बदल होणाऱ्या आजाराच्या पेशी वाढतात, असं दिसत होतं. आयुर्वेदात मात्र दुग्धजन्य पदार्थ अत्यावश्यक असतात. साखर किंवा गोड पदार्थ

हे संतुलित आहारातील एक महत्त्वाचा भाग असतो. आपल्या जिभेवरील चवीच्या केंद्रांसाठी गोड पदार्थ खाणंही तितकंच आवश्यक असतं.

आता काय खावं, या विचाराने मला ताण जाणवू लागला. कोणतीही गोष्ट खाण्याची मला धास्तीच वाटू लागली. या सर्व औषधपद्धती आहारासंदर्भात वेगवेगळी मतं मांडणाऱ्या होत्या. त्यामुळे माझ्यासाठी काय खाणं चांगलं आहे आणि काय वाईट, हेच मला कळेना. मनाच्या उडालेल्या या गोंधळामुळे एकच गोष्ट घडली, ती म्हणजे माझ्या मनामध्ये भीतीचा भलामोठा डोंगर उभा राहिला. भीतीने माझा पूर्ण ताबा घेतला. पुन्हा एकदा माझी प्रकृती वेगाने ढासळू लागली आणि ते बघत बसण्याशिवाय माझ्या हातात कोणताही पर्याय राहिला नाही.

मला एकटं राहावं, असं वाटू लागलं. किंबहुना माझी ती गरजच होऊन बसली. माझ्या अतिशय जवळचे मोजके लोक तेवढे मला भेटावेत असं वाटू लागलं. माझ्या बाबतीतलं सत्य दडवून टाकण्यासाठी, माझ्यासंदर्भातलं वास्तव मी कडेकोट बंद करून ठेवू लागले. लोक माझ्याकडे कशा पद्धतीने बघत आहेत, मला कसं वागवताहेत, ते मला सहन होत नसे. माझी प्रकृती ढासळायला लागली आणि इतर लोक माझी कशी कीव करत आहेत, माझ्याबद्दल त्यांना दुःख कसं होत आहे, ते मला खटकू लागलं. जणू काही मी नॉर्मल नाहीच आणि माझ्याबाबतीत काहीतरी भलतंच घडतंय, असा त्या सगळ्यांचा दृष्टिकोन होता. त्यात पुन्हा माझ्या संस्कृतीमधले लोक मला हे माझ्या कर्माचं फळ मिळत आहे, मागच्या जन्मात मी काहीतरी गुन्हा केलेला असणार, त्याचाच परिणाम... खरं तर ती शिक्षा मला या व्याधीच्या रूपाने भोगावी लागत आहे असं सांगू लागले. ही सगळ्यात भयानक गोष्ट होती. वास्तविक कर्मावर माझाही विश्वास आहे. मी नक्कीच काहीतरी लाजिरवाणी व अक्षम्य गोष्ट केलेली असणार म्हणून मला हे सारं सहन करावं लागत आहे, असं आता मलाही वाटू लागलं. माझ्या कृत्यांचा या व्याधीच्या रूपाने कोणीतरी न्यायनिवाडा करत आहे, अशी अपराधीपणाची भावना मला सतावू लागली होती. त्यातून मला पुन्हा एकदा हतबल वाटू लागलं.

माझ्या पूर्वायुष्यातल्या चुकीचे हे भोग आहेत, आता ते मी कसे बदलू? मला याबाबत काय करता येईल? असे विचार सातत्याने माझ्या मनात येऊ लागले आणि अशा या परिस्थितीतून आशेचा कुठलाही किरण मला दिसेनासा झाला.

मात्र असं सगळं असतानाही मी धीराचा मुखवटा धारण केला. मनात नसतानाही मी निग्रहाने हसत होते. बोलण्याचा प्रयत्न करत होते. माझ्या या परिस्थितीने कोणीही काळजी करू नये, चिंता करू नये असं मला वाटायचं. इतर लोकांनी माझ्याकडे बघून

अस्वस्थ होऊ नये अशी माझी मनापासूनची इच्छा होती. त्यामुळे मी इतरांच्या गरजा आणि भावना यांना माझ्यापेक्षा अधिक महत्त्व दिलं. लोक, तू फार धाडसी आहेस, असं मला बोलून दाखवत. ज्या पद्धतीने मी माझ्या व्याधीला हाताळत होते, ते पाहून लोक माझं कौतुकही करत. माझा दृष्टिकोन किती सकारात्मक आहे आणि मी किती आनंदात आहे याविषयीही अनेक जण बोलत. पण वस्तुस्थिती शंभर टक्के तशी नव्हती. हा केवळ माझा वरवरचा मुखवटा होता. आत मात्र मी खोलवर पूर्ण खचून गेले होते.

डॅनीला हे सगळं कळत होतं. मी आत्ता कोणत्या परिस्थितीतून जात आहे, लोकांमध्ये वावरताना मला किती त्रास होतोय, हे त्याला पुरतं कळलं होतं. हळूहळू एखादी संरक्षक भिंत असावी तसा डॅनी माझ्या व्यक्तिमत्त्वाचा खंदा संरक्षक बनला. तो लोकांना माझ्यापर्यंत पोहोचू देत नसे. माझ्याविषयी कोणालाही काळजी किंवा दुःख वाटू नये म्हणून मी नेहमी आनंदी व सकारात्मक असल्याचं नाटक करत होते. हळूहळू या नाटकामुळे माझ्यातली उरलीसुरली ऊर्जाही संपून जाऊ लागली. मी फोनही उचलत नसे. कारण फोन उचलला की माझ्या आजाराविषयीच्या त्याच त्याच गप्पा, लोकांचे तेच ते सल्ले या गोष्टींमुळे मी पुरती वैतागून गेले होते. लोकांच्या अगणित प्रश्नांना वारंवार तीच तीच उत्तरं देऊन मी खरोखरच थकून गेले होते. लोक काळजीपोटी विचारत असले तरीही माझी सहनशक्ती संपत होती. हळूहळू मी घराबाहेर पडणं थांबवलं. त्यामागे शारीरिकदृष्ट्या मी खरंच दमले होते हे तर कारण होतंच, पण मानसिकदृष्ट्याही माझी दमछाक झाली होती. मला श्वास घ्यायला त्रास होत असे. माझे अवयव आक्रसून बारीक होत होते. साधं डोकं वर उचलायलाही मला त्रास होत होता. माझ्या या अवतारामुळे लोक माझ्याविषयी जे बोलत, त्या प्रतिक्रिया ऐकून मला जास्त त्रास होत होता. लोक माझ्याकडे विचित्र नजरेने पाहात होते असं नाही, पण माझ्याविषयी एक विचित्र कुतूहल त्यांच्या नजरेत असायचं आणि खरं सांगायचं तर, माझ्याविषयी त्यांना जाणवणारी करुणा त्यांच्या नजरेतून मला स्पष्ट जाणवत असे. ते माझं निरीक्षण करत असताना मी जर त्यांच्याकडे बघितलं, की ते चटकन दुसरीकडे नजर वळवत. त्यांचा हा संकोचही मला त्रासदायक वाटे. त्यांच्या प्रतिक्रियेमधली भावना मला बरोबर जाणवत असे. एखाद्या आजारी व्यक्तीला पाहिल्यानंतर माझी देखील अशीच प्रतिक्रिया व्हायची. त्या व्यक्तीबद्दल कीव वाटायची. आता या साऱ्या गोष्टी माझ्याच बाबतीत घडत होत्या. जे लोक मला पाहात असत किंवा ज्यांचं माझ्याबरोबर बोलणं व्हायचं, त्या लोकांच्या प्रतिक्रियेची मला सवय होऊन गेली. पण माझ्या उपस्थितीमुळे लोकांना अस्वस्थ वाटतं, याचं दुःख मला होऊ लागलं. यानंतर मी सार्वजनिक ठिकाणी

जाण्याचं सरळ बंद करून टाकलं. लोकांमध्ये जाणंच मी बंद केलं.

मी मला स्वत:ला भीती आणि नैराश्याच्या पिंजऱ्यात बंद करून घेतलं. या पिंजऱ्यात माझे जीवनानुभव खुंटत चालले होते. काळ जबरदस्त वेगाने पुढे निघाला होता. माझ्या दृष्टीने ज्यांना कॅन्सर झालेला नाही अशा व्यक्ती फार भाग्यवान होत्या. भेटणाऱ्या प्रत्येक निरोगी माणसाबद्दल मला असूया वाटत असे. भले त्यांचं जगणं कसंही असो, पण त्यांना कॅन्सर नाही, माझ्यासारखा आजार नाही, माझ्यासारखं गोंधळलेलं मन नाही आणि माझ्यासारखं वेदनेनं भरलेलं आयुष्यही नाही, याच भावना माझ्या मनात त्यावेळी येत.

दररोज सकाळी जाग आल्यानंतर माझ्या मनात विचार येत असे, की आजचा दिवस छान जाईल. सगळ्या गोष्टी बदलतील. पण प्रत्येक दिवस निराशेतच मावळत असे. मनावर कमालीचं दडपण आणणारी तीच ती भावना आणि कमालीचा गोंधळ एवढंच मनामध्ये असे.

अखेरीस निराश होऊन मी मनाशीच प्रश्न करू लागले, हा एवढा झगडा मी करतेय का आहे? याला काही अर्थ आहे का? ही वेदना आणि भीती या इतक्या तीव्र आहेत, मग माझ्या झगडण्याचा हेतू काय? खूप दमल्याची भावना मला जाणवू लागली. माझी लढाई निम्म्यात सोडून द्यावी असं वाटू लागलं. आपण पराभूत झालो आहोत हे कबूल करून टाकावं असा विचार मनात येऊ लागला.

या सर्व काळात मी सतत हॉस्पिटलमध्ये जात-येत होते. कधी ब्लड ट्रान्स्फ्यूजनसाठी तर कधी इतर उपचारांसाठी! घरी असायचे तेव्हा माझा दिवसभरातला बराचसा वेळ झोपून किंवा आराम करण्यातच जात असे. फार वेळ चालायला किंवा बाहेर भटकायला मला जाताच येत नव्हतं. अर्धा तास काम केलं तरी मी पुरती थकून जात होते आणि मला धाप लागत असे. माझं वजन भराभर कमी होत होतं. अंगामध्ये सतत तापाची कणकण असायची. एकेदिवशी मी माझ्या डॉक्टरांना स्पष्टच विचारलं, ''आताच्या स्थितीतून मी बरी होईन असं तुम्हाला खरंच वाटतंय का?'' डॉक्टरांनी नुकतंच माझ्या शरीराचं स्कॅनिंग केलं होतं.

त्यावर काही ठाम उत्तर देण्याचं टाळून ते मला एवढंच म्हणाले, ''नर्सला पाठवतो. त्या तुम्हाला कपडे घालायला मदत करतील.'' त्यांना डॅनीबरोबर खासगीत काही बोलायचं होतं हे मात्र त्यांनी मला सांगितलं नाही. डॅनी आणि ते बाहेर गेले आणि त्याला म्हणाले, ''आपल्या हातात आता फारसं काही उरलेलं नाही.'' माझ्या

नवऱ्याकडे बघत ते स्पष्टपणे सांगत होते. ''आता त्यांच्याकडे केवळ तीन महिने उरले आहेत. आताच्या स्कॅनिंगवरून कॅन्सरच्या गाठी आकाराने बऱ्याच वाढल्याचं आणि संख्येनंही खूप झाल्याचं दिसतं आहे. त्यांच्या श्वसनयंत्रणेत कॅन्सरने हातपाय पसरले आहेत. आता त्यांना केमोथेरपी देणंही शक्य नाही. कारण या परिस्थितीत त्यांना ते सहन करणंही अवघड आहे. त्या इतक्या अशक्त झाल्या आहेत, की कोणत्याही उपचारांमुळे त्यांना त्रासच होण्याची शक्यता अधिक आहे आणि जर आग्रहाने आपण हे उपचार केले तर त्यांचा मृत्यू अधिक जवळ येऊ शकतो. मला माफ करा.''

डॅनीने कसाबसा धीर गोळा केला पण वरवर त्याने मला तसं काही जाणवू दिलं नाही. डॉक्टरांनी त्याला काय सांगितलं हे देखील त्यानं मला काही सांगितलं नाही. (या गोष्टी त्याने मला अनेक महिन्यांनंतर सांगितल्या.) तरीही त्यावेळी मला काहीतरी बिनसलं आहे हे कळत होतं. माझ्या आजारामध्ये विशेषत: या दिवसांत तो खूप कमी वेळा ऑफीसला जात असे. पण डॉक्टरांनी हे सांगितल्यानंतर तर त्याने कामाला जाणंच थांबवून टाकलं. अहोरात्र तो माझ्या शेजारी बसून राहू लागला.

एक दिवस मी त्याला स्पष्ट विचारलं, ''डॅनी, मी मरणार आहे का?''

तो म्हणाला, ''हा काय प्रश्न आहे? आपण सगळेच मरणार आहोत.''

''अरे, मला तसं म्हणायचं नाही. मी आत्ता मरणार आहे का, लगेच? कॅन्सरमुळे? आणि मी मेले तर काय होईल?'' मी त्याला म्हटलं.

''तसं काही झालं तर मी तुला परत घेऊन येईन.'' माझ्या केसांवरून हात फिरवत डॅनी हलकेच मला म्हणाला.

डॉक्टरांना भेटून आल्यानंतर जवळपास दीड महिन्यानी हा प्रसंग घडला. आता मला श्वसनासाठी खूपच त्रास होत होता. ऑक्सिजन टँक माझ्या शरीराचा कायमचा सखा बनला होता. मला आडवं झोपणं शक्य होतं नव्हतं. सतत उठून बसावं असंच वाटत होतं. कारण मी जरा जरी आडवी झाले तरी घशामधल्या कफामुळे मी बेजार होत असे. मला गुदमरल्यासारखं व्हायचं. श्वास घ्यायला त्रास होत असे. त्यामुळे बिछान्यातही पटकन स्थिती बदलणं हे माझ्या दृष्टीने सर्वांत अवघड गोष्ट होती. शरीरावर सगळीकडे जखमा झाल्या होत्या. अनेक विषद्रव्यं माझ्या शरीरात ठाण मांडून बसली होती. त्वचा उमलून ती टॉक्सीन्स बाहेर येत असत.

अनेकदा प्रचंड घाम येऊन मला जाग येत असे. घामाने माझे कपडे भिजून जात.

रात्री खूप घाम येणं हे लिम्फोमाचं लक्षण आहे. माझ्या त्वचेला सगळीकडे खूप खाज सुटत असे. जणूकाही ढीगभर मुंग्या माझ्या शरीराला चावत आहेत आणि शरीरभर हिंडत आहेत असं वाटत असे. रात्रीच्या वेळी तर हे खाज सुटण्याचं प्रमाण अधिकच वाढत असे. कितीही खाजवलं तरी मला बरं वाटत नसे. मग डॅनी फ्रिजरमधला बर्फ एका प्लास्टिकच्या पिशवीत भरायचा आणि माझे पाय, हात आणि संपूर्ण शरीर त्या बर्फाने शेकायचा. या सगळ्या गोष्टीत खूप वेळ जात असे. पण मग हळूहळू शरीराची आग, खाज कमी होत असे. कित्येक रात्री आम्ही दोघंही असे जागेच असायचो. आता तर मी डॅनीवर पूर्णत: अवलंबून होते. पण विशेष म्हणजे मी मागण्यापूर्वीच माझी एखादी गोष्ट त्याला कळायची. माझ्या जखमांना तो मलमपट्टी करायचा. माझे केस धुऊन द्यायचा. अशाप्रकारे त्याला माझी सेवा करायला लागत होती, यामुळेही मला खूप अपराधी वाटत असे. बळजबरीने, कर्तव्य म्हणून किंवा नाइलाज म्हणून तो हे काहीही करत नव्हता हे मला कळत होतं. माझ्यावर त्याचं निरतिशय प्रेम होतं. त्या प्रेमापोटीच तो माझी शुश्रूषा करत होता.

यानंतर आजाराला बळी पडली ती माझी पचनक्रिया. अन्नामधले सत्त्व शरीरात शोषून घेण्याची प्रक्रियाच थांबली. त्याचा परिणाम म्हणजे एखाद्या कुपोषित व्यक्तीसारखी मी दिसू लागले. माझी लाडकी चॉकलेट्स डॅनी मुद्दाम घेऊन येत असे. मला आवडणारे पदार्थ आई आवर्जून बनवत असे. कशाने का असेना, मी व्यवस्थित खावं ही त्या दोघांची इच्छा होती. पण मला भूकच लागत नसे. कसंबसं गिळलेलं अन्नही नीट पचत नव्हतं. माझ्या स्नायूंमधली ताकद हळूहळू संपत होती. मला चालणंही मुश्कील होऊ लागलं. अखेरीस माझ्यासाठी व्हीलचेअर आली. त्यावर बसूनच मी इकडेतिकडे हिंडू लागले. व्यवस्थित आहार नसल्याने माझं शरीर त्यातलंच प्रोटीन काढून वापरू लागलं. एखाद्या दुष्काळग्रस्त देशातल्या कुपोषित मुलाच्या फोटोसारखी मी दिसू लागले. माझं शरीर हाडांचा सापळा बनलं आणि त्या क्षीण शरीरावर माझं डोकं तुलनेनं भलंमोठं दिसू लागलं. उशीवरून डोकं बाजूला घेणंही मला शक्य होईना.

अजूनही माझी हॉस्पिटलमध्ये सारखी ये-जा चालू होती. तिथं गेलं की केव्हा एकदा घरी परतते, असं मला वाटत असे. हॉस्पिटल हा प्रकार मला अतिशय रूक्ष, नैराश्य आणणारा आणि फक्त औषधांच्या जगातला वाटत असे. मी जितकी आजारी होते त्यापेक्षा कितीतरीपट आजारपण मला इथे आल्यावर अनुभवायला येत असे. शेवटी घरीच माझ्यासाठी एक नर्स ठेवली. त्या काळात माझी आई आणि माझा नवरा एक क्षणही माझ्यापासून लांब गेले नाहीत. रात्रभर डॅनी माझ्या उशाशी बसून असायचा. माझा श्वास चालू आहे ना, याच्यावर डॅनीची बारकाईने नजर असायची. न

जाणो कधीतरी माझा श्वास थांबलाच तर आपल्याला कळावं हाही हेतू त्यामागे होता. खोकल्याची उबळ आली की मला झोप लागत नसे. रात्ररात्र मी जागून काढत असे. अशावेळी डॅनी तिथे असला तर मला त्याचा कमालीचा आधार वाटत असे. पण मनोमन त्याचा त्रास, त्याची वेदना याची मला पूर्णपणे जाणीव होती. आजारपणाला तोंड देत असताना माझ्या माणसांबद्दलची ही खंत मला अधिकच हतबल करीत होती. एवढं सारं असूनही मी धीटपणाचा मुखवटा ओढून घेत असे आणि मला काहीही त्रास होत नाही असं प्रत्येकाला पटवून देण्याचा प्रयत्न करत असे. मी अगदी बरी आहे असं मी त्यांना सांगत असे. प्रत्यक्षात वास्तव फारच वेगळं होतं.

माझ्या आईच्या भावनाही मला कळत होत्या. तिचं दु:ख, तिची तळमळ मला दिसत होती. आपल्या आधी आपल्या लेकीने अशा तऱ्हेने मरावं असं कोणत्या आईला वाटेल? इथे माझी आई मला अतीव वेदनेने दररोज तीळतीळ मरताना बघत होती.

तो दिवस मला अजूनही आठवतो. १ फेब्रुवारी २००६! नेहमीपेक्षा आज मला अधिक चांगलं वाटत होतं. पुष्कळ सकारात्मकही. मला भोवतालच्या गोष्टी सुंदर दिसू लागल्या. किंबहुना त्या जाणवू लागल्या. आज आभाळ नेहमीपेक्षा अधिक निळसर तर सभोवतालचं जग खूप सुंदर दिसत होतं. व्हीलचेअरवरच मी बसलेले होते. माझा जीवाभावाचा सखा बनलेला ऑक्सिजन टँक माझ्याबरोबर होताच. त्या दिवशी दवाखान्यातून घरी आले त्यावेळी माझ्या मनात विचार होता, आता सगळं जाऊ देत. सगळं विसरून जाऊया. आता इथून पुढे सगळं चांगलंच घडणार आहे.

समजा मी या जगात नसले तरीही दुनिया काही थांबणार नाही. याचाच अर्थ, मला काळजी करण्याचं कारणच नाही. भावनिकदृष्ट्या मी खूप सावरले, ती कशी काय, हे मला कळत नव्हतं. गेल्या काही दिवसांत मला असं कधी वाटलंच नव्हतं. मी ते दिवस आठवत होते.

माझं सगळं शरीर दुखत होतं. श्वसनाला त्रास होतच होता. शेवटी मी गादीवर जाऊन पडले कारण संपूर्ण शरीरभर वेदना जाणवत होत्या. मला झोपही लागेना. अखेरीस घरी जाण्यापूर्वी मला नर्सने मॉर्फीनचा एक डोस दिला. त्यामुळे मला थोडीतरी विश्रांती मिळेल, असं वाटत होतं. पण प्रत्यक्षात काहीतरी वेगळं घडत होतं, हे नक्की. मी हळूहळू निवांत होत चालले आहे याची मला जाणीव होत होती. आतापर्यंत मी माझं आयुष्य घट्ट धरून ठेवलं होतं. आता मात्र माझ्या हाताची पकड हळूहळू सैल होत आहे हेही मला जाणवलं. एखाद्या उंच कड्याच्या टोकावर घट्ट हात रोवून लोंबकळल्यासारखं

वाटत होतं. एक हरणारी लढाई मी लढत होते. आयुष्य धरून ठेवत होते. पण आता अखेरीस ते घट्ट धरलेलं आयुष्य सोडून द्यावं अशा मन:स्थितीत मी येत होते. एखाद्या गाढ निद्रेत मी चालले आहे असंही मला जाणवत होतं. दुसऱ्याच दिवशी म्हणजे २ फेब्रुवारीला मी डोळे उघडू शकले नाही. माझा चेहरा खूप सुजला होता. तसेच माझे हात, पाय आणि पावलंही सुजली होती. डॅनीने माझ्याकडे पाहिलं मात्र, तातडीने त्याने डॉक्टरांना फोन केला. मला एक क्षणही न दवडता हॉस्पिटलमध्ये घेऊन येण्यास डॉक्टरांनी सांगितलं.

कॅन्सरबरोबरचा माझा लढा आता संपतोय... असं वाटत होतं.

७

जग मागे सोडून जाताना

मला गडबडीने हॉस्पिटलमध्ये नेण्यात आलं. भोवतालचं जग मला कल्पनावत आणि स्वप्नवत वाटत होतं. माझ्या जाणिवा हळूहळू कमी कमी होत चालल्या होत्या. हळूहळू माझी शुद्ध हरपत होती. हॉस्पिटलमध्ये मी आले तोवर मी पुरती कोमात गेले होते. माझ्याबद्दल डॉक्टरांना शंका वाटत होती. जरी त्यांनी आशा सोडून दिल्या नव्हत्या तरी या अवस्थेतून मी बाहेर येऊ शकेन याची शक्यता अगदी क्षीण होती असं त्यांचं मत होतं. माझ्या आजारपणाच्या सगळ्या काळामध्ये उपचारांसाठी या हॉस्पिटलमध्ये मी कधीच आले नव्हते. मी ज्या ठिकाणी औषधोपचार घेत होते तो एक मोठा दवाखाना नव्हता. सुसज्ज व अद्ययावत असं हॉस्पिटल नव्हतं. पूर्वी डॉक्टरांनी मला जे औषधोपचार दिले होते ते माझ्यासाठी पुरेसे ठरले होते. एखादी वैद्यकीय इमर्जन्सी उद्‌भवली तर त्यासाठी मात्र तो दवाखाना सुसज्ज नव्हता. पण अशा छोट्या ठिकाणी औषधोपचारासाठी जाण्याचा निर्णय माझा स्वत:चाच होता कारण तिथे मला थोडी कमी भीती वाटत असे. मोठ्या हॉस्पिटलच्या वातावरणात मला एक अनामिक भीती सतावत असे. गुदमरल्यासारखं होत असे. ही भीती माझ्या मनात ठाण मांडून बसली होती याला तसंच ठोस कारणही होतं. माझ्या दोन जवळच्या व्यक्तींना मी अशाच हॉस्पिटलमध्ये गमावलं होतं. माझी लाडकी मैत्रीण सोनी आणि डॅनीचा मेव्हणा. या दोघांचंही निधन अशाच कॅन्सरच्या उपचारांसाठी प्रसिद्ध असलेल्या मोठ्या हॉस्पिटलमध्ये झालं होतं.

मी सकाळी कोमामध्ये गेले तेव्हा डॅनीने तातडीने माझ्या नेहमीच्या दवाखान्यात फोन केला. पण माझी अवस्था ऐकून डॉक्टरांनी त्याला हाँगकाँगमधल्या कुठल्याही मोठ्या हॉस्पिटलमध्ये मला नेण्यास सांगितले. त्यांच्या मते तिथे सारे विशेषज्ञ माझ्यावर उपचार करू शकणार होते. त्याही गडबडीत मला तातडीने हॉस्पिटलमध्ये दाखल करण्याविषयी त्या डॉक्टरांनी डॅनीला सांगितलं. अशा तऱ्हेने आयुष्यात पहिल्यांदाच

अशा खास ठिकाणी विशेषज्ञांकडून उपचार करून घेण्यासाठी दाखल झाले. ज्याक्षणी मला ऑँकोलॉजिस्टने पहिल्यांदा बघितलं तेव्हा तिला जबरदस्त धक्का बसल्याचं तिच्या चेहऱ्यावरून कळत होतं.

ती डॅनीला म्हणाली, ''हे बघा, मी तुम्हाला स्पष्ट सांगते. तुमच्या पत्नीचं हृदय अद्यापि कार्यरत आहे, पण मला विचाराल तर त्या या जगामध्ये नाहीत. आता खूप उशीर झाला आहे.''

मला आश्चर्य वाटत होतं. डॉक्टर हे कुणाबद्दल बोलत आहेत? वास्तविक मला इतकं छान वाटत होतं. आयुष्यात पहिल्यांदाच इतकं छान वाटत होतं. मम्मा आणि डॅनी दोघेही इतके घाबरले का आहेत? त्यांना एवढी चिंता का वाटत आहे? 'मम्मा, प्लीज रडू नकोस. काय झालं, तू माझ्यासाठी रडत आहेस का? मी तर अगदी छान आहे. मम्मा, प्लीज माझ्यासाठी रडू नकोस.'' हे सारे शब्द मी मोठ्यांदा बोलत आहे असं मला वाटत होतं. पण ते बाहेरच येत नव्हते. माझा आवाज बंद झाला होता.

मला माझ्या आईला मिठीत घ्यायचं होतं. तिला समजवायचं होतं. मी व्यवस्थित आहे, छान आहे हे तिला सांगायचं होतं. पण मला हे सारं तिच्यापर्यंत पोहोचवता येत नव्हतं. ते का, हे मला कळत नव्हतं. माझं भौतिक शरीर मला का सहकार्य करत नव्हतं? मी तिथे निर्जीव म्हणून का पडून राहिले होते? मला मनातून तर माझ्या लाडक्या नवऱ्याला आणि आईला जवळ घेऊन 'आता मला अजिबात वेदना होत नाहीत, मला खूप बरं वाटतंय,' हे सांगायचं होतं.

माझ्या परिस्थितीचं एकूण गांभीर्य लक्षात घेऊन ऑँकोलॉजिस्टनी आणखी एका वरिष्ठ ऑँकोलाजिस्टना पाचारण केलं. तिनं केलेल्या निदानाला त्यांनी पुष्टी द्यावी हाच तिचा त्यामागे हेतू होता. या जवळपास मरणासन्न स्थितीमध्ये मला सभोवताली काय काय चालू आहे, या साऱ्या गोष्टी अतिशय बारकाईने जाणवत होत्या. इतक्या की नॉर्मल अवस्थेतही मला इतक्या तपशिलाने चक्क त्या कधी जाणवल्या नव्हत्या. वास्तविक त्याक्षणी मी माझी पंचेंद्रियं अजिबात वापरत नव्हते. तरीही मला सगळ्या गोष्टींची व्यवस्थितपणे खोल जाणीव होत होती. माझं भौतिक शरीर ज्या गोष्टी पूर्वी म्हणजे मी बरी असताना, जाणू शकत नसे; त्याही गोष्टी मला या अवस्थेत जाणवत होत्या. मला आता जी जी जाणीव होत होती ते एक वेगळ्याच प्रकारचं ज्ञान आहे, असं मला वाटत होतं. ज्ञान किंवा जाणिवेपेक्षाही साऱ्या गोष्टी मी स्वत:मध्ये सामावून घेत होते किंवा हळूहळू मीच सगळ्यात विलीन होत जात होते.

ते वरिष्ठ ऑंकोलॉजिस्ट आले, माझी परिस्थिती बघून त्यांनी माझा तो अचेतन देह रेडिओलॉजी लॅबमध्ये नेण्यास सांगितला. त्यांना माझ्या पूर्ण शरीराचं स्कॅनिंग करायचं होतं. घरी ज्या पद्धतीने गेले काही दिवस माझ्या डोक्याला उशीचा आधार देऊन मी जरासं ते कलतं ठेवत असे तसंच आताही ते ठेवलं होतं, हे माझ्या लक्षात आलं. मला कायम असं तिरकंच बसायला लागत असे.

कारण मी पूर्वी सांगितल्याप्रमाणे माझ्या दोन्हीही फुफ्फुसांमध्ये द्रव भरून गेला होता आणि जर मी डोकं पूर्ण आडवं ठेवलं तर माझ्याच फुफ्फुसातल्या त्या द्रवामुळे मला घशात गुदमरल्यासारखं होत असे. अजूनही माझ्या शरीराला ऑक्सिजन टँक जोडलेला होता. रेडिओलॉजी लॅबमध्ये गेल्यानंतर त्यांनी माझ्या चेहऱ्यावरचा मास्क बाजूला केला. मला उचललं आणि एम.आर.आय.च्या मशीनमध्ये ठेवलं. काही सेकंदातच मला गुदमरल्या सारखं व्हायला लागलं. मला खोकल्याची ढास लागली. मला उलट्या होऊ लागल्या.

''प्लीज, तिचा ऑक्सिजन काढू नका. कारण ती पूर्ण आडवी होऊ शकत नाही. प्लीज, बघा ती गुदमरत आहे. तिला श्वास घेता येत नाहीये. असं जर तुम्ही केलं तर ती खरोखरच मरून जाईल.'' डॅनी तळमळीने ओरडून डॉक्टरांना विनवणी करत होता. ते मला ऐकू येत होतं.

शांतपणे रेडिओलॉजिस्टस्पैकी एकाने डॅनीला सांगितलं, ''हे बघा, या सगळ्या गोष्टी करणं अतिशय गरजेचं आहे. तुम्ही काही काळजी करू नका. आम्ही शक्य तितक्या हळुवारपणे आणि काळजी घेऊन हे सारं करत आहोत. ऑक्सिजन नसताना एकावेळी ३० सेकंद त्या या स्थितीत राहून सारं सहन करू शकतात.''

अशा तऱ्हेने रेडिओलॉजिस्टने मला ३०-४० सेकंद एम.आर.आय.च्या त्या मशीन मध्ये ठेवलं. त्यानंतर पुन्हा बाहेर काढलं. ऑक्सिजन दिला आणि पुन्हा ३०-४० सेकंदां साठी आत सरकवलं. अशाप्रकारे थांबत थांबत माझ्या शरीराचं स्कॅनिंग चाललं होतं. याचा परिणाम एकच झाला तो म्हणजे माझं स्कॅनिंग पूर्ण व्हायला भरपूर वेळ लागला. स्कॅनिंग पूर्ण झाल्यानंतर मला आय.सी.यू.मध्ये आणण्यात आलं.

माझ्या नवऱ्याच्या विनंतीला मान देऊन डॉक्टरांनी पुढचे उपचार सुरू केले. मी मरावं अशी माझ्या नवऱ्याची इच्छा नव्हती. माझ्या नवऱ्याला मला अजिबात मरू द्यायचं नव्हतं. वेगवेगळ्या सुया माझ्या शरीरात खुपसण्यात आल्या आणि अनेक नळ्या जोडण्यात आल्या. मी निष्प्राण होऊन तिथे पडून होते आणि माझं कुटुंब हतबल होऊन

समोर चाललेला सगळा प्रकार शांतपणे बघत होतं.

माझ्या बिछान्याच्या सभोवती जाड पडदा ओढण्यात आला. माझ्या दोन्हीही बाजूला असणाऱ्या रुग्णांपासून मला वेगळं करण्यात आलं. डॅनी आणि आई दोघंही पडद्याच्या पलीकडे थांबले होते.

माझ्याभोवती नर्सेसची अजूनही लगबग चालू होती, हे मला जाणवत होतं. त्या जवळपास निर्जीव असणाऱ्या माझ्या शरीराला ऑक्सिजन जोडत होत्या. आय.व्ही. सुरू करण्यासाठी धावपळ सुरू होती. सलाईनमधून मला द्रवपदार्थ आणि ग्लुकोज दिलं जाणार होतं. माझं शरीर इतकं अशक्त झालं होतं, की ते तातडीने सुरू करण्याची आवश्यकता होती. माझ्या बिछान्याच्या वरच्या बाजूला एक मॉनिटर ठेवण्यात आला. माझ्या शरीराला तो जोडला गेला. माझा रक्तदाब आणि हृदयाचे ठोके दोन्हींवर नजर ठेवण्यासाठी ही उपाययोजना होती. अन्न देणारी एक ट्युब थेट माझ्या नाकातून आत घालण्यात आली. घशातून माझ्या पोटात ती गेली. त्यामुळे मला थेट अन्न दिलं जाणार होतं. रेस्पिरेटरने माझ्या नाकात ऑक्सिजन देण्यात आला. अन्नासाठीची ट्युब माझ्या शरीरात घालताना खूप त्रास झाला. कारण ती घशातून श्वसननलिकेच्या बाजूने आत घालणं अवघड होतं. शेवटी त्यांनी घशात काहीतरी औषध फवारलं. त्यामुळे तिथले स्नायू बधीर झाले. नंतरच ती ट्युब त्यांनी आत घातली.

लोक मला बघायला हॉस्पिटलमध्ये येत होते, तेव्हा ते कोण आहेत आणि काय करत आहेत, याची जाणीव मला होती. माझ्या भौतिक शरीराचे डोळे मिटले होते, पण तरीही कसं काय कोणास ठाऊक, माझ्या अवतीभवती आणि त्या पलीकडेही घडणाऱ्या घटना मला सविस्तरपणे जाणवत होत्या. मी जागी असताना, शुद्धीत असताना माझ्या भौतिक जाणिवा वापरूनही ज्या गोष्टींचं ज्ञान मला जितक्या प्रकर्षाने होत नसे; तितक्या तीव्रतेने मला आत्ता या साऱ्या गोष्टी जाणवत होत्या. केवळ प्रत्यक्षात घडणाऱ्या गोष्टीच मला कळत किंवा जाणवत होत्या असं नाही, तर एखाद्या व्यक्तीच्या आरपार बघता यावं आणि त्याला जाणून घेता यावं अशातऱ्हेने मला प्रत्येकाच्या भावनाही कळत होत्या.

प्रत्येकाच्या मनातली भीती, हतबलता आणि माझ्या परिस्थितीबद्दल वाटणारी चिंता हे सारं मला जसंच्या तसं आजूबाजूला जाणवत होतं.

डॅनी आणि ममा अतिशय घाबरलेले आणि दुःखी दिसत होते. 'ममा, मला अजिबात वेदना होत नाहीत. मला खूप बरं वाटतंय', हे मला त्यांना सांगावंसं वाटत

होतं. 'ममा, प्लीज रडू नकोस. मी इथेच तुझ्याबरोबरच आहे आणि एकदम बरी आहे.'

अशातऱ्हेने सभोवतालच्या प्रत्येक गोष्टीची मला पूर्ण जाणीव होती. सगळ्या गोष्टी एकाच वेळी घडत आहेत, असं मला वाटत होतं. ज्या गोष्टीकडे मी माझं लक्ष केंद्रीत करेन ती एका क्षणात मला उमगत होती.

''मला तिची नस मिळत नाहीये.'' नर्सेसपैकी एकजण अतिशय काळजीने डॉक्टरांशी बोलत असल्याचं मला ऐकू आलं. त्याच्या आवाजात कमालीची भीती होती. ''तिच्या नसा पूर्णपणे आकुंचन पावल्या आहेत. बापरे! तिच्या सगळ्या अवयवांकडे बघा. त्यावर जराही मांस नाही असं वाटतंय. काही काळ तिच्या शरीराला पोषक द्रव्ये शोषून घेता येत नसावीत.'' मला हा आवाज स्पष्ट ऐकू येत होता. तो एका पुरुषाचा आवाज होता. अच्छा! हा मेल नर्स होता तर!

तो किती निराशेने बोलत होता. त्याने जवळपास माझी आशा सोडून दिली होती. पण मी त्याला दोष कसा देऊ?

''तिच्या फुप्फुसात पाणी झालं आहे. त्या द्रवामुळेच तिचा श्वास कोंदतोय. तिच्या फुप्फुसातून पाणी बाहेर काढावंच लागेल. तरच ती जरा बऱ्याप्रकारे श्वासोच्छ्वास करू शकेल.'' ते वरिष्ठ ऑंकोलॉजिस्ट सांगत होते. माझ्या निष्प्राण शरीरावर ते अगदी मनापासून उपचार करण्याचे प्रयत्न करत होते. पण त्या क्षणी मला जे काही वाटत होतं त्यापुढे त्यांचे हे प्रयत्न खूपच कमी होते.

डॉक्टरांची टीम गडबडीने काम करत होती. त्यांच्या प्रत्येक कृतीतून तातडीने दिसून येत होती. त्या साऱ्यांना मी यातून बाहेर येईन याबद्दल किंचितही आशा वाटत नव्हती आणि माझी नियती त्यांनी स्वीकारली आहे, असंही मला क्षणभर जाणवलं. शारीरिकदृष्ट्या मला कसलीही जाणीव नव्हती. पण तरीही सारं मला कळत होतं. एकप्रकारची सुटकेची आणि स्वातंत्र्याची भावना मला जाणवू लागली होती. आजपर्यंत अशी भावना मला कधीच जाणवली नव्हती.

व्वा! हे अवर्णनीय आहे. मला इतकं मोकळं आणि हलकं वाटत आहे! काय चाललं आहे हे सगळं? आजवर मला इतकं छान कधीच वाटलं नव्हतं. आता त्या ट्युब्ज नाहीत, व्हीलचेअरचा आधार नाही, कुणाच्याही मदतीशिवाय मी सगळीकडे मोकळेपणाने हिंडू शकत आहे. मला श्वसनासाठी आता कोणतीही बाहेरची मदत घेण्याची आवश्यकता नाही. हे बघूनच इतकं छान वाटत आहे!

हॉस्पिटलच्या बिछान्यावर असलेल्या माझ्या निष्प्राण देहाबद्दल मला आता कोणतंही भावनिक नातं जाणवत नव्हतं. किंबहुना ते शरीर माझं आहे, असंही मला वाटत नव्हतं. जे काही अनुभव मी आत्ता घेत होते, त्यापुढे ते शरीर इतकं लहान आणि क्षुल्लक वाटत होतं, की मला त्याचं वर्णनही करता येणार नाही. मला कम ालीचं स्वतंत्र, मुक्त आणि उदात्त असं जाणवत होतं. माझ्या शरीरामधली प्रत्येक वेदना, दुखणं, उदासी आणि दुःख कुठल्याकुठे पळून गेलं होतं. साऱ्या कचाट्यातून सुटल्यासारखं मला वाटत होतं. आजवर अशी भावना कधीच माझ्या मनात आली नव्हती.

मला कॅन्सर झाल्यापासून गेली चार वर्षं माझ्या शरीराच्या तुरुंगात मी अडकून पडलेय, असं मला वाटत असे. तब्बल चार वर्षं ही भावना उराशी घेऊनच मी जगत होते आणि अखेरीस आज माझी यातून सुटका झाली होती. पहिल्यांदाच मी स्वातंत्र्याचा आनंद उपभोगत होते. मला कोणतंही वजन नसल्याप्रमाणे एकदम हलकं वाटत होतं. कोणत्याही वेळी मी कुठेही जाऊ शकते, असं वाटत होतं. विशेष म्हणजे हे काहीतरी वेगळं आहे असं मला अजिबात वाटत नव्हतं. हे सगळं नेहमीसारखंच आहे असंच भासत होतं. आय.सी.यू.च्या बाहेर जवळपास चाळीस पावलांवर माझा नवरा आणि डॉक्टर एकमेकांशी बोलत होते. त्यांचं सारं बोलणंही मला कळत होतं. पण ते मला कसं कळतंय हा प्रश्नही मला पडला नव्हता. हे काहीतरी विचित्र होत आहे, असं मला अजिबात वाटत नव्हतं.

''शिवाय मिस्टर मूरजानी, आता आम्ही तुमच्या पत्नीला वाचवण्यासाठी काहीही करू शकत नाही. त्यांचे अवयव निकामी झाले आहेत. संपूर्ण लिम्फॅटिक सिस्टीममध्ये लिंबाच्या आकाराचे अनेक ट्युमर्स आहेत. अगदी त्यांच्या कवटीपासून थेट ओटीपोटापर्यंत ट्युमर पसरला आहे. त्यांच्या मेंदूत आणि फुप्फुसात पाणी झालं आहे. त्यांच्या त्वचेवर जागोजागी जखमा व व्रण आहेत. त्यातून टॉक्सीन्स बाहेर येत आहेत. आजची रात्र तरी त्या घालवतील की नाही याबद्दल मला शंका आहे.'' डॉक्टर डॅनीला सांगत होते. या डॉक्टरांना यापूर्वी मी कधीच पाहिलं नव्हतं.

डॅनीच्या चेहऱ्यावरची तगमग मला जाणवत होती. मला त्याला ओरडून सांगावंसं वाटत होतं, ''डॅनी, इटस् ओके! कुठलीही काळजी करू नकोस. मी अगदी व्यवस्थित आहे. तू या डॉक्टरांचं काहीही ऐकू नकोस. ते तुला जे काही सांगत आहेत, ते खरं नाही.'' पण हे मी त्याला सांगू शकत नव्हते. कारण माझ्या तोंडून आवाजच फुटत नव्हता. त्याला काही माझं बोलणं ऐकू येत नव्हतं.

डॅनी डॉक्टरांना म्हणाला, ''वाट्टेल ते झालं तरी मी तिला असं जाऊ देणार नाही. तिचा मृत्यू मला सहन होणार नाही.''

मला माझ्या भौतिक शरीराबद्दल जरी काहीही वाटत नव्हतं तरीदेखील माझ्या भोवताली या साऱ्या ज्या नाट्यमय घटना घडत होत्या; त्यांच्यात मात्र मी भावनिकदृष्ट्या गुंतत चालले आहे हे मला जाणवत होतं. कुठलीतरी अज्ञात गोष्ट या घटनांमध्ये मला खोल ओढत होती. बाकी सर्व गोष्टी तर सोडा, पण त्या क्षणी मला एकच गोष्ट तीव्रतेने जाणवत होती. ती म्हणते, मला गमावण्याची डॅनीला जी भीती वाटत होती, त्यामुळे तो खूप हताश झाला होता. त्याबाबतीत आपण त्याच्याशी बोलून त्याला धीर द्यावा, असं मला राहून राहून वाटत होतं.

'डॅनी, मी काय बोलतेय हे तुला ऐकू येतं आहे का? माझं ऐक. मी खूप चांगली आहे. मला बरं वाटतंय, एवढंच तुला सांगायचं आहे.'

एकीकडे या साऱ्या प्रसंगात मी भावनिकदृष्ट्या गुंतत चालले आहे हे मला कळत होतं. पण त्याचवेळी दुसरीकडे या प्रसंगातून मला काहीतरी अनामिक दूर खेचून नेत आहे असंही जाणवत होतं. एखादं भव्य दृश्य किंवा भव्य योजना माझ्यासमोर उलगडत आहे, असं मला हळूहळू जाणवू लागलं होतं. सारं काही त्या योजनेनुसार तंतोतंत आणि चोख पद्धतीने घडतंय, याची जाणीव मला झाली आणि त्याच क्षणी माझं भावनिक नातं हळूहळू कमी व्हायला लागलं.

सभोवतालच्या साऱ्या गोष्टींतून भावनिकदृष्ट्या मी जसजशी मोकळी व्हायला लागले, तसतशी या सगळ्यांपासून कणाकणाने कशी दूर-दूर जात आहे, हे मला समजू लागलं. साऱ्या अवकाशाला व्यापून उरेन इतकी मी विशाल... विस्तृत होत चालले होते. सभोवतालच्या अवकाशात मी विलीन होत चालले आहे हे मला कळत होतं. मग एक क्षण असा आला, की आता मी वेगळी उरलेच नव्हते. मी भोवतालच्या साऱ्या गोष्टींमध्ये सामावून गेले होते. पण खरं तर सामावून गेले असं तरी कसं म्हणू? कारण मी स्वत:च सगळ्या गोष्टी आणि सभोवतालची प्रत्येक व्यक्ती बनून गेले होते. माझं कुटुंब आणि डॉक्टर्स यांच्यातल्या संवादाचा एक न एक शब्द मला कळत होता. वास्तविक ते माझ्या खोलीबाहेर थोड्या अंतरावर बोलत होते. पण तरीही माझ्या नवऱ्याच्या चेहऱ्यावरची भीती मला दिसत होती आणि जाणवतही होती. जणूकाही त्याक्षणी मी माझा नवराच बनून गेले होते.

याच्या जोडीलाच मला अनुपही दिसत होता. वास्तविक तो इकडे यायला

निघाला आहे, हे मला अगोदर माहीत नव्हतं पण मला भेटायला येण्यासाठी माझा भाऊ विमानात बसला आहे हे मला स्पष्ट दिसत होतं. त्याच्याकडे पाहिल्यावर, त्याच्या चेहऱ्यावर चिंता दिसल्यानंतर पुन्हा एकदा भौतिक जगातल्या त्या भावनिक नाट्यामध्ये मी खेचली जाऊ लागले.

अरे! हा तर अनुप आहे. तो विमानात बसला आहे. पण तो इतका काळजीत का आहे? हाँगकाँगला मला भेटायला येतोय वाटतं. अनुपला मला भेटायची प्रचंड तळमळ जाणवत होती हे मला दिसत होतं. अचानक त्याच्यासाठी माझ्या भावना उचंबळून आल्या. खरंतर तो हजारो मैल दूर होता.

बिचारा अनुप! त्याला माझी खूप काळजी वाटतेय. मी मरण्यापूर्वी त्याला मला भेटायचं आहे. 'अनुप, काही काळजी करू नकोस. मी इथेच आहे. गडबड करू नकोस आणि मुख्य म्हणजे मला आता कोणतीही वेदना जाणवत नाही.'

अनुपजवळ जावं आणि त्याला मिठी मारावी, असं मला वाटत होतं. मी बरी आहे, हे त्याला सांगावं अशी इच्छा होत होती. पण पुन्हा एकदा तेच! मला त्याच्यापर्यंत का पोहोचता येत नाही हे मात्र मला समजत नव्हतं. मी पुन:पुन्हा ओरडून सांगत होते, 'अनुप, मी इथेच आहे.'

अनुप इथे पोहोचण्यापूर्वी माझं भौतिक शरीर मृत होऊ नये, अशी माझी तीव्र इच्छा होती, हे मला आठवतंय. तो पोहोचण्यापूर्वी माझा मृत्यू झाला तर त्याला किती वाईट वाटेल याची कल्पना मला होती. ते दु:ख त्याच्या नशिबी येऊ नये इतकंच वाटत होतं.

जसजसं माझ्या भावाबद्दल मला वाटणारं प्रेम अधिकाधिक तीव्र होऊ लागलं, त्याच्या लाडक्या बहिणीचा त्याला न भेटताच मृत्यू होऊ नये यासाठी मला खूप काळजी वाटू लागली, तसतसं दुसरीकडे पुन्हा एकदा काहीतरी अज्ञात गोष्टीमुळे मी दूर खेचली जाऊ लागले. माझ्या लक्षात आलं ज्या ज्या वेळी माझ्या भावना परिस्थितीपेक्षा मोठ्या होतात त्या त्या वेळी पुन्हा एकदा माझं आंतरिक अस्तित्व, माझा 'स्व' विशाल होऊ लागतो. पुन्हा एकदा त्या सगळ्या चित्रापासून मी लांब जाऊ लागते, माझं गुंतणं कमी होऊ लागतं. आताही पुन्हा एकदा माझ्या समोर ते भव्य पटल उलगडू लागलं. त्या पटलात साऱ्या गोष्टी पूर्वीच ठरल्यासारख्या होत्या आणि त्याही तेवढ्याच भव्य होत्या.

मी जसजशी मोठी होऊ लागले, माझं आंतरिक अस्तित्व विशालकाय रूप घेऊ लागलं, तसतसं या जादूई स्थितीमध्ये गेल्यासारखं मला वाटू लागलं. त्याक्षणी मला ते सारं अतिशय स्वाभाविक वाटत होतं. माझ्या शरीरावर जे उपचार होत होते, ज्या शस्त्रक्रिया होत होत्या, त्या मला संपूर्णपणे कळत होत्या. पण लोकांना मात्र वाटत होतं की, मी कोमामध्ये आहे.

मी अधिकाधिक मोठी होत आहे, असं मला आता जाणवू लागलं. भौतिक जगापासून मी दूरदूर निघाले होते. अवकाश, वेळ या दोन्ही गोष्टींच्या सीमा ओलांडून मी पुढे निघाले होते. जाणिवेच्या वेगळ्याच जगात मी खूप विशाल आकार घेतला आहे असं मला वाटत होतं. स्वातंत्र्य आणि मुक्तता या दोन्ही गोष्टी मला जाणवत होत्या. भौतिक आयुष्यात त्या अशाप्रकारे मला कधीच जाणवल्या नव्हत्या. या स्थितीचं वर्णन करायचं म्हटलं तर मी एवढंच सांगू शकेन, की कमालीचा आनंद आणि एक प्रकारची विजयी भावना यांचं ते मिश्रण होतं. माझ्या आजारी आणि मरणासन्न शरीरातून माझी सुटका झाल्याची ती भावना होती. माझ्या व्याधीने मला ज्या वेदना दिल्या होत्या, त्यांच्यावर मात केल्याचा तो विजय होता.

त्या पलीकडच्या दुनियेत मी जसजशी अधिकाधिक आत जाऊ लागले, तसतसा माझा आकार वाढतच आहे हे मला जाणवत होतं. मी प्रत्येक जण आणि प्रत्येक गोष्ट बनून जात होते. माझ्या प्रिय नातेवाईकांबद्दल आणि माझ्या सभोवतालच्या जगाबद्दल मला जी भावनिक ओढ आणि नातं वाटत होतं, ते आता हळूहळू कमी होत होतं. आता माझ्या भोवताली सर्वश्रेष्ठ, अतिशय तेजस्वी आणि निर्हेतुक प्रेम होतं. त्यालाच शरण जात असताना, त्यामध्ये सामावून जात असताना, त्या प्रेमाच्या उबेमध्ये मी गुरफटली जात होते. खरं सांगायचं तर त्यावेळी मला जे वाटत होतं त्याचं वर्णन करण्यासाठी निर्हेतुक किंवा निर्व्याज प्रेम हे शब्द अपुरे ठरतील. कारण या शब्दांचा खरा अर्थ हरवून जाईल इतक्या मोठ्या प्रमाणात आणि गुळगुळीतपणे आपण ते सहज वापरत असतो. मात्र इतके दिवस माझ्या शरीराने माझ्या व्याधीशी झुंज दिली होती. आता त्या कचाट्यातून मी मुक्त झाले होते. त्या स्वातंत्र्याचा अनुभव अतिशय सुंदर होता.

अर्थात मला स्वत:ला भौतिकदृष्ट्या मी कुठे लांब चालले आहे असं वाटत नव्हतं. उलट गाढ निद्रेतून मला आता जाग आली आहे किंवा दु:स्वप्नातून मला जाग यावी अशी ती भावना होती. खरी भव्यता आता माझ्या आत्म्याला उमगू लागली होती. हे घडत असताना माझं शरीर आणि या भौतिक दुनियेच्या पलीकडे मी विशाल

रूपात साकारत होते. नंतर तर जसजशी मी मोठी होत गेले, तसतसं माझं केवळ या जगातलं अस्तित्वच नव्हे तर दुसऱ्या दुनियेतील अस्तित्वापर्यंत सारं त्यात सामावून गेलं. दुसऱ्या जगातलं हे अस्तित्त्व काळवेळाच्या पलीकडचं होतं.

प्रेम, आनंद, समाधान आणि आश्चर्य या गोष्टी माझ्या मनामध्ये ओसंडून वाहत होत्या. मला इतक्या प्रचंड प्रमाणात प्रेम जाणवत होतं, की प्रेम असं असू शकतं हेच आजवर मला ठाऊक नव्हतं. आजवर मला कधी नव्हे इतकं स्वतंत्र, मुक्त आणि खऱ्या अर्थी जिवंतही वाटत होतं. हे वर्णन करताना एक गोष्ट माझ्या लक्षात आली, भौतिक जगामध्ये ज्या गोष्टी कळणं शक्य नाही, त्या मला आता कळू लागल्या होत्या. उदाहरणच द्यायचं झालं तर, मी पूर्वी सांगितल्याप्रमाणे हॉस्पिटलमध्ये जिथे होते तिथून काही अंतरावर माझं कुटुंब आणि डॉक्टर यांच्यात होणारे संवाद मला कळत होते.

या दुसऱ्या जगामध्ये अनेक उचंबळून आलेल्या संवेदना मला जाणवत होत्या. त्या विशेषत: त्या जगातल्याच होत्या पण त्या शब्दांत वर्णन करणं अवघड आहे. संपूर्ण, शुद्ध आणि निर्व्याज प्रेमाची भावना मी अनुभवली, जी माझ्यासाठी पूर्णत: नवीन होती. ती कुठल्याही शब्दांत व्यक्त करता येणार नाही, तिची कशाशीही तुलना करता येणार नाही आणि कोणत्याही मापदंडात मोजता येणार नाही. त्यामध्ये कुठलाही भेदाभेद नव्हता. त्यात योग्य-अयोग्य, चूक-बरोबर असा निवाडा नव्हता. मला ते प्रेम मिळविण्यासाठी स्वत:ला सिद्ध करण्याची गरज नव्हती किंवा त्यासाठी मी लायक आहे की नाही, हा विचार करण्याचीही आवश्यकता नव्हती.

आश्चर्य म्हणजे अचानक माझ्या वडिलांचं अस्तित्व मला जाणवलं. वास्तविक दहा वर्षांपूर्वी त्यांना देवाज्ञा झाली होती. परंतु त्यांना तिथे बघितल्यावर मला अतिशय निवांत वाटू लागलं. एक आश्वासक भावना मला जाणवू लागली.

''डॅड, तुम्ही इथे आहात? माझा तर विश्वासच बसत नाही.''

मी हे शब्द बोलत नव्हते. माझ्या मनात फक्त हा विचार आला होता. किंबहुना शब्दातीत अशा भावना मला जाणवत होत्या. खरं तर पलीकडच्या त्या दुनियेत एकमेकांशी संवाद साधण्यासाठी शब्दांची नाही तर केवळ भावनांचीच गरज होती.

''हो! अगं, मी इथेच आहे. मी नेहमीच इथे होतो. तुझ्यासाठी, आपल्या साऱ्या कुटुंबासाठीसुद्धा!'' बाबा म्हणाले. पुन्हा एकदा या संवादात शब्द नव्हतेच. होत्या त्या फक्त भावना! पण मला त्या स्पष्टपणे कळत होत्या.

इतक्यात मला माझ्या लाडक्या मैत्रिणीचं, सोनीचं अस्तित्वही जाणवलं. कॅन्सरमुळेच मृत्यू होऊन तिला तीन वर्षं झाली होती. तिच्या अस्तित्वामुळेही मला इतकं आश्वासक आणि छान उबदार कुशीत असल्यासारखं वाटलं, माझ्या मनाला इतका निवांतपणा मिळाला की मी तो शब्दांत वर्णन करू शकत नाही. माझ्या आजाराच्या काळात हे दोघेही माझ्या बरोबरच होते, हे आत्ता मला जाणवलं. फक्त मला त्याची जाणीव नव्हती.

इतरही काहीजण माझ्या सभोवताली होते. मी त्यांना ओळखलं नाही. पण त्या साऱ्यांचं माझ्यावर खूप प्रेम असून ते माझं रक्षण करत होते, हे मला कळलं. ते सारेजण नेहमीच माझ्या भोवताली होते. माझ्याविषयी त्यांना भरपूर प्रेम वाटत होतं. मला मात्र त्याची जाणीव नव्हती हे माझ्या लक्षात आलं.

सोनी तिथे आहे हे लक्षात आल्यावर मला खूप बरं वाटलं. तिच्या मृत्यूनंतर मला तिची खूप आठवण यायची. मी तिला विसरू शकले नव्हते. आता तिच्याविषयी मला फक्त निर्हेतुक प्रेम वाटत होतं आणि तिलाही माझ्याबद्दल तेच वाटत होतं. अचानक मला वाटलं, माझं अस्तित्व हळूहळू सोनीच्या अस्तित्वात विलीन होत आहे. तिच्यात पूर्ण विलीन होऊन मी सोनीच बनले आहे. ती इथे-तिथे सगळीकडे आहे हे माझ्या लक्षात आलं. तिच्या लाडक्या लोकांसाठी एकाच वेळी, सर्व ठिकाणी हजर राहाणं तिला शक्य आहे हे माझ्या लक्षात आलं.

मी माझी पंचेंद्रियं अजिबात वापरत नव्हते. तरीही सभोवतालचं मला सखोल ज्ञान होत होतं. जणूकाही मला एखादं नवीन स्पर्शेंद्रिय मिळावं असं वाटत होतं. सर्वसामान्यपणे मानवी आयुष्यात आपल्याला ज्या जाणिवा आवश्यक असतात, त्यापेक्षा ही जाणीव कितीतरी पट मोठी होती. माझ्या सभोवतालचा वेध घेण्यासाठी मला विशाल नजर लाभली होती. ३६० अंशांत माझी नजर फिरू शकत होती. आता हे ऐकायला फार विचित्र वाटेल, पण त्या क्षणी हे सारं स्वाभाविक वाटत होतं. आता पुन्हा एकदा त्या भौतिक शरीरात राहाणं हा मोठा जाच होता.

त्या जगात वेळ, काळ या गोष्टीही वेगळ्या होत्या. सारे क्षण एकदम एकाच वेळी मला जाणवत होते. भूतकाळ, वर्तमानकाळ आणि भविष्यकाळ या साऱ्या गोष्टींची मला एकाच वेळी जाणीव होत होती. या साऱ्या वातावरणात विशेषत: सर्व जन्मांची ओळख एकाच वेळी करून घेत असताना मला हळूहळू भान येत होतं. एका जन्मात मला लहान भाऊ होता आणि मी त्याची खूप काळजी घेत असे. परंतु त्याही वेळी

अनुपच्या आणि माझ्यामध्ये या जन्मी जे नातं होतं तसंच नातं, तेच प्रेम होतं हे मला दिसत होतं. कदाचित तो अनुपच असावा. त्यावेळी तो लहान असेल आणि मी मोठी असेन. आता अनुपचं आणि माझं जे आयुष्य मी बघत होते, ते कुठेतरी खेडेगावामधलं होतं. तो कोणता काळ होता किंवा ते कोणतं ठिकाण होतं, हे मला ओळखता आलं नाही. पण आम्ही दोघं एका मातीच्या झोपडीत राहात होतो. आमच्या घरात फारशा वस्तूही नव्हत्या. आमचे आईवडील शेतात कामाला गेले, की मी अनुपची देखभाल करत असे.

मोठ्या बहिणीने आपल्या भावाची काळजी घेण्याची ही भावना मी अनुभवत होते. आम्हाला पुरेसं खायला मिळत आहे ना, इतर वाईट गोष्टींपासून आम्ही सुरक्षित आहोत ना, याची मी काळजी घेत होते. विशेष म्हणजे हे माझं पूर्वायुष्य आहे असं मला वाटत नव्हतं. वास्तविक ती सारी दृश्यं पाहात असताना ती खूप जुनी आणि ऐतिहासिक काळातली असावीत असं वाटत होतं. भौतिक जगातली ती दृश्यं होती. पण तरीही इतकी जिवंत होती की, ते सारं त्या क्षणी, तिथेच घडतंय असं वाटत होतं.

मानवी जगात जसा सरळरेषेत वेळ पुढे सरकत असतो त्या पद्धतीने या दुसऱ्या जगात तो सरकत नाही. माणसाचं मन मात्र आपल्या अवतीभोवती जे जे घडतं, त्याची क्रमवार सांगड आपल्या मनाशी घालण्याचा प्रयत्न करतं. पण जेव्हा आपण आपल्या शरीराच्या माध्यमातून व्यक्त होत नाही तेव्हा साऱ्या घटना, साऱ्या गोष्टी एकाच वेळी घडत आहेत असं वाटतं. मग तो भूतकाळ असो, वर्तमानकाळ असो वा भविष्यकाळ.

त्या दुसऱ्या जगातल्या या साऱ्या घटना, एकाच वेळी घडणारे प्रसंग तिथे स्पष्टपणे जाणवत असले तरी आता ते आठवून सविस्तर लिहिणं खूप अवघड आहे. ते लिहिताना गोंधळ उडतो. तिथे इथल्याप्रमाणे काळ पुढे सरकत नाही. त्यामुळे त्यांची क्रमवार सांगड घालणं अवघड आहे.

मानवी जगामध्ये पंचेंद्रियांच्या साहाय्याने एका वेळी एकाच गोष्टीवर आपण लक्ष केंद्रित करू शकतो. त्या घटना आपण काळवेळाच्या समीकरणात मांडू शकतो. आपल्या भौतिक शरीरामुळे भोवतालच्या अवकाशाचं ज्ञानदेखील आपल्याला मर्यादितच होतं. आपले डोळे, जेवढं बघू शकत आहेत, आपले कान जितकं ऐकू शकत आहेत किंवा स्पर्शाने, गंधाने, चवीने आपण जे काही अनुभवत आहोत, ते सारं एका विशिष्ट चौकटीतलं आणि म्हणूनच मर्यादित असतं. पण आता माझ्या शरीराला या कोणत्याही मर्यादा उरल्या नव्हत्या. काळ आणि अवकाश यांच्या विशाल जगात मी एकाच वेळी सर्व ठिकाणी भरारी घेऊ शकत होते.

दुसऱ्या जगामधील माझी विशाल जाणीव वर्णनातीत आहे. मी कितीही प्रयत्न केले तरी ती जशीच्या तशी स्पष्ट करणं अवघड आहे. कारण मी जे अनुभवलं, त्या अनुभवांमधली स्पष्टता अवर्णनीय होती.

हे सारं विश्व सार्थ आहे हे माझ्या लक्षात आलं. मला कॅन्सर का झाला, हे मला अखेरीस कळलं. मी या जगामध्ये का आले, माझ्या अस्तित्वाचं खरं प्रयोजन काय, हे मला आता कळलं होतं.

मला एकाएकी या सगळ्या गोष्टींचं ज्ञान कसं झालं? आता मला हे जाणून घ्यायचं होतं. मला ही सारी माहिती कोण देत आहे देव? भगवान कृष्ण? भगवान बुद्ध? येशूख्रिस्त? आणि त्याच क्षणी मला एक महत्त्वाची जाणीव झाली ती म्हणजे देव अशी गोष्ट अस्तित्वात नसते. तर ती एक स्थिती असते अन् मी आता त्या स्थितीमध्येच होते.

मला आजपर्यंत ज्या ज्या गोष्टी माहीत होत्या त्या साऱ्या गोष्टींनी माझं आयुष्य सुबकपणे विणलं गेलं होतं. एखादा अनुभव हा एखाद्या दोऱ्यासारखा होता. अशा अनेक अनुभवांनी भलामोठा आणि अत्यंत रंगीत अशा प्रतिमांचा एक अदृश्य गालिचा माझ्या आयुष्याने विणला होता. इतर धागे आणि रंग म्हणजे माझे नातेसंबंध होते, माझ्या आयुष्यातील अनेक लोक होते. माझी आई, माझे वडील, माझा भाऊ, माझा नवरा आणि माझ्या आयुष्यात आजवर आलेले अनेक लोक या साऱ्यांचं प्रतिनिधित्व करणारा एक एक धागा होता. जेव्हा मी माझ्या आयुष्यातल्या लोकांचा विचार केला तेव्हा त्यामध्ये खरोखरच सर्वांचा समावेश होता. काही जण खूप सकारात्मक पद्धतीने माझ्याशी जोडले गेले होते, तर काही जण नकारात्मक! मी बघितलं तर लहानपणी शाळेमध्ये मला अतोनात त्रास देणारा बिली हा सुद्धा त्यात एक धागा होता.

या साऱ्या धाग्यांनी माझ्या आयुष्यातल्या प्रत्येक प्रसंगातून एक वस्त्र विणलं होतं आणि या क्षणी माझ्या आयुष्याचं ते सार होतं. वास्तविक पाहता, मी स्वत:च एक धागा होते. पण समोरच्या विणलेल्या दृश्यामधला मी अविभाज्य भाग होते.

हे पाहिल्यानंतर एक गोष्ट माझ्या लक्षात आली, मी स्वत:बद्दल आणि आयुष्यात मला भेटलेल्या प्रत्येक व्यक्तीबद्दल शिवाय खुद्द आयुष्याबद्दल अतिशय कृतज्ञ होते. या साऱ्यांचं मी देणं लागत होते कारण हे सारेजण माझ्या आगळ्यावेगळ्या अस्तित्वाची अभिव्यक्ती होते. मी दुसऱ्या कशासारखं किंवा कुणासारखं तरी बनण्याचा प्रयत्न केला असता तरी मी इतकी चांगली बनू शकले नसते. उलट माझ्या खऱ्याखुऱ्या

स्वत्वापासून लांब गेले असते. मी खरी कशी आहे, याची जाणीव, याचा अनुभव इतरांना त्यामुळे घेता आला नसता. मला देखील त्यांच्याशी खराखुरा संवाद साधता आला नसता. माझ्या स्वत:शी मी जर अप्रामाणिक राहिले असते तर या विश्वामध्ये मी कोण बनण्यासाठी आले आहे आणि काय व्यक्त करण्यासाठी आले आहे, ते करणं मला शक्यच झालं नसतं.

अतिशय स्पष्ट अशा जाणिवेच्या त्या स्थितीमध्ये मला आणखी एक गोष्ट लक्षात आली, ती म्हणजे, 'मी कोण आहे?' याबद्दल मी नेहमी जो विचार करायचे प्रत्यक्षत: तशी मी नव्हतेच. आज या क्षणी मी येथे अशरीर आहे. मला कोणताही वंश नाही, संस्कृती नाही, धर्म आणि श्रद्धाही नाहीत. तरीही मी अस्तित्वात आहे. मग मी काय आहे? मी कोण आहे? मला कोणत्याही प्रकारे मी खुजी किंवा लहान वाटत नाही. उलट आजवर कधी नव्हे इतकं भव्य, शक्तिवान आणि सगळ्यांना सामावून घेऊ शकेन इतकं विशाल मला वाटत आहे. असं मला आजतागायत कधीही वाटलं नव्हतं. अशातऱ्हेने मी तिथे होते. मला शरीर नव्हतं. कोणत्याही भौतिक खुणा नव्हत्या. तरीही अतिशय शुद्ध असं माझं स्वत्व अस्तित्वात होतंच. माझ्या स्वत्वाचा तो सूक्ष्म प्रमाणातला अंश नव्हता. उलट जे होतं ते कमालीचं भव्य, अत्यंत संवेदनशील आणि माझ्या शारीरिक अस्तित्वापेक्षा खूप मोठं असं अस्तित्व होतं. मला स्वर्गीय अनुभूती लाभली होती. त्यानंतर असं वाटत होतं, की मी नेहमी अस्तित्वात होतेच. मला आरंभ आणि अंत या दोन्ही गोष्टी कधीच नव्हत्या. मी इतकी भव्य आहे याची मला जाणीव झाली होती.

मला राहून राहून आश्चर्य वाटत होतं. या सत्याची जाणीव मला अगोदर का झाली नाही? या गोष्टी मला अगोदर कशा कळल्या नाहीत?

समोर पसरलेल्या दृश्याकडे मी नजर टाकली. एखादा गालिचा पसरलेला असावा तसं माझं सारं आयुष्य आत्ताच्या क्षणापर्यंत माझ्यासमोर पसरलं होतं. आज मी जिथे आहे तिथे मला काय घेऊन आले आहे, कोणत्या गोष्टीमुळे मी इथे आले आहे हे मला कळत होतं.

मी माझ्या आयुष्याच्या वाटचालीकडे दृष्टिक्षेप टाकला. माझ्या स्वत:बद्दल मी इतकी कठोर का होते? स्वत:ला मी इतकी का त्रास देत असे? स्वत:ला मी इतकी गृहीत का धरत होते? मुख्य म्हणजे मी माझ्या स्वत:च्या पाठीशी ठामपणे कधीच का उभी राहिले नाही? आणि माझ्या आत्म्याचं सौंदर्य मी जगापर्यंत का पोहोचवलं नाही?

माझी हुशारी, माझी सर्जनशीलता या गोष्टी इतरांना खूश करण्यासाठी वापरून मी नेहमी का दडपल्या? मला ज्या ज्या वेळेला 'नाही' म्हणायचं होतं त्या त्या वेळी होकार देऊन मी स्वत:शी का विश्वासघात केला? मी जशी आहे तशी असावे यासाठी इतरांची संमती घेण्याचा आग्रह धरून मी माझ्या स्वत्वाला नुकसान का पोहोचवलं? माझ्या सुंदर हृदयाचं म्हणणं मी का ऐकलं नाही? त्यानुसार का वागले नाही? मला जे माहीत होतं ते माझं सत्य मी मोठ्याने व स्पष्टपणे बोलून का दाखवलं नाही?

आपण सारे जण भौतिक शरीरात जेव्हा असतो, तेव्हा या गोष्टी आपल्याला का लक्षात येत नाहीत? आपण स्वत: कोण आहोत हे इतरांनी शिकवणं अपेक्षित नाही ही गोष्ट मला कधीच लक्षात का आली नाही?

माझ्या मनात हे असंख्य विचार येत होते. अजूनही त्या निर्व्याज प्रेम आणि स्वीकार या दोन्ही गोष्टींच्या सागरात मी पूर्णपणे डुंबत होते. मी स्वत:कडेच ताज्या आणि स्वच्छ नजरेने बघू शकत होते. या विश्वामधली मी एक अतिशय सुंदर गोष्ट आहे हे मला जाणवलं. मी अस्तित्वात आहे ही एकमेव गोष्ट हाच माझा मोठा सन्मान आहे आणि त्याचा न्यायनिवाडा करण्याचा अधिकार मला नाही, हे मला कळलं. मला विशेष असं काहीही करण्याची आवश्यकता नव्हती. केवळ मी अस्तित्वात आहे या एकाच गोष्टीमुळे प्रेम मिळवण्यासाठी मी पात्र होते. त्याहून अधिक काही असण्याची आवश्यकताच नव्हती.

माझ्यासाठी चकित करून टाकणारी ती जाणीव होती. कारण आजवर प्रेम मिळवायचं असेल तर मी काही ना काही काम केलं पाहिजे, कृती केली पाहिजे असा माझा विचार होता. आजवर मला वाटत होतं की, माझी कुणाला काळजी वाटावी, माझ्याविषयी प्रेम वाटावं यासाठी मी लायक आणि पात्र असायला हवं. त्यामुळे आता जी जाणीव मला झाली होती ती खरोखरच अद्भुत होती. कारण या जाणिवेने मला अशी कोणतीही गोष्ट आवश्यक नसते याचं ज्ञान दिलं होतं. मी केवळ अस्तित्वात आहे एवढ्या एकाच गोष्टीसाठी मला निर्हेतुक प्रेम मिळालं पाहिजे. कोणत्याही कारणासाठी माझ्यावर प्रेम केलं जाऊ नये हे मला उमगलं होतं.

माझं हे भव्य आणि उदात्त रूप हीच खऱ्या अर्थाने मी आहे, हे मला लक्षात आल्यानंतर साऱ्या गोष्टी कल्पनेच्या पलीकडे स्पष्टपणे दिसू लागल्या. माझ्या असण्याचं हेच सत्य होतं. ही समज, जाणीव कमालीची स्पष्ट होती. मी माझ्या स्वत:कडे एका नवीन नजरेने बघू लागले होते. मला झालेल्या जाणिवेच्या प्रकाशात मी स्वत:ला

स्पष्टपणे जाणवत होते. या साऱ्या प्रसंगादरम्यान जो ओघ, तेज आणि अप्रतिम सौंदर्य यांचा मी अनुभव घेत होते, त्यात कसलाही अडथळा नव्हता.

आपण सारेजण एकमेकांशी जोडले गेलो आहोत, हे आता मला कळून चुकलं. त्यांमध्ये केवळ व्यक्ती किंवा कोणतेही सजीव एवढ्यांचाच समावेश नव्हता, तर विश्वा मधल्या साऱ्या गोष्टी एकमेकांशी जोडल्या गेल्या आहेत हे मला जाणवलं. प्रत्येक माणूस, प्राणी, वनस्पती, कृमी-कीटक, पर्वत, समुद्र हे सारं विश्वच एकमेकांशी जोडलं गेलं आहे. हे विश्व जिवंत आहे. जीवनात आणि निसर्गात त्याने चेतना भरली आहे. येथील प्रत्येक गोष्ट त्या अमर्याद पूर्णत्वाचाच एक भाग असून, आपण सारेजण त्या एकतेचेच अनेक पैलू आहोत. आपण सारे एक आहोत आणि त्या पूर्णत्वावर प्रत्येकजण आपापल्या पद्धतीने एकत्रितपणे प्रभाव टाकत असतो.

डॅनीचं आयुष्य आणि त्याचं प्रयोजन या दोन्हीही गोष्टी माझ्याशी बेमालूमपणे जोडल्या गेल्या आहेत हे मला जाणवलं. आम्ही दोघं इतक्या घट्ट विणीने बांधले गेलो आहोत, की मी जर मेले तर तोही लवकरच माझ्या पाठोपाठ येईल हे माझ्या लक्षात आलं. हे जर खरोखरच घडलं तरीदेखील या भव्य दृश्यात सारं काही सुरळीतपणे आणि ठरल्याप्रमाणे चालू राहाणारच आहे, हे पण मला ठाऊक होतं.

कॅन्सर ही माझ्या पूर्वकृत्यांची सजा वगैरे नाही किंवा हे माझं नकारात्मक कर्म नाही हे आता माझ्या लक्षात आलं होतं. पूर्वी माझा या गोष्टींवर विश्वास होता. मी केलेल्या पापांची किंवा दुष्कृत्यांची ही सजा आहे आणि ते माझे भोग आहेत असं मी मानत होते. पण आता वास्तव माझ्या लक्षात आलं होतं. प्रत्येक क्षण हा अदृश्य शक्यतांचा परिपाक असतो. प्रत्येक निर्णय, प्रत्येक निवड आणि माझ्या आयुष्यातला प्रत्येक विचार हा त्या त्या क्षणाचा आविष्कार असतो. माझ्या मनातील अनेक प्रकारची भीती आणि माझं अपरिमित सामर्थ्य या दोन्हीही गोष्टी या व्याधीतून अभिव्यक्त झाल्या होत्या.

८

विलक्षण अद्‌भुत, पण अमर्याद अशा जगातली सैर

तुम्हाला मी माझा मृत्यूच्या समीप असणारा अनुभव (NDE) आता सांगणार आहे. हा अनुभव शब्दांत व्यक्त करण्याचा माझा छोटासा प्रयत्न आहे. कारण या अनुभवाची खोली, व्याप्ती आणि या अनुभवातून मला मिळालेलं प्रचंड ज्ञान या गोष्टी जशाच्या तशा वर्णन करण्यासाठी माझे शब्द अपुरे पडणार आहेत याची मला पूर्णत: जाणीव आहे. त्यामुळे विविध प्रकारच्या उपमा देत, साधर्म्यस्थळे शोधत आणि वास्तवातील गोष्टींशी तुलना करत हा अनुभव तुमच्यापर्यंत पोहोचविण्याचा माझा प्रयत्न आहे. त्या आधारे जो अद्‌भुत अनुभव मी घेतला, त्याचा सारांश जरी थोड्याफार प्रमाणात मी तुमच्यापर्यंत पोहोचवू शकले तरी मला आनंद होईल.

कल्पना करा, तुम्ही म्हणजे एक मोठे आणि अंधारे कोठार आहात. तुम्ही त्या अंधाऱ्या जगामध्ये केवळ एकाच प्रकाशकिरणाच्या साहाय्याने राहात आहात. त्या प्रचंड मोठ्या अंधाऱ्या जागेत अनेक गोष्टी असतील पण तुम्हाला मात्र प्रकाशकिरणाच्या उजेडात जेवढं दिसतं तेवढ्याचीच माहिती आहे. समजा, एखादी गोष्ट तुम्हाला शोधायची असेल, मग ती तुम्हाला मिळाली किंवा नाही मिळाली तर, ती गोष्ट अस्तित्वातच नाही असा याचा अर्थ होतो का? ती गोष्ट तुम्हाला मिळाली, तर उत्तमच. पण जर मिळाली नाही तर त्याचा अर्थ प्रकाशाचा किरण त्या गोष्टीपर्यंत पोहोचलेला नाही म्हणून ती तुम्हाला दिसत नाही. म्हणून ती गोष्ट अस्तित्वातच नाही असं नाही. कधी कधी असंही होतं, की त्या गोष्टीची तुम्हाला पूर्णत: कल्पना असू शकते. तिच्या अस्तित्वाची जाणीवही असू शकते परंतु जोवर ती हातात येत नाही तोवर तुमचा शोध सुरूच राहातो. तुमच्या प्रकाशाचा किरण जेवढ्या जागेत पडला आहे तेवढंच जग तुम्हाला दिसतं आणि म्हणूनच जे तुम्हाला अगोदरच माहीत आहे, तेवढ्याच गोष्टींची ओळख तुम्हाला पटते.

भौतिक जीवन हे असं असतं. आपल्या जाणिवा ज्या गोष्टींवर केंद्रित होतात, त्याच गोष्टी आपल्याला ठाऊक असतात. थोडक्यात, जे परिचयाचं असतं तेवढंच आपल्याला समजू शकतं.

आता पुढे एक वेगळी कल्पना करा. अचानक कोणीतरी येऊन दिव्याचं बटण दाबलंय. पहिल्यांदाच चकाकी, आवाज आणि रंग या तिन्ही गोष्टींनी कोठार उजळलं आहे. तुम्हाला आता संपूर्ण कोठार लख्ख प्रकाशात दिसत आहे. त्यातला अंधार नाहीसा झाला आहे आणि अचानक तुमच्या लक्षात येतं, तुम्ही जशी कल्पना करत होता तसं तिथं काहीही नाही! प्रकाश चमकतो आहे, मध्येच उजळतो आहे, लखलखाट होत आहे. त्या प्रकाशात लाल, पिवळे, निळे आणि हिरवे रंग मधूनमधून चमकताहेत. आजवर कधीही बघितलेले नाहीत आणि तुम्हाला ओळखताच येत नाहीत असे रंग तुमच्या समोर साकारत आहेत. आजवर कधीही न ऐकलेले ध्वनी, सुरेल सुरावटी त्या कोठारामध्ये घुमत आहेत. रंग आणि सुरांचा अद्‌भुत कॅलिडोस्कोप तुमच्या समोर साकारतो आहे.

नियॉन साईन्सचा लखलखाट होत आहे. चेरी रंगाच्या फिक्कट पिवळ्या, लालभडक, सुखद हिरव्या व चित्रमय जांभुळसर आणि सोनेरी रंगाची तेजस्वी इंद्रधनुषी प्रभा सर्वत्र फाकत आहे. अनेक प्रकारची इलेक्ट्रिक खेळणी तुमच्या नजरेसमोर तेथील मांडण्यांवरून खालीवर धावत आहेत. शेकडो वर्णनातीत रंगाच्या पेट्या, मोठमोठे बॉक्सेस, असंख्य कागद, पेन्सिली, रंग, शाई, अन्नपदार्थांचे डबे, गोड गोड गोळ्यांची असंख्य रंगांची पाकिटं, वेगवेगळ्या फेसाळत्या सोड्याच्या बाटल्या, सर्व प्रकारची चॉकलेट्स, शॅपेन्स, जगभरातील उत्तमोत्तम वाईन्स यांनी सभोवतालच्या मांडण्या ओसंडून वाहात आहेत. अचानक रॉकेटसारखं काहीतरी उडतं, त्यातून फुलांचा आणि शीतल अशा अग्निपुष्पांचा, तसंच सूं सूं आवाज करत येणाऱ्या अग्निगोलांचा वर्षाव तुमच्यावर होतोय. प्रकाशाचा एक नवीनच खेळ तुमच्यासमोर साकारत असतो.

या साऱ्या अनुभवाची व्याप्ती, गुंतागुंत, खोली आणि विस्तार या गोष्टी इतक्या प्रचंड आहेत, ज्यामुळे तुम्हाला स्वर्गीय आनंद मिळतो. विशेष म्हणजे ज्या जगात तुम्ही वावरत असता, त्या अवकाशाचा अंत तुम्हाला दिसतच नाही. जितक्या गोष्टींची तुम्हाला माहिती असते त्यापेक्षा अधिक काहीतरी विलक्षण असं आहे; या गोष्टीची तुम्हाला मनोमन पूर्ण जाणीव असते. या अनुभवातून जी भावना तुमच्या मनात निर्माण होते, त्यापेक्षा कितीतरी पट अधिक भावना आणि अनुभव घ्यावयाचे अद्याप शिल्लक आहेत हेही तुम्हाला ठाऊक असतं. एकच गोष्ट तुम्हाला पक्की कळून चुकलेली असते,

ती म्हणजे काहीतरी विलक्षण, अद्भुत, जिवंत आणि अमर्याद अशा विश्वाचा तुम्ही एक घटक आहात. दृष्टी आणि ध्वनी या पलीकडे जाणाऱ्या एका वेगळ्याच, विशाल जगाचा तुम्ही अनुभव घेत आहात.

आजवर तुमच्या सभोवतालच्या जगामधलं वास्तव किंवा तुमचं अस्तित्व या गोष्टीच तुम्हाला खऱ्या वाटत होत्या. त्या पलीकडच्या जगाच्या तुलनेत अतिशय लहान अशा या गोष्टी होत्या हे तुमच्या लक्षात येतं. एका भल्यामोठ्या जगाचा एक लहानसा अंश! आता तुम्हाला खऱ्या अर्थाने अनेक जाणिवा होऊ लागतात. एकमेकांशी जोडल्या गेलेल्या गोष्टी दिसायला लागतात. परस्परांशी या साऱ्या गोष्टी कशा पूरक आहेत, याची जाणीव तुम्हाला होऊ लागते. त्या अंधाऱ्या कोठारामध्ये भिन्न-भिन्न अशा किती गोष्टी होत्या! ज्या आजवर तुम्ही कधी बघितल्याच नव्हत्या किंबहुना त्या अस्तित्वात असतील अशी स्वप्नातही कधी कल्पना केलेली नव्हती. इतक्या मोठ्या प्रमाणावर, रंगांच्या अनोख्या दुनियेत त्यांचे सुरेल ध्वनी, त्यांचा खास असा पोत असं काही अस्तित्वात असेल हे तुमच्या ध्यानीमनीही नव्हतं. पण त्या प्रत्यक्षात होत्या, ज्या गोष्टींची तुम्हाला अगोदरच जाणीव होती, त्यांच्यासोबतच या अज्ञात गोष्टीही होत्या. विशेष म्हणजे ज्या वस्तूंच्या अस्तित्वाची जाणीव तुम्हाला होती, त्याच वस्तू या दैवी अनुभवानंतर खूप वेगळ्या वाटू लागतात. त्यांचे संदर्भही बदलतात. त्या वस्तूंचे पूर्णत: नवीन पैलू तुमच्या लक्षात येतात. ठाऊक असलेल्याच या गोष्टी किंवा वस्तू आता पूर्णत: नव्या आणि विलक्षण वास्तववादी वाटू लागतात.

बटण बंद करावं तसा तो प्रकाश पुन्हा नाहीसा जरी झाला तरीही या अनुभवाची जाणीव आणि स्पष्टता, ती अद्भुतता आणि सौंदर्य, या अनुभवाचा कमालीचा जिवंतपणा या गोष्टी तुम्ही कधीच विसरू शकत नाही. त्या अंधाऱ्या कोठारामध्ये जे जे अस्तित्वात आहे, त्याचं ज्ञान तुमच्या ठिकाणी कायमचं राहातं. तुम्ही ते कधीही विसरत नाही. आता तुमच्या जवळ असलेल्या त्या अंधुकशा एकाच प्रकाशकिरणाच्या उजेडात तेथे काय काय आहे, याची तुम्हाला अतिशय बारकाईने झालेली माहिती असते. त्या वस्तू कशा मिळवायच्या, त्यांचा उपयोग कसा करून घ्यायचा, याचं पूर्ण ज्ञान तुम्हाला आता मिळालेलं असतं. विलक्षण अनुभव देणाऱ्या त्या क्षणांमध्ये तुम्ही काय काय बघितलंत, हे थक्क करून टाकणारं ज्ञान तुम्हाला कसं मिळालं, याविषयी एकप्रकारचं आश्चर्य तुमच्या मनात उमटतं. आयुष्य आता एक वेगळंच वळण घेतं. एक नवा अर्थ त्याला लाभतो. तो गवसल्याने तुमच्या या नव्या जाणिवेतून नवनवीन अनुभव घ्यायला तुम्ही सिद्ध होता.

नव्या जगातील, पलीकडच्या दुनियेतील या नवीन जाणिवेने माझ्या व्यक्तिमत्त्वाला कमालीचा आनंद आणि एक सुजाण अशी शोधक वृत्ती लाभली. या अनुभवाने पर्यायांची निवड करणं माझ्या हातात आहे याचं भान मला आलं.

या दुनियेत वावरताना एका क्षणी मला पुन्हा एकदा माझ्या बाबांच्या अस्तित्वाची जाणीव झाली. ते माझ्या इतक्या जवळ होते, की जणू मला कुशीत घेत आहेत असं मला वाटलं.

''डॅडी, असं वाटतंय, की मी पुन्हा घरी आले आहे. मला इथे खूप बरं वाटतंय. आयुष्य किती वेदनादायी असतं.'' मी त्यांना म्हटलं.

''पण बाळा, तू तर नेहमीच घरी होतीस.'' ते मला धीर देत सांगत होते. ''नेहमी लक्षात ठेव, तू नेहमी घरीच होतीस आणि नेहमी घरीच राहशील.''

वास्तविक पाहाता, लहानाची मोठी होत असताना मी कधीच बाबांच्या इतक्या जवळ नव्हते. परंतु आता बाबा जे व्यक्त करत होते ते अतिशय तेजस्वी आणि निर्व्याज प्रेम आहे हे मला प्रकर्षानं जाणवत होतं. वास्तविक, भौतिक जगात त्यांच्याबरोबर राहात असताना त्यांची कडक शिस्त, भारतीय संस्कृतीचे सगळे नियम मी पाळावेत असा त्यांचा अट्टहास, लहान वयात माझ्या लग्नासाठी त्यांनी केलेले प्रयत्न, त्यातून आपण भारतीय संस्कृतीत राहण्यास लायक नाही ही माझ्या मनात निर्माण झालेली भावना, त्यांच्या अपेक्षांची मी पूर्तता करू शकत नाही ही माझ्या मनातली खंत या साऱ्या गोष्टींमुळे मी पुरती वैतागून गेले होते. किंबहुना कमालीच्या उद्वेगाने माझं मन निराशच झालं होतं. पण आता या पल्याडच्या जगात कुठल्याही भौतिक मर्यादा, संस्कृती आणि अपेक्षांचं ओझं या गोष्टी आम्हा दोघांमध्ये अडथळा ठरत नव्हत्या. आता त्यांना माझ्याबद्दल जे वाटत होतं ते फक्त शुद्ध प्रेम होतं.

वास्तव आयुष्यात संस्कृतीचं जे ओझं त्यांनी माझ्यावर लादलं होतं, ते आता पार गळून पडलं होतं. याचं मुख्य कारण म्हणजे त्याला भौतिक अस्तित्वाच्या मर्यादा होत्या. मृत्यूनंतर आता या कशालाही काहीही अर्थ राहिलेला नव्हता. त्या जगातली मूल्यं मृत्यूनंतरच्या या जगात अर्थहीन झाली होती. आम्हा दोघांमध्ये जे काही राहिलं होतं ते म्हणजे आमच्या नात्याची घट्ट नाळ आणि एकमेकांविषयी आम्हाला वाटणारं निर्व्याज प्रेम. त्या प्रेमाला कुठलेही हेतू नव्हते. त्यात कुठल्याही अपेक्षा नव्हत्या. म्हणून पहिल्यांदाच मला त्या क्षणाचा निखळ आनंद मिळाला. बाबांच्या सहवासात मला खूप सुरक्षित आणि आश्वासक वाटलं. ही भावना अतिशय सुंदर होती. खऱ्या

अर्थाने मी माझ्या घरी आले आहे, असं मला वाटलं.

आमच्या दोघांतला संवाद हा शाब्दिक नव्हता. पण परस्पर सामंजस्याने आम्हा दोघांना एकमेकांना काय म्हणायचं आहे, काय सांगायचं आहे, हे कळत होतं. मी बाबांना समजून घेतलं, एवढंच नाही तर जणू काही त्याहीपेक्षा खूप पुढे जात मी म्हणजे तेच बनून गेले. मी माझे वडील होऊन गेले. त्यांच्या मृत्यूनंतरही ते माझ्या कुटुंबाबरोबर होते, माझ्या आईबरोबर होते, तिला वेळोवेळी आधार देत होते, त्यांची तिच्यावर मायेची नजर होती. माझ्यासोबतही ते होते अगदी माझ्या लग्नाच्या वेळी, माझ्या आजारादरम्यान! त्यांनी माझी साथ कधीही, सोडली नव्हती, हे मला तेव्हा जाणवलं.

आताही ते मला जे सांगू पाहात होते त्याचा गर्भित अर्थ माझ्यापर्यंत थेट पोहोचत होता. ते मला सांगू पाहात होते, ''बाळा, अजून तुझी घरी येण्याची वेळ झालेली नाही. परंतु तुला माझ्याबरोबर यायचं आहे, की पुन्हा एकदा तुझ्या शरीरात जायचं आहे? याची निवड तुझी तूच करायची आहेस. पर्याय निवडणं तुझ्या हातात आहे.''

''पण माझं शरीर थकून गेलंय, खूप आजारी आहे. कॅन्सरनं त्याला ग्रासलंय.'' बाबांच्या सांगण्यानंतर हाच विचार माझ्या मनामध्ये लगेच आला. मी अशा शरीरात परत का जाऊ? या शरीरानं मला वेदना आणि त्रासाशिवाय काहीही दिलेलं नाही आणि मलाच नव्हे तर ममा आणि डॅनीला सुद्धा तेवढ्याच वेदना दिल्या आहेत. आता पुन्हा त्या शरीरात जाण्यात मला काहीही अर्थ वाटत नाही.

निर्हेतुक प्रेमाचं ते जग आणि त्यामधले ते क्षण इतके सुंदर होते, की पुन्हा एकदा त्या शरीरात परत जाण्याची कल्पनाही मला सहन होत नव्हती. ज्या जगात मी होते तिथेच कायम राहावं, असंच मला वाटत होतं.

यानंतर जे काही घडलं त्याचं वर्णन करणं अतिशय अवघड आहे.

या क्षणाअगोदर काही वेळ डॉक्टरांनी माझ्या काही टेस्टस् घेतल्या होत्या. विशेषत: माझे अवयव कितपत काम करत आहेत या संदर्भातल्या या तपासण्या होत्या. त्यांचा रिपोर्टही तयार होता. तर इकडे या पलीकडच्या जगात मला असं स्पष्टपणे जाणवत होतं, की त्या रिपोर्टला तसा काहीही अर्थ नाही. माझ्या शरीरात परत जायचा मी निर्णय घेणार आहे की त्या पलीकडच्या जगात राहायचा पर्याय निवडणार आहे यावर खरा रिपोर्ट अवलंबून होता. जर मी मृत्यूची निवड केली असती तर माझे अवयव काम करत नाहीत, शरीराने साथ देणं थांबवलं आहे, असा रिपोर्ट आला असता. परंतु

मी जर पुन्हा एकदा शरीरात जायचा निर्णय घेतला असता, तर शरीराने साथ देणं सुरू केलं आहे, असं त्या रिपोर्टमध्ये नमूद केलं गेलं असतं.

त्याक्षणी मला अजिबात भौतिक जगात परतायचं नाही हा निर्णय मी घेऊन टाकला. माझं भौतिक शरीर हळूहळू मृत होऊ लागलंय, अशी जाणीव मला व्हायला लागली. माझ्या कुटुंबाबरोबर डॉक्टर्स गडबडीने बोलत आहेत, अवयव निकामी झाल्यामुळे माझा मृत्यू होत आहे असं त्यांना सांगत आहेत, हे मला दिसत होतं.

मात्र, त्याचवेळी माझे बाबा पुन्हा एकदा माझ्याशी बोलू लागले. ''याच मर्यादेपर्यंत तू येऊ शकतेस. बाळा, येथून पुढे जर तू आलीस, तर मात्र तुला परत जाता येणार नाही.''

माझ्यासमोर बाबांनी घालून दिलेल्या लक्ष्मणरेषेची जाणीव मला झाली. ही मर्यादा भौतिक नव्हती. म्हणजे ती दिसत नव्हती. अनेक प्रकारच्या ऊर्जेमधील कमी-जास्त होत राहाणाऱ्या स्तरांनी बनलेला एखादा अदृश्य उंबरठा असावा, तसं काहीतरी मला जाणवत होतं. हा उंबरठा जर मी ओलांडला तर मग मागे परतणं शक्य नाही हे माझ्या लक्षात आलं. भौतिक जगाशी असणाऱ्या माझ्या सर्व ऋणानुबंधांच्या गाठी सुटणार होत्या. डॉक्टर्स माझ्या कुटुंबाला सांगत होते, 'लिम्फोमाच्या शेवटच्या स्टेजमुळे अवयव निकामी होऊन माझा मृत्यू ओढवला आहे.' हे सारं मला दिसतही होतं.

आताच्या जगातलं निर्हेतुक प्रेम आणि स्वीकार या गोष्टी इतक्या अतुलनीय होत्या की, तो अदृश्य उंबरठा ओलांडून स्वर्गीय अनुभवाचा स्वीकार करावा याचा मोह मला अनावर होत होता. एकतत्त्वामध्ये मी विलीन होत आहे, असं मला वाटत होतं. त्या जगात वेदना, दुःख, खोटेपणा, अहंकार या कशालाही स्थान नव्हतं.

माझ्या मृत्यूच्या बातमीमुळे उद्ध्वस्त झालेल्या माझ्या कुटुंबाच्या प्रतिसादाकडे मी माझी जाणीव वळवली. निष्प्राण अशा माझ्या छातीवर डोकं ठेवून आणि माझा क्षीण हात हातात घेऊन डॅनी सुन्न होऊन बसलेला दिसला. त्याचं शरीर हुंदक्यांनी गदगदत होतं. आई शेजारी उभी होती. माझा मृत्यू झालाय, हे मानायला तिचं मन तयार नव्हतं. तिचा चेहरा पांढराफटक पडला होता. आपण वेळेत आलो नाही या दुःखामध्ये माझा भाऊ अनुप बुडून गेला होता.

एकीकडे माझं भौतिक अस्तित्व आणि माझं कुटुंब यांच्यामध्ये गुंतून जाण्यापूर्वीच दुसरीकडे मला माझ्या भावनांपासून कोणीतरी दूर खेचून नेत आहे असं मला वाटत

होतं. एक उदात्त विशाल जग माझ्यासमोर आता उलगडणार आहे या आश्वासक भावनेने पुन्हा एकदा मला आनंद होऊ लागला. जरी मी माझ्या शरीरात परत गेले नाही तरी त्या आयुष्याच्या भल्या मोठ्या पटावर साऱ्या गोष्टी व्यवस्थित आणि नियोजित असल्याप्रमाणे घडत राहाणारच आहेत, हे मला आता कळून चुकलं होतं.

त्या क्षणी मृत्यूच्या दिशेने जाण्याचा निर्णय मी घेतला. सत्याच्या एका नवीन स्तराची ओळख, जाणीव मला झाली.

मी खरी कोण आहे? माझ्या खऱ्या स्वत्वाची भव्यता मला समजली आहे त्यामुळे मी जर पुन्हा एकदा भौतिक आयुष्यात परत गेले तर माझं शरीर वेगाने बरं होऊ शकेल. काही महिने किंवा काही आठवड्यांत नव्हे तर केवळ काही दिवसांत मी व्याधीतून बरी होईन असं मला जाणवलं. या क्षणी जर मी माझ्या शरीरात परत गेले तर डॉक्टरांना माझ्या शरीरातल्या कॅन्सरच्या खुणाही जाणवणार नाहीत हे मला पक्कं माहीत होतं.

असं एकदम काय झालं? अचानक झालेल्या या जाणिवेमुळे मी काहीशी थक्क झाले. ही जाणीव का होत आहे, हे मला जाणून घ्यायचं होतं.

माझं शरीर हे माझ्या आत्म्याचं, माझ्या व्यक्तिमत्त्वातल्या स्वत्वाचं निव्वळ प्रतिबिंब आहे हे मला त्याक्षणी उमगलं. माझ्या आत्म्याला त्याचं मोठेपण, त्याचं माहात्म्य कळलं. बाकीच्या साऱ्या गोष्टींबरोबर त्याचं काय नातं आहे, हे लक्षात आलं; तर नकळतपणे ते माझ्या शरीरावरही प्रतिबिंबित होईल आणि मी वेगाने बरी होईन असं मला जाणवलं.

पर्याय निवडीचं स्वातंत्र्य माझ्याजवळ होतं. तरीही त्याहून अधिक काहीतरी आहे हे मला जाणवत होतं. अद्याप काही गोष्टी मला पूर्ण करायच्या आहेत. काही हेतूंची पूर्तता करायची आहे, असं वाटत होतं. ते काय होतं? त्याचा शोध मी कसा घेऊ?

खरं तर या हेतूंचा शोध घेण्याची गरजच नव्हती, हे मला जाणवलं. ज्या गोष्टींची मला पूर्तता करायची होती, त्या माझ्यासमोर आपोआप उलगडणार होत्या. काय होती ती गोष्ट? शेकडो, कदाचित लाखो लोकांना मदत करणं ही ती गोष्ट होती. त्यांना संदेश देणं ही ती गोष्ट होती. ही गोष्ट मी कशी पूर्ण करणार आहे, त्यासाठी नियोजन करण्याची किंवा विचार करण्याचीही मला गरज नव्हती. ते माझ्या हातून आपोआपच घडणार होतं. फक्त ते आपोआप घडावं यासाठी त्याला साथ देणं माझ्या हातात होतं.

ही साथ देण्यासाठी एकच गोष्ट माझ्या हातात होती. ती म्हणजे मी जशी आहे तशी असायला हवे होते. इतक्या वर्षांमध्ये मी जशी आहे तशी राहाण्याचा प्रयत्न करत होते. कुठल्याही पूर्वग्रहाशिवाय किंवा पूर्वभावनांशिवाय राहाणं महत्त्वाचं होतं. मी चुकीची आहे, मी गैर आहे या भावनांना आता थारा द्यायचा नव्हता. याचवेळी आणखी एक गोष्ट माझ्या लक्षात आली, ती म्हणजे शुद्ध प्रेमाने आपण बनलेले असतो. किंबहुना आपणच शुद्ध प्रेम असतो. अगदी प्रत्येकजण! परिपूर्णतेतून आपण या जगात येतो आणि पुन्हा त्याच दुनियेत परत जातो. मग आपल्यामध्ये ते शुद्ध प्रेम असणारच. ही भावना माझ्या मनात आल्यानंतर आणखी एक गोष्ट लक्षात आली ती म्हणजे आपण जे आहोत, जसे आहोत, त्याची भीती बाळगण्याचं कारण नाही. आपलं खरं अस्तित्व आणि शुद्ध प्रेम या दोन्हीही गोष्टी एकच आहेत.

ज्या क्षणी मला हे सर्वांत मोठं सत्य उलगडलं त्या क्षणी क्षणभर विजेचा लखलखाट झाल्यासारखं वाटलं. शुद्ध प्रेम हेच माझं स्वत्व असेल तर मी मला स्वत:ला आणि इतरांनाही व्याधीतून मुक्त करू शकते, आराम देऊ शकते, हे वास्तव मला समजलं. हे सत्य इतकं प्रकट, उघड असूनही मला आजवर ते कधीच कळलेलं नव्हतं. आपण सारेजण एकच आहोत, एकाच परिपूर्ण विश्वाचे पैलू आहोत आणि ते परिपूर्ण विश्व म्हणजे निर्हेतुक, शुद्ध प्रेम. मग आपणही तेच तर शुद्ध प्रेम आहोत. शिवाय आयुष्याचा एकमेव हेतूदेखील हाच आहे हे माझ्या लक्षात आलं. आपण जसे आहोत तसंच असणं, जे आपलं सत्य आहे तेच जगणं आणि आपण जे प्रेम आहोत ते प्रेम बनणं हेच जीवनाचं लक्ष्य आहे.

माझ्या मनात आलेल्या या भावना किंबहुना मला झालेली ही सत्याची जाणीव यावर शिक्कामोर्तब केलं ते माझे वडील आणि सोनीच्या वक्तव्याने. ते दोघेही मला सांगू पाहात होते- तू खरी कोण आहेस, हे सत्य तुला आता कळलं आहे. त्यामुळे परत जा आणि तुझं आयुष्य निर्भयपणे जग.

९

जादूची जाणीव

मी हॉस्पिटलमध्ये पडले होते. अनुपला म्हणजेच माझ्या भावाला – मी कोमात आहे आणि शेवटच्या घटका मोजते आहे हे कोणीही सांगितलेलं नव्हतं. तरीही काहीतरी अघटित होत आहे हे त्याला जाणवत होतं. अनुप भारतात, पुण्यात राहात होता. काय झालं कुणास ठाऊक? त्याला हाँगकाँगला तीव्रतेने यावंसं वाटू लागलं. इतकं की, त्यानं लगेचच हाँगकाँगचं तिकीट काढण्यासाठी प्रयत्न सुरू केले. दुसऱ्या दिवशीचं तिकीट काढण्यासाठी त्याने ट्रॅव्हल एजंटला फोन केला. आपण तातडीने हाँगकाँगला जावं असं त्याला वाटत होतं. मात्र ट्रॅव्हलएजंटने सांगितलं, पुण्याहून हाँगकाँगला जाण्यासाठी एकही तिकीट शिल्लक नाही. पण मुंबईहून जाता येईल. कुठलाही विचार न करता अनुपने ते तिकीट घेतलं. भाड्याची गाडी ठरवून मुंबईला येऊन हाँगकाँगला जाण्यासाठी तो निघाला.

इकडे डॅनीने माझ्या तब्येतीची कल्पना देण्यासाठी पुण्याला अनुपच्या घरी फोन केला. अनुपने ताबडतोब मला भेटायला येण्यासाठी निघावं असं तो सांगणार होता. फोन माझ्या भावजयीने-मोनाने उचलला. डॅनीचं बोलणं ऐकून ती थक्कच झाली. अनुप अगोदरच निघाला आहे, असं तिने त्याला सांगितलं. मोना बुद्ध धर्माचं पालन करते. तिला माझी सर्व अवस्था कळल्यानंतर तिने काही बौद्धधर्मीयांना एकत्र केलं आणि माझ्या प्रकृतीला आराम मिळावा, म्हणून प्रार्थना सुरू केली.

दरम्यान इकडे हाँगकाँगला हॉस्पिटलमध्ये आई अस्वस्थ होऊन येरझारा घालत भगवान शंकराची प्रार्थना करत होती. ती हतबल होऊन गेली होती. मला आराम मिळावा म्हणून आणखी काय करावं, हे तिला कळत नव्हतं. अखेरीस ती तिथल्या देवळात गेली. याच देवळात लहानपणी आई-बाबा मला घेऊन येत असत. प्रवेशद्वाराच्या मोठ्या पायऱ्या चढून ती आत आली. देवळाच्या आवारातून मुख्य

मंदिरात आली. गाभाऱ्यात भगवान कृष्ण, शंकर आणि गणपतीच्या विशाल मूर्ती होत्या. भोवतालच्या भिंतींवर रंगीत चित्रं होती. आईने डोक्यावरून पदर घेतला. मूर्तींच्या समोर ती नतमस्तक होऊन बसली. जणू या देवतांशी मनोमन तिने संभाषण सुरू केलं. त्यांच्या तेथील अस्तित्वामुळे क्षणभर तिला आश्वासक वाटलं.

याचवेळी आमची एक खूप जवळची मैत्रीण लिंडा हिने चर्चमध्ये माझ्यासाठी तिच्या मित्र-मैत्रिणींबरोबर प्रार्थना सुरू केली. लिंडा कट्टर कॅथॉलिक होती. तिने चर्चमधल्या प्रीस्टना माझी अवस्था सांगितली. त्यांनीही माझ्या प्रकृतीसाठी प्रार्थना सुरू केली.

एकीकडे मी बिछान्यावर निर्जीवपणे पडले होते. माझ्या नाकातोंडात अनेक नळ्या होत्या. हातालाही अनेक नळ्या जोडल्या गेल्या होत्या. माझा नवरा माझ्या उशाशी बसून होता. सतत माझ्या कानात कुजबुजत, 'मी इथे आहे, घाबरू नकोस,' असं तो मला सांगायचा प्रयत्न करत होता.

डॅनी माझ्याशी कुजबुजत बोलत होता ते मला ऐकू येत होतं. ''अनिता, आपल्या दोघांना अजून कितीतरी गोष्टी एकत्र करायच्या आहेत. प्लीज, जाऊ नकोस. परत ये. तू परत येईपर्यंत मी इथेच तुझी वाट बघत थांबणार आहे. मग भले त्यासाठी आयुष्यभर मला वाट बघायला लागली तरी हरकत नाही.''

रात्रभर डॅनी जागाच होता. माझ्या प्रकृतीमधले चढउतार तो पाहात होता. माझी वाट बघत होता. क्षणभरही त्याचा डोळ्याला डोळा लागला नाही. सतत मी शेवटचा श्वास तर घेत नाही ना, अशी भीती त्याच्या मनात होती. मी परत यावं अशी त्याची तीव्र इच्छा होती.

''प्रिय डॅनी, मी तुझ्यावर किती प्रेम करते हे तुला कळेल, अशी मला आशा वाटते.'' मला डॅनीशी बोलायचं होतं. ''माझी अजिबात काळजी करू नकोस. मला अगदी बरं वाटतंय. मला आता जे जे काही कळलं आहे ते कधी एकदा तुला सांगते, असं झालं आहे. ज्या शरीराचा हात तू धरला आहेस, ती खरी मी नाहीच. आपण दोघंही सर्वकाळ, सर्व परिस्थितींत एकत्र राहणार आहोत. एकमेकांशी जोडलेले राहू. कोणतीही गोष्ट आपल्याला एकमेकांपासून वेगळं करू शकणार नाही. माझं शरीर मेलं तरीही आपण एकमेकांपासून दूर होणार नाही. सारं काही योग्य होणार आहे. आता जसं आहे तसंच. मला ही गोष्ट आता कळून चुकली आहे आणि ती तुलाही कळावी असं मला वाटतंय.''

अचानक पहाटे चार वाजता माझं शरीर गुदमरायला लागलं. पुरेशी हवा मिळत नसल्यासारखं ते गदगदायला लागलं. डॅनी अस्वस्थ झाला. हा माझा शेवटचा क्षण तर नाही ना, या भीतीने तो कासावीस झाला. गडबडीने त्याने इमर्जन्सी अलार्म वाजवला. हॉस्पिटल च्या सर्व नर्सेस धावत आल्या. माझा श्वास कोंदतो आहे असं त्यांनीही सांगितलं. त्यांच्यापैकी एकीने डॉक्टरांना बोलावलं. त्यानंतर सगळ्याजणी माझ्याभोवती गोळा झाल्या. मला उलटं करून माझ्या पाठीवर धपाटे मारायला त्यांनी सुरुवात केली.

डॉक्टरांना तिथे यायला जवळपास वीस मिनिटे लागली. माझ्या फुप्फुसात पाणी झालं आहे, असं त्यांनी डॅनीला सांगितलं. माझ्याच शरीरातील त्या द्रवामुळे मला गुदमरल्या सारखं होतंय असं त्यांचं मत होतं. डॉक्टरांनी नर्सला सांगून प्ल्युरल इफ्युजन किट आणून घेतलं. ते एखाद्या पारदर्शक पिशवीला भलीमोठी सुई असल्यासारखं दिसत होतं. डॉक्टरांनी ती सुई माझ्या पाठीतून थेट माझ्या फुप्फुसात खुपसली. फुप्फुसातला द्रव थोडा बाहेर आला. तो त्या पारदर्शक पिशवीत जमा होत होता. जवळपास तीन ते चार वेळा त्यांनी हा प्रकार केला. त्यातून जवळपास एक लिटर द्रव त्या पिशवीत गोळा झाला. आता त्यांनी ती सुई बाहेर काढली. मला माझं शरीर समोर दिसत होतं. माझा श्वासोच्छ्वास पूर्वीपेक्षा जरा बरा होऊ लागला होता.

पुन्हा एकदा माझा नवरा माझ्या उशाशी येऊन बसला. प्रकृतीतले चढउतार दाखवणाऱ्या मॉनिटरवर त्याची नजर खिळली. माझा हात त्याने स्वत:च्या हातात घेतला. सकाळभर नव्हे तर पूर्ण दिवसभर डॅनी असाच बसून होता.

तोवर अनुप हाँगकाँगमध्ये येऊन पोहोचला होता. विमानतळावरूनच त्याने डॅनीला फोन केला.

डॅनी त्याला म्हणाला, ''सामान ठेवण्यासाठी सुद्धा घरी जाऊ नकोस. टॅक्सी कर आणि सरळ हॉस्पिटलमध्ये ये. आपल्या हातात किती वेळ आहे हे काही सांगता येत नाही.'' अनुप त्याचं सामान घेऊन सरळ हॉस्पिटलमध्ये आला.

संध्याकाळी चार वाजण्याच्या सुमारास माझे डोळे उघडझाप करू लागले. मला अंधुक दिसू लागलं होतं. माझ्या आजूबाजूला असणाऱ्या व्यक्तीची पुसटशी रेषा मला जाणवत होती. तो डॅनी होता. अचानक मला त्याचा आवाज आला, ''शी इज बॅक!''

डॅनीच्या आवाजातून आनंद ओसंडून वाहत होता. ३ फेब्रुवारीची ती दुपार होती. मी कोमात जाऊन बरोबर तीस तास पूर्ण झाले होते.

नंतर मला अनुपचा आवाज ऐकू आला. मी हसण्याचा प्रयत्न करत आहे, हे मला जाणवलं.

"हेऽऽ सीस! वेलकम बॅक!" अनुप अतिशय आनंदाने बोलत होता.

"तू आलासच ना! तू इथे येत आहेस हे मला माहीत होतं. विमानातून तू येत असताना मी तुला बघितलं."

अनुपला आश्चर्याचा जरा धक्काच बसला. पण त्याने त्यावर काहीच उत्तर दिलं नाही. खरं सांगायचं तर मी कोमातून परत बाहेर आले आहे याचाच माझ्या कुटुंबाला खूप आनंद झाला होता. माझी आईही तिथे होती. हसत हसत तिने माझा हात हातात घेतला. खरंतर मी जराशी गोंधळले होते कारण मी कोमात गेले होते व आता त्यातून बाहेर आले आहे हेच मला ठाऊक नव्हतं. त्यामुळे माझ्या अवतीभोवती जे काही चाललं आहे ते मला पूर्णपणे समजत नव्हतं किंवा मी आता त्या पलीकडच्या जगात नाही हेही मला पूर्णपणे उमगलेलं नव्हतं.

आता मला हळूहळू स्वच्छ दिसू लागलं होतं. माझ्या नातेवाइकांना मी आता सहजपणे पाहू शकत होते. अनुपच्या मागे भिंतीजवळ त्याची बॅग मला दिसत होती.

इतक्यात डॉक्टर आले. मला जागं झालेलं बघून त्यांना आश्चर्याचा धक्काही बसला पण त्यापेक्षा जास्त आनंद झाला. "वेलकम बॅक, आम्हा सगळ्यांना तुमची खूप काळजी वाटत होती." ते म्हणाले.

त्यावर मी त्यांना काहीसं अडखळत म्हटलं, "गुड इव्हिनिंग, डॉक्टर चॅन. तुम्हाला परत भेटून मला खूप बरं वाटतंय."

डॉक्टरांच्या चेहऱ्यावर भलंमोठं आश्चर्य पसरलं. ते मला म्हणाले, "तुम्ही मला कसं ओळखलं?"

मी त्यांना म्हटलं, "कारण मी तुम्हाला पाहिलं आहे. मध्यरात्री मला श्वास घ्यायला त्रास होत असताना तुम्हीच माझ्या फुप्फुसामधला द्रव बाहेर काढला ना?"

आता मात्र डॉक्टर पुरते बावचळले. ते म्हणाले, "अगदी बरोबर! पण तुम्ही तर पूर्णवेळ कोमातच होतात. तुमचे डोळेही मिटले होते. हे अगदी विलक्षण आश्चर्य आहे. तुम्ही भानावर असाल असं मला अजिबात वाटलं नव्हतं. पण आता तुम्हा सर्वांसाठी माझ्याकडे आणखी एक आनंदाची बातमी आहे. माझ्याकडे आताच तुमची लिव्हर

आणि किडनी या दोन्हींच्या संदर्भातील रिपोर्टस् आले आहेत. त्यावरून हे दोन्हीही अवयव पुन्हा एकदा कार्यरत झाले आहेत, असं दिसतंय.'' एकूणच डॉक्टर चॅनना खूप आनंद झाला होता हे कळत होतं.

पुन्हा एकदा काहीसं गोंधळून न समजल्यासारखं मी म्हटलं, ''पण त्यांचं काम सुरू होणार आहे, हे मला माहीतच होतं.''

''नाही. असं तुम्हाला काहीही माहीत असण्याची अजिबात शक्यता नाही. कारण हे पूर्णत: अनपेक्षित घडलेलं आहे. आता थोडी विश्रांती घ्या.'' समजुतीने मला सांगितल्यासारखं डॉ. चॅन म्हणाले. खोलीबाहेर पडता पडता विश्रांती घेण्याची आज्ञाही त्यांनी मला दिली.

माझ्या कुटुंबातल्या सगळ्यांचे चेहरे आता उजळले होते. या सगळ्यांना इतक्या आनंदात मी अलीकडे खूप दिवसांत बघितलंच नव्हतं. बाहेर जाण्यापूर्वी त्या सगळ्यांनी डॉक्टरांचे मनापासून आभार मानले.

डॉक्टर चॅन बाहेर गेल्यानंतर मी डॅनीला विचारलं, ''मी डॉक्टरांना ओळखलं याचं त्यांना एवढं आश्चर्य का वाटावं? मला माझ्यावर उपचार करताना मी त्यांना बघितलं होतं. माझे सारे अवयव हळूहळू निकामी होत आहेत, त्यांनी काम करायचं थांबवलं आहे आणि आता माझ्याबाबत कुठलीही आशा नाही. माझ्याजवळ अखेरचे काही तासच आहेत, असं ज्यांनी तुला सांगितलं ते हेच डॉक्टर ना?''

थक्क होऊन डॅनी मला म्हणाला, ''या साऱ्या गोष्टी तुला कशा काय ऐकू आल्या? कारण हे सारं या खोलीत आम्ही बोललोच नाही. इथून जवळपास चाळीस पावलं लांब असणाऱ्या कॉरीडोअरमध्ये मला हे सगळं डॉक्टरांनी सांगितलं होतं.''

''हे मला कसं ऐकू आलं, हे ठाऊक नाही आणि आणखी एक सांगते, डॉक्टर आता येऊन आपल्याला सांगण्यापूर्वीच माझ्या तपासण्यांचा रिपोर्ट काय आहे हे मला ठाऊक होतं. ते कसं काय हेही मला माहीत नाही.'' मी म्हणाले.

अजूनही मी जराशी ग्लानीतच होते. माझ्या आतमध्ये नक्की काहीतरी घडलं आहे, हे आता स्पष्ट होत होतं.

यानंतर पुढच्या काही दिवसांत माझ्याबाबतीत काय घडलं? पलीकडच्या जगात मला काय काय अनुभव आले? याविषयी माझ्या कुटुंबाला मी हळूहळू सांगू लागले.

मी कोमात असताना इथे जे जे काही घडलं त्याही अनेक गोष्टी मी त्यांना सांगितल्या. ते सारं ऐकल्यानंतर आश्चर्याचा धक्का बसलेल्या आणि माझ्या बोलण्यावर विश्वासही न वाटणाऱ्या नातेवाईकांना माझ्या अवतीभोवतीच्या घटनांविषयी, संवादांविषयी सगळं सांगितलं, इतकंच नाही; तर या खोलीच्या बाहेर, खालच्या मजल्यावर हॉस्पिटलच्या वेटिंगरूममध्ये काय काय घडलं, काय संवाद झाले, हेदेखील मी सांगितलं. माझ्यावर कोणकोणत्या प्रक्रिया झाल्या, कोणते उपचार केले गेले, त्याचं वर्णन मी त्यांना सांगू शकले. हे सारे उपचार कोणत्या डॉक्टरांनी केले, त्यात त्यांना कोणत्या नर्सेसनी मदत केली हेसुद्धा मी सांगू शकले. एकूणच माझ्या या सांगण्यानंतर भोवतालच्या सगळ्यांना प्रचंड आश्चर्य वाटत होतं.

माझ्या ऑंकोलॉजिस्टना आणि माझ्या कुटुंबीयांना मला श्वास घ्यायला कसा त्रास व्हायला लागला, मध्यरात्री फुप्फुसातल्या द्रवामुळे मी कशी गुदमरले, डॅनीने इमर्जन्सी अलार्म कसा वाजवला हे सारं सांगितलं. मग नर्सेस आत आल्या, डॉक्टरांना तातडीने फोन करून बोलावून घेतलं, गडबडीने डॉक्टर कसे आले, त्यावेळी साऱ्यांना हा माझा अखेरचा क्षण आहे असं कसं वाटत होतं, हे सगळं मी वर्णन करून सांगितलं. या सगळ्या घटनाक्रमातला एक न् एक तपशील मी व्यवस्थित सांगितला. अगदी कोणत्या वेळी काय घडलं या बारकाव्यापर्यंत मी सांगितल्यानंतर सारे आश्चर्याने थक्क झाले.

मला हॉस्पिटलमध्ये ॲडमिट करण्यासाठी जेव्हा आणलं; त्यावेळी इथल्या ज्या डॉक्टरांना माझी खूप काळजी वाटत होती, मी जगते का राहाते, असा प्रश्न पडला होता त्यांनाही मी ओळखलं. माझ्या नातेवाइकांना मी तो मेल नर्सही दाखवला. त्यानेच मला माझ्या नसा प्रतिसाद देत नसल्याचं सांगितलं होतं. त्यानेच माझ्या शरीरात फारसे मांस राहिलेले नाही, मी म्हणजे हाडांचा सापळा बनलेले आहे, त्यामुळे सलाईन लावण्यासाठी माझी नस सापडणं मुश्किल आहे हे सांगितलं होतं. त्यावेळी त्याच्या आवाजातूनच माझी नस शोधणंसुद्धा काहीही उपयोगाचं नाही असं जाणवत होतं.

माझ्याकडून ही सगळी माहिती घेतल्यानंतर माझा भाऊ खूप चिडला. त्यानंतर त्याने त्या नर्सला खडसावलं, ''माझ्या बहिणीनं तुम्ही तिच्याबद्दल जे जे बोलला आहात ते सारं ऐकलं आहे. तुम्हाला तिची नस सापडत नाही वगैरे ज्या गोष्टी तुम्ही बोललात ते सगळं तिला ठाऊक आहे. थोडक्यात तिच्यावर उपचार करण्यात काहीही अर्थ नाही अशा आशयाचं तुम्ही जे जे बोललात, हे सारं ती सांगू शकते.'' अत्यंत धक्का बसलेला नर्स त्यावर म्हणाला, ''तुमच्या बहिणीने हे सारं ऐकलं असेल अशी पुसटशी कल्पनाही मला नव्हती कारण त्यावेळी त्या कोमात होत्या.'' परंतु नंतर त्याने

त्याच्या या असंवेदनशील वागण्याबद्दल माझी मनापासून माफी मागितली.

कोमातून बाहेर आल्यानंतर दोन दिवसांत डॉक्टरांनी माझे अवयव जादू झाल्याप्रमाणे पूर्ववत कार्यरत झाले असल्याचं सांगितलं. अनेक औषधांमुळे किंवा विषारी द्रव्यांमुळे शरीरावर जी सूज आली होती ती मोठ्या प्रमाणावर कमी झाली आहे, असंही त्यांनी सांगितलं. मला कमालीचं सकारात्मक आणि आशावादी वाटत होतं. डॉक्टरांना मी विनंती केली आणि मला थेट अन्न देणारी ट्युब काढून टाकायला सांगितलं. आता स्वतंत्रपणे जेवणं मला शक्य होतं. एका ऑंकॉलॉजिस्टने मात्र याला पूर्ण विरोध केला. माझं मोठ्या प्रमाणावर कुपोषण झालं आहे, माझ्यात ताकद नाही आणि अन्नातील पोषक द्रव्ये शोषून घेण्यासाठी माझं शरीर अजून तयार नाही, असं तिचं म्हणणं होतं. पण मी मात्र व्यवस्थित जेवण घ्यायला पूर्णपणे तयार आहे, असं तिला ठासून सांगितलं. अखेरीस माझे अवयव, माझं शरीर पुन्हा एकदा पूर्ववत काम करू लागलं होतं. त्या ऑंकॉलॉजिस्टनं काहीशा नाराजीनंच याला संमती दिली. जर मी व्यवस्थित खाऊ शकले नाही तर मात्र पुन्हा एकदा ट्युबमधूनच मला जेवण दिलं जाईल, असं तिनं निक्षून सांगितलं.

माझ्या शरीराला ज्या ज्या ट्युब्ज जोडल्या होत्या, त्यामध्ये ही अन्नाची ट्युब सगळ्यात त्रासदायक होती. ती सरळ माझ्या नाकातून आत घशातून पोटापर्यंत गेली होती. माझ्या पचनसंस्थेत द्रवरूपात प्रोटीन्स या ट्युबमधून थेट आत जायची. पण तिच्यामुळे मला माझ्या घशात सतत खरखरल्यासारखं आणि कोरड वाटायचं. नाकात सतत खाज सुटायची आणि तो सगळा प्रकारच फार त्रासदायक होता. ही ट्युब केव्हा एकदा बाहेर निघते आहे, असं मला होऊन गेलं होतं.

एकदाची ही ट्युब बाहेर निघाली आणि डॉक्टरांनी माझ्या नातेवाइकांना सांगितलं, की माझ्यासाठी या क्षणी सर्वांत उत्तम आहार आईस्क्रीम हाच होता. माझ्या घशात जखमा होऊन जी सतत आग होत होती, आईस्क्रीममुळे तीही कमी झाली असती. दुसरी गोष्ट म्हणजे मला फारसं चावायला लागणार नव्हतं आणि आईस्क्रीम लवकर पचणारही होतं. डॉक्टरांनी हे सुचवल्यानंतर तर मला खूप आनंद झाला. माझा उजळलेला चेहरा बघून डॅनी लगेच माझं आवडतं चॉकलेट आईस्क्रीम आणायला बाहेर पडला.

त्यानंतर नेहमीच्या तपासणीसाठी ऑंकोलॉजिस्ट आले. मला तपासल्यानंतर त्यांच्या चेहऱ्यावरचं आश्चर्य लपेचना. अविश्वासाने ते मला म्हणाले, ''तुझ्या ट्युमर्सचा

आकार कमालीचा कमी झाला आहे. ते तीनच दिवसांत खूप आक्रसले आहेत.'' डॉक्टरांच्या चेहऱ्यावरचा अविश्वास वाढतच होता. ते म्हणाले, ''पूर्वीपेक्षा तुझ्या सुजलेल्या ग्लँडस्‌सुद्धा आक्रसल्या आहेत. त्यांची सूज खूप कमी झाली आहे.''

दुसऱ्याच दिवशी माझी ऑक्सिजन ट्युबही काढून टाकण्यात आली आणि मी पुन्हा एकदा हुश्श केलं. डॉक्टरांनी पुन्हा एकदा मला तपासलं. त्यांच्या लक्षात आलं, मी कुठल्याही मदतीशिवाय व्यवस्थित श्वासोच्छ्वास करू शकत आहे. म्हणून ती ट्युबही काढून टाकण्यात आली. मी आता गादीमध्येच उठून बसू शकत होते. फक्त माझ्या डोक्याला उशांचा आधार लागत होता. कारण मी इतकी अशक्त झाले होते की खूप वेळ कोणत्याही आधाराशिवाय डोकं उचलणं मला अवघड जात होतं. मी अजूनही अत्युच्च आनंदात होते. मला माझ्या नातेवाइकांशी खूप काही बोलायचं होतं. अनुपला बघून तर मी भलतीच खूश झाले होते. त्याच्याबरोबर केव्हा गप्पा मारीन असं मला झालं होतं.

आता मला माझ्या आयपॉडवरची गाणी ऐकायचे वेध लागले होते. मी डॅनीला आयपॉड हॉस्पिटलमध्ये आणायला सांगितलं. अजूनही अनेक प्रकारच्या ट्युब्स आणि वायर्स माझ्या शरीराला जोडलेल्या होत्याच. शिवाय माझ्या मानेवर जखम झाली होती. त्यामुळे इअर फोन्स घालणं मला शक्य होणार नव्हतं. हे सारं लक्षात घेऊन डॅनीने चक्क दोन छोटे स्पीकर्स आणले. माझ्या शेजारच्या टेबलावरती ठेवून मला गाणी ऐकता येतील अशी व्यवस्था केली.

माझा आनंद आता गगनात मावत नव्हता. मला छान उडत्या ठेक्याची गाणी ऐकायची होती. पण मी गादीवरून उठू शकेन, एवढीही ताकद माझ्यात नव्हती. मग त्या जलद ठेक्याच्या गाण्यांवर नाचणं तर सोडाच. माझ्या मनात आनंद-लहरी उमटत होत्या आणि त्यात या भन्नाट संगीताने मला आणखीच मजा वाटत होती. त्यावेळी मला इतकं सकारात्मक का वाटत आहे, हे मला पूर्णपणे कळलंही नव्हतं. परंतु काहीतरी आपल्याला कळलं आहे, उमगलं आहे, हे मला जाणवत होतं.

एखाद्या लहान मुलासारखं मला वाटत होतं. मला गाणी ऐकायची होती, भरपूर आईस्क्रीम खायचं होतं. नातेवाइकांबरोबर खूप गप्पा मारायच्या होत्या. मी मनसोक्त हसत होते आणि खूप आनंदात होते. गादीवरून उतरून मला इकडे तिकडे हिंडता येत नव्हतं. परंतु आजवर कधीही अनुभवलेलं नाही, असं काहीतरी विलक्षण अनुभवत होते. ते तंतोतंत बरोबर आहे अशी माझ्या मनाची खात्री पटली होती.

मी अजूनही आय.सी.यू.मध्ये होते. त्यामुळे माझ्या या सगळ्या प्रकारांनी आजूबाजूच्या गंभीर रुग्णांना खूप त्रास होतो आहे, असं डॉक्टरांना वाटलं. माझ्या त्या पडद्यांच्या खोलीतून सतत येणारे संगीताचे आवाज, मोठमोठ्याने हसण्याचे आवाज आणि गप्पा यामुळे वैतागून इतर रुग्णांच्या नातेवाइकांनी माझ्याबद्दल तक्रार करायला सुरुवात केली.

नेहमीप्रमाणे सकाळी डॉक्टर चॅन मला तपासायला आले. आश्चर्याने ते मला म्हणाले, ''तुझ्याबाबत काय निष्कर्ष काढू, हेच मला कळत नाहीये. तुझ्या फाईलमध्ये काय लिहावं, याबद्दल मी गोंधळलो आहे. तुझी केस निव्वळ अविश्वसनीय आहे.''

अशातऱ्हेने हॉस्पिटलमधल्या माझ्या पाचव्या दिवशी मी आय.सी.यू.च्या बाहेर आले. साध्या रूममध्ये मला नेण्यात आलं. आता इथे गाणी ऐकण्याची आणि मनसोक्त खिदळण्याची मला पूर्ण मुभा होती.

माझ्या बाबतीत काय घडलं आहे याची अगदी हळूहळू जाणीव मला होत होती. जसजसं माझं मन मोकळं होतं गेलं, तसतसं माझ्या बाबतीत काय काय घडत गेलं, याचे सारे तपशील मी आठवू लागले. प्रत्येक छोट्या छोट्या गोष्टीत मला रडू यायचं. त्या पलीकडच्या जगाचं सौंदर्य आणि तिथं असलेलं निखळ स्वातंत्र्य या गोष्टी मी सोडून आले होते. त्याची एक लहानशी का असेना खंत माझ्या मनात होती. त्याच वेळी परत येऊन साऱ्या नातेवाइकांना मी भेटले, याबद्दलचा आनंद आणि कृतज्ञताही माझ्या मनात होती. एकाच वेळी आनंद आणि दु:ख या दोन्हींचे अश्रू माझ्या डोळ्यांत उभे राहात होते.

आजपर्यंत मला कधीही जाणवले नव्हते एवढे अधिक तीव्रतेने नात्यातले ऋणानुबंध जाणवत होते. हे ऋणानुबंध केवळ माझ्या स्वत:च्या नातेवाइकांबरोबरचेच होते असं नाही. प्रत्येक नर्स, प्रत्येक डॉक्टर आणि माझ्या खोलीत येणारा प्रत्येक सेवक यांच्याशीसुद्धा मी अधिक प्रकर्षाने जोडली गेले होते. कोणत्याही प्रकारे जी कोणी व्यक्ती माझ्यासाठी जे काही करेल किंवा माझी काळजी घेत असेल, त्या व्यक्तीबद्दल मला प्रचंड प्रेम वाटू लागलं. मला जे प्रेम, जो जिव्हाळा पूर्वी ठाऊक होता त्या पद्धतीचा हा जिव्हाळा नव्हता. आता या साऱ्यांशी मी अधिक घट्टपणे जोडली गेले होते. मला त्यांच्याबद्दल वाटणारं हे प्रेम अधिक खोल आहे असं मला वाटत होतं. त्यांचे विचार, त्यांच्या भावना सारं काही माझ्यापर्यंत स्पष्टपणे पोहोचत होतं. जणू काही आम्हा सर्वांचं मन एकच आहे, असं वाटत होतं.

माझा बेड खोलीमध्ये खिडकीजवळ होता. मी खोलीमध्ये आल्याबरोबर एका नर्सने मला विचारलं, 'खिडकीशेजारी बसून तुम्हाला बाहेर बघायचं आहे का?' अचानक माझ्या लक्षात आलं, कित्येक दिवसांत मी बाहेरचं जग बघितलंच नव्हतं. त्यामुळे नर्सच्या या प्रश्नावर मी तातडीने होकार दिला.

नर्सने मला खिडकीपाशी व्यवस्थित बसवलं. मी खिडकीबाहेर नजर टाकली मात्र... माझे डोळे पाण्याने भरून आले. माझं रडू मी आवरू शकले नाही. माझ्या लक्षात आलं, माझं सारं बालपण मी जिथे घालवलं होतं त्या हॅपी व्हॅलीच्या काही अंतरावरच हे हॉस्पिटल होतं.

मी अगोदर सांगितलं, त्याप्रमाणे या हॉस्पिटलमध्ये उपचारांसाठी किंवा ब्लड ट्रान्फ्युजनसाठी अगोदर येत नव्हते. मी दुसरीकडे जात असे. मी जिथे जात असे ते मोठं हॉस्पिटल नव्हतं तर तो मोठा दवाखाना होता, असं म्हणता येईल. कोमात गेल्यानंतर मला पहिल्यांदाच या हॉस्पिटलमध्ये आणण्यात आलं होतं.

आता खिडकीतून बाहेर बघताना लहानपणी मी जे काही बघितलं होतं, आज तेच सारं चित्र पुन्हा माझ्या डोळ्यांसमोर जिवंत उभं राहिलं होतं. हॉस्पिटलच्या इमारतीसमोरचा घोड्यांचा रेसट्रॅक मला दिसत होता. आहे फाँगबरोबर ज्या रस्त्याने मी ट्रॅममधून जायचे ती ट्रामलाईन मला दिसत होती. माझ्या लहानपणच्या कितीतरी आठवणी अश्रूभरल्या डोळ्यांनी मला समोर दिसत होत्या आणि त्याचवेळी एक वर्तुळ पूर्ण झाल्याची भावना माझ्या मनात येत होती.

बापरे! माझा विश्वासच बसत नाही. मी आश्चर्याने मनात म्हणत होते. या ट्राम्स, या बागा, माझ्या लहानपणीच्या या साऱ्या इमारती हे आज पुन्हा एकदा माझ्यासमोर आलं आहे. आयुष्याने मला दिलेली ही आणखी एक संधी जणू मला सांगू पाहतेय, आता नव्याने सुरुवात करण्याची वेळ आली आहे.

समोरचं दृश्य मला अगदी परिचित होतं. त्यात वेगळं असं काहीच नव्हतं. पण तरीही हे जग मला नवंकोरं भासत होतं. प्रत्येक गोष्ट इतकी ताजी, नवी, सुंदर आणि कोरी वाटत होती, की जणू काही मी हे सारं पहिल्यांदाच बघते आहे असं वाटावं. मला ठाऊक असलेल्या रंगांपेक्षा सभोवतालचे रंग अधिक तेजस्वी झाले होते. पहिल्यांदाच लक्षात यावेत, असे अनेक तपशील मला आता जाणवत होते. भोवतालच्या इमारतींकडे मी बघत होते. त्यांपैकीच एका लहानशा इमारतीत मी मोठी झाले. रस्त्याच्या पलीकडची बाग तशीच होती. लहान असताना मी कितीवेळा तिथे

खेळायला जात असे. ट्राम्स धडधडत होत्या. कित्येक गाड्या रस्त्यावरून धावत होत्या. आपापल्या कुत्र्यांना हाताशी धरून कितीतरी लोक रस्त्यावरून चालत निघाले होते. काहीजण गडबडीने कामावर निघाले होते. या साऱ्या गोष्टी एका नव्या नजरेनं मी बघत होते. पुन्हा एकदा लहान मुलगी झाल्यासारखं मला वाटत होतं. वास्तविक हे सारं अगदी सामान्य असं दृश्य होतं. अगदी रोजचंच! पण तरीही अनेक दिवसांत इतकं सुंदर दृश्य मी पहिल्यांदाच बघत होते, अशी भावना माझ्या मनात भरून राहिली.

१०
आणि मी बरी झाले!

आय.सी.यू. मधून बाहेर आल्यानंतर अनेक दिवसांनी मी आता स्नायू बळकट करण्याच्या दृष्टीने उपचार घेऊ लागले. पहिल्या दिवशी खोलीतच चालत चालत मी बाथरूमपर्यंत गेले. सोबत नर्स होती. तिथल्या आरशातल्या माझ्या प्रतिबिंबाकडे मी नजर टाकली. मी होतेच कुठे त्यात? तिथे तर माझा हाडांचा सांगाडा दिसत होता. मला भरून आलं. कोमातून बाहेर आल्यानंतर पहिल्यांदाच इतकी प्रचंड खिन्नता जाणवत होती.

मला जरा वेळ एकटीलाच थांबावंसं वाटत होतं. म्हणून मी नर्सला जरा बाहेर थांबण्याची विनंती केली. आरशात मी स्वत:ला न्याहाळू लागले. त्यात दिसणारी... पूर्वीची मी नव्हतेच. मला माझीच ओळख पटत नव्हती. झुबक्या-झुबक्यांनी माझे बरेचसे केस गळून गेले होते. गालाची हाडं वर आली होती, डोळ्यांच्या खोबणी खोलवर गेल्या होत्या. त्यामुळे चेहऱ्याच्या मानाने माझे डोळे खूपच मोठे दिसत होते. उजव्या कानाखाली मानेवरच्या मोठ्या जखमेवर बँडेज होतं. माझी प्रतिमा बघून मीच पुरती हादरले. मला रडू कोसळलं.

माझ्या या भयंकर अवतारामुळे मला रडू येत नव्हतं. किंबहुना, त्या क्षणी मी कशी दिसत आहे, कुरूप तर दिसत नाही ना... हा विचार माझ्यासाठी महत्त्वाचा नव्हताच. उलट, अशा अवस्थेत कुणालाही बघितलं तरी एखाद्याला जसं दु:ख होईल, तसंच मला वाटत होतं. मला आता एकाच वेळी दु:ख आणि सहवेदना, करुणा हे दोन्ही जाणवत होतं. आरशातल्या त्या माझ्या प्रतिमेत, त्या चेहऱ्यात, त्या डोळ्यांमध्ये मला गेल्या अनेक वर्षांत मी सोसलेली वेदना दिसत होती. त्या वेदनेनेच तर मला आज या अवस्थेत आरशासमोर आणून असं उभं केलं होतं.

इतक्या मोठ्या वेदनेतून मी स्वत:ला कसं जाऊ दिलं? इतक्या भयंकर वेदना

स्वत:ला होऊच कशा दिल्या? मी स्वत:लाच अतीव दु:खाने अनेक प्रश्न विचारत होते.

हो! हे सारं मी स्वत:च ओढवून घेतलंय, अशी रुखरुख मला वाटत होती. आरशातल्या अश्रूंनी डबडबलेल्या माझ्या चेहऱ्याला मी स्पर्श केला आणि आता परत कधीही मी स्वत:ला असं वेदनेच्या खाईत लोटणार नाही, असं मनोमन वचन दिलं.

हॉस्पिटलमध्ये ज्या भयंकर परिस्थितीत मला दाखल करण्यात आलं होतं, ते पाहता माझ्या प्रकृतीत काही सुधारणा होईल आणि मला बरं वाटेल, अशी कणमात्र आशा डॉक्टरांना नव्हती. मला केमोथेरपी देण्यासाठी योग्य प्रमाणात औषधांची मात्रा ठरवण्याबाबत त्यांचा विचार सुरू होता. एकेकाळी याच प्रकाराची मला प्रचंड धास्ती वाटत असे.

मला केमो देण्यासाठी नर्सेस आत आल्या. आयव्हीच्या स्टॅन्डवर त्यांनी औषधाची पिशवी लटकवली. त्यातलं ते औषध थेट माझ्या नसांमध्ये जात होतं. या औषधाच्या पिशवीवर लाल रंगात ठळकपणे लिहिलं होतं, 'POISON'. त्या जालीम केमिकल्सचा आपल्याला चुकून स्पर्श होऊ नये, म्हणून नर्सेसनी तोंडाला मास्क्स लावले होते आणि हातात रबरी मोजे घातले होते आणि हेच धोकादायक केमिकल माझ्या शरीरात... नव्हे थेट नसांमध्ये रक्तात जाण्यात त्यांना काही धोका वाटत नव्हता, ही किती विचित्र गोष्ट होती!

मला केमोची खरंतर अजिबात आवश्यकता नाही, हे मला ठाऊक होतं. पण डॉक्टर मला देत होते केवळ ती त्यांच्या समाधानासाठी! माझ्या नाही. मला काहीही होणार नाही आणि माझी ही लढाई मी जिंकले आहे, हे मला पक्कं ठाऊक होतं. आता कोणतीही गोष्ट माझं नुकसान किंवा हानी करण्यास समर्थ नव्हती. गेली कित्येक वर्षं ज्याची मला भयानक भीती वाटत असे, ते थेट माझ्या नसांमध्ये, रक्तात थेट जाणारं हे विषसुद्धा मला कोणतीही इजा पोहोचवू शकणार नव्हतं.

विशेष म्हणजे, केमोचे सर्वसामान्यपणे जे दुष्परिणाम होतात, तेदेखील मला फारसे जाणवलेच नाहीत. या उपचारांमुळे, सर्वांना जाणवणारा नॉशियासुद्धा मला जाणवला नाही, या गोष्टीचं मला माझ्यावर उपचार करणाऱ्या डॉक्टरांच्या पथकाला फारच आश्चर्य वाटत होतं.

मला एखाद्या युद्धात विजयी झालेल्या वीराप्रमाणे आनंद वाटत होता. माझ्या मनात असलेल्या भीतीला मी हद्दपार केलं होतं. एकेकाळी मला केमोथेरपी ते थेट

कॅन्सरमुळे आपण मरणार अशा सगळ्याचीच भीती वाटत असे. मला रोज कणाकणाने मारत होती, ती ही भीतीच, हे मला आता कळून चुकलं होतं. या जीवनाच्या पलीकडच्या त्या दुनियेतले विलक्षण अनुभव मी घेतले नसते, तर ठळक लाल अक्षरात "POISON' असं लिहिलेल्या, माझ्या रक्तात थेट घुसणाऱ्या या केमोने मी हादरून गेले असते, इतकी की बरी होण्याऐवजी माझा मृत्यूच जवळ आला असता. या भीतीने, मानसशास्त्रीय कारणांमुळेच मी अर्धमेली झाले असते. माझ्या मनात भीती केवढी ठाण मांडून बसली होती, ते माझं मलाच ठाऊक!

पण आता मात्र मला जेत्यासारखं वाटत होतं. त्या अद्भुत दुनियेतून या जगात परत फिरण्याच्या माझ्या निर्णयामुळे या भौतिक अस्तित्वाच्या खूप दूर मला नेलं होतं. माझी आता नेमकी काय अवस्था आहे, प्रकृती कशी आहे, हे जाणून घेण्यासाठी आणि त्यानुसार केमोच्या औषधांचे प्रमाण ठरवण्यासाठी डॉक्टरांना माझ्या आणखी काही तपासण्या करावयाच्या होत्या. मी काहीशा नाराजीनेच त्यासाठी होकार दिला कारण त्यामुळे मी खरोखरच बरी झाले आहे, याचा खणखणीत पुरावा मिळणार होता. त्यामुळे, डॉक्टरांपेक्षा या तपासण्या माझ्यासाठी गरजेच्या होत्या. पण त्याही माफक प्रमाणात, कारण या तपासण्यांचा रिपोर्ट काय येणार, हे मला ठाऊक होतं. माझे अंदाज बरोबर आहेत, हे सिद्ध करून या तपासण्या जणू माझ्या विजयाच्या आनंदावर मोहर उमटवणार होत्या. तपासण्या खूपच होत्या. त्या साऱ्या एकाच वेळी करण्याजोगी माझी प्रकृती नव्हती. अजून बराच अशक्तपणा आहे, असं डॉक्टरांचं मत होतं. त्यामुळे थोड्या थोड्या दिवसांच्या अंतराने दोन आठवड्यांत या तपासण्या कराव्यात, असं डॉक्टरांनी ठरवलं. एकीकडे मला जरा धडधाकट व्हायला वेळ मिळणार होता. माझं वजन ५० पाऊन्डस्पेक्षाही कमी झालं होतं. तपासण्यांपूर्वी माझा आहार सुधारणं अतिशय आवश्यक होतं.

कारण या सगळ्या तपासण्यांमध्ये एका लहानशा शस्त्रक्रियेचा देखील समावेश होता. माझं खाणं आधीच खूप कमी झालं होतं, आता पुढच्या उपचारांमुळे शरीरावर अधिक ताण पडण्याची शक्यता होती. माझ्या त्वचेवरील जखमा खूप मोठ्या होत्या. त्या भरून याव्यात म्हणून रोज त्या साफ करून त्यांची मलमपट्टी करण्याचं काम नर्सेस करत होत्या. जखमा इतक्या खोल आणि रुंद होत्या, की त्यांच्याकडे खास लक्ष दिल्याखेरीज त्या बऱ्या होणारच नाहीत, असं डॉक्टरांना वाटत होतं. माझ्या शरीरात आता मोठ्या जखमा बऱ्या होतील एवढी ताकद नव्हती आणि तसा आहारही नव्हता. अखेरीस, माझ्या स्थितीचं अवलोकन करण्यासाठी एका रीकन्स्ट्रक्टिव्ह सर्जनला पाचारण करण्यात आलं.

माझ्या जखमा इतक्या मोठ्या आहेत, ज्या आपोआप बऱ्या होणं अवघड असल्याचं त्यानेही सांगितलं. विशेषत: माझ्या शरीरात या जखमा बऱ्या होण्याच्या प्रक्रियेला आवश्यक असणारे पोषक घटकच नाहीत, ही वस्तुस्थिती होती. तसंच माझ्यावर एखादी रीकन्स्ट्रक्टिव्ह शस्त्रक्रिया करायची म्हटली तर ती मला सहनही होणार नाही, इतकी मी अशक्त झाले होते. त्यामुळे, रोज नर्सेसनी माझ्या जखमा स्वच्छ करत राहाव्यात आणि त्यांना मलमपट्टी करावी, असं त्यांनी सुचवलं. माझ्यात पुरेशी ताकद आली की मगच शस्त्रक्रियेचा विचार करावा, असं त्यांचं मत होतं. माझ्या हाडांभोवती स्नायू किंवा मांस यांचं नामोनिशाण राहिलं नव्हतं.

आय.सी.यू. मधून बाहेर आल्यानंतर जवळपास सहा दिवसांनी मला थोडी हुशारी वाटू लागली, जरा ताकद आली. हॉस्पिटलच्या कॉरीडोअर्समध्ये मी आता थोडा वेळ फिरू लागले. मात्र थोडं चाललं की विश्रांती घेण्याचा नेम सुरूच ठेवला. माझी तब्येत सुधारत आहे, ताकद येत आहे, हे तपासण्यासाठी डॉक्टरांनी पहिली तपासणी करायची ठरवली. ती होती बोन मॅरोची बायोप्सी! ही अतिशय वेदनादायी अशी प्रक्रिया असते. पाठीच्या कण्याच्या तळाशी एक जड सुई खुपसली जाते आणि तिच्या साहाय्याने हाडातील द्रव बाहेर काढला जातो.

खूप पुढील स्टेजच्या लिम्फोमाच्या रुग्णांवर शरीरात आजार किती पसरला आहे हे बोन मॅरोवरून तपासण्यासाठी ही प्रक्रिया अनेकदा केली जाते. माझ्या या तपासणीवरून ही गोष्ट निश्चित होणार होती. तसंच या तपासणीच्या अहवालावरूनच मला कोणती औषधे किती प्रमाणात द्यायची हेही ते निश्चित करणार होते.

या तपासणीचा ज्या दिवशी रिपोर्ट आला तो दिवस मला स्पष्टपणे आठवतोय. त्या दिवशी डॉक्टर त्यांच्या पूर्ण टीमला घेऊनच माझ्या खोलीत आले. त्यांच्या चेहऱ्यावर जरा काळजी दिसत होती. ते म्हणाले, ''बोन मॅरो बायोप्सीचा रिपोर्ट तर आला आहे, पण तो जरा बुचकळ्यात टाकणारा आहे.''

इतके दिवस मला काळजी वाटली नव्हती, पण आता जरा चिंतेनेच मी त्यांना विचारलं, ''का? काय झालं? काय अडचण आहे?''

माझे सारे कुटुंबीयही माझ्याबरोबर खोलीतच होते, ते सारेही एकदम धास्तावले.

डॉक्टर म्हणाले, ''तुमच्या बोन मॅरोमध्ये आम्हाला कॅन्सर आढळलाच नाही.''

त्यावर डॅनी त्यांना म्हणाला, ''यात बुचकळ्यात पडण्यासारखं काय आहे?

तिच्या बोन मॅरोत कॅन्सर नाही, असंच यावरून सिद्ध होत नाही का?''

''नाही, हे शक्यच नाही.'' डॉक्टर म्हणाले. ''तिच्या शरीरात कॅन्सर निश्चितपणे आहे. हा इतक्या लवकर बरा होणारा आजार नाही. आपल्याला तो शोधावा लागेलच. जोवर तो दिसत नाही अन् किती प्रमाणात आहे हे कळत नाही, तोवर प्रश्नच आहे कारण मी तिची औषधयोजना तोपर्यंत ठरवू शकत नाही.''

नंतर डॉक्टरांनी माझा बोन मॅरोचा रिपोर्ट देशातल्या अत्याधुनिक प्रयोगशाळेत तपासणीसाठी पाठवला. चार दिवसांनंतर आलेल्या रिपोर्ट्समध्येही काही नव्हतं. कॅन्सरचं नामोनिशाणही दिसत नव्हतं. ही बातमी ऐकून तर मला जगज्जेत्याप्रमाणे आनंद झाला.

आता डॉक्टर हार मानायलाच तयार नव्हते. आता त्यांनी कॅन्सर आहे की नाही हे शोधण्यासाठी माझी लिम्फनोड बायोप्सी करण्याची ठरवली. हे कळल्यानंतर माझी पहिली प्रतिक्रिया नकाराचीच होती. 'स्व'ची जाणीव झाल्यानंतर मी पूर्णत: बदलले होते. मला डॉक्टरांना सांगावंसं वाटत होतं, ''मुळीच नाही, आता माझ्या कोणत्याही तपासण्या करायच्या नाहीत. कारण हे माझं शरीर आहे आणि तुम्हाला त्यात व्याधीची कोणतीही खूण सापडणार नाही, याची मला खात्री आहे.''

तरीही डॉक्टर आपल्या मताबद्दल कमालीचे आग्रही होते. काही दिवसांपूर्वीच मला हॉस्पिटलमध्ये कोणत्या अवस्थेत आणण्यात आलं होतं, त्याची आठवण ते वारंवार माझ्या कुटुंबीयांना करून देत होते. शेवटी त्यांना जे वाटतं ते करू देण्यास मी राजी झाले. एक गोष्ट मला निश्चित ठाऊक होती की त्यांनी कितीही तपासण्या केल्या तरी त्यांना काही आढळणार नाही. शिवाय यातून आणखी एक गोष्ट साध्य होणार होती, ती म्हणजे ज्या ज्या तपासण्या करायला डॉक्टर सांगतील, त्या प्रत्येकीत मीच यशस्वी होईन, हे मला माहीत होतं. त्यामुळे माझ्या विजयावर एका परीने शिक्कामोर्तबच होणार होतं.

मी डॉक्टरांना सरळ सांगून टाकलं, ''तुम्हाला जे योग्य वाटतंय ते सगळं काही करा. पण हे सारं तुम्ही तुमच्या समाधानासाठी करत आहात कारण मला सारे निष्कर्ष आधीच ठाऊक आहेत.''

लिम्फनोड बायोप्सी करण्यासाठी आवश्यक असणारी ताकद भरून येण्यासाठी डॉक्टरांनी मला थोडा अधिक वेळ दिला. या प्रक्रियेतही छोटीशी शस्त्रक्रिया

करण्याची आवश्यकता होती. या प्रक्रियेपूर्वी मला रेडिओलॉजी विभागात नेण्यात आलं. अल्ट्रासाऊंड मशीनच्या साहाय्याने रेडिओलॉजिस्ट माझ्या शरीरातील सर्वांत मोठ्या लिम्फनोड शोधून काढणार होते. त्या ठिकाणी त्वचेवरच ते खूण करणार होते. म्हणजे बायोप्सीच्या वेळी तिथे सुई खुपसली जाणार होती.

रेडिओलॉजी विभागात त्या दिवशी मी गादीवर झोपले ज्या दिवशी मी हॉस्पिटलमध्ये दाखल झाले, तेव्हाचे माझे स्कॅनिंगचे रिपोर्टस् तिथे लाईट बॉक्सवर लावले होते. मी हॉस्पिटलमध्ये ॲडमिट झाल्यावर रेडिओलॉजी विभागात टेबलावर झोपले असताना, माझे स्कॅनिंगचे रिपोर्टस् लाईट बॉक्सवर लावल्याचं पाहिलं. त्यात माझ्या शरीरात कुठे कुठे ट्युमर्स आहेत, ते त्यावरून कळत होतं. माझ्या मानेतल्या अनेक ग्रंथींना सूज आहे आणि तिथेच अनेक ट्युमर्सदेखील आहेत, हे त्यावरून दिसत होतं. स्वाभाविकपणे रेडिओलॉजिस्टने पहिल्यांदा अल्ट्रासाऊंड मशीन माझ्या मानेच्या मागच्या बाजूवरून माझ्या डोक्याच्या खालच्या भागापर्यंत फिरवलं. मग मानेच्या दोन्ही बाजूंना आणि नंतर मानेसमोर फिरवलं. मी त्यांच्या चेहऱ्याकडे बघत होते. त्यांच्या चेहऱ्यावर गोंधळ आणि आश्चर्याचे भाव दिसत होते.

त्यांनी पुन्हा एकदा माझे स्कॅनिंगचे त्या लाईट बॉक्सवरचे जुने रिपोर्टस् बघितले. मी टेबलवर झोपले होते तिथे येऊन ते मला म्हणाले, ''मी तुमच्या काखेत स्कॅनिंग केलं तर चालेल का?'' मी त्यालाही होकार दिला. पण त्यानंतरही त्यांच्या चेहऱ्यावरचा गोंधळ कमी झालेला दिसला नाही. मग माझी छाती, पाठ, ओटीपोट सगळ्यांचं स्कॅनिंग करून झालं.

मी त्यांना विचारलं, ''काय झालं? सगळं ठीक आहे ना?''

''मी गोंधळून गेलो आहे.'' ते म्हणाले.

''का बरं? काय झालं?'' काय झालं असावं, याचा अंदाज घेत मी विचारलं.

''एक मिनिट थांबा हं! एक्स्क्यूज मी!'' ते म्हणाले.

जवळच असणाऱ्या फोनजवळ ते गेले आणि त्यांनी माझ्या ऑंकोलॉजिस्टना फोन लावला. मला त्यांचं बोलणं ऐकू येत होतं.

''मला काहीच कळत नाहीये. पेशंटच्या लिम्फेटिक सिस्टीममध्ये कॅन्सर आहे हे दाखवणारे केवळ दोनच आठवड्यांपूर्वीचे स्कॅन्स माझ्यासमोर आहेत. पण आता

कॅन्सर आहे, असं वाटावा इतपत मोठा एकही लिम्फनोड मला तिच्या शरीरात सापडत नाहीये.'' ते ऑंकोलॉजिस्टना सांगत होते.

ते माझ्या टेबलपाशी परत आले तेव्हा माझ्या चेहऱ्यावर भलंमोठं हसू पसरलं. मी उठून बसले आणि त्यांना विचारलं, ''ठीक आहे. मी आता जाऊ ना?''

''छे. छे! इतक्या लवकर नाही. तुमच्या शरीरातील एक तरी लिम्फनोड मी बायोप्सीसाठी शोधून द्यावा, असा तुमच्या ऑंकोलॉजिस्टचा आग्रह आहे कारण इतक्या कमी अवधीत तुमच्या शरीरातून कॅन्सर असा पूर्णपणे जाणं शक्यच नाही. कॅन्सर असा एकाएकी नाहीसा होत नाही. त्यामुळे चटकन लक्षात येईल, अशा मानेसारख्या ठिकाणी मला नोड शोधावाच लागेल.''

अखेरीस माझ्या मानेवरच्या एका लिम्फनोडवर त्यांनी खूण करून टाकली. वास्तविक, तो फारसा मोठा नव्हताच. माझी शस्त्रक्रिया ठरली. मानेजवळ लहानसा छेद देऊन सर्जननी बायोप्सीसाठी एक लिम्फनोड काढायची तयारी केली.

त्यावेळी मला लोकल ॲनेस्थेशिया देण्यात आला होता. त्यामुळे नेमकं काय चाललं आहे, याची मला पूर्णत: जाणीव होती. डॉक्टरांनी जेव्हा मानेतून तो नोड कापून घेतला, तेव्हा ती जाणीव इतकी विचित्र होती, की मला ते अगदी नकोसं झालं. माझी जखम बंद करताना डॉक्टरांनी तिथे डाग दिला त्यावेळचा तो त्वचा जळल्याचा घाणेरडा वास अजूनही माझ्या नाकात आहे. त्यांना आपण हे करायची संमती द्यायलाच नको होती, असंही क्षणभर मला वाटून गेलं.

आणि... जे होणार होतं, तेच घडलं. याही रिपोर्टमध्ये कॅन्सरची किंचितही खूण आढळली नाही.

आता मात्र मी या सततच्या तपासण्या आणि औषधं यांना ठाम नकार देऊ लागले. मी छान बरी झाली आहे, अशी माझी मनोमन पक्की खात्री पटली होती. आता मला हॉस्पिटलच्या त्या बंदिस्त वातावरणात कोंडल्यासारखं होऊन फार अस्वस्थता जाणवू लागली होती. मी बरी झाली आहे, आता माझी तब्येत सुधारत जाणार आहे, हे पटल्याने मला तिथून बाहेर पडून बाहेरच्या जगात हिंडण्याचे वेध लागले होते. पण डॉक्टरांनी ठाम नकार दिला. त्यांच्या मते माझ्या अजून काही तपासण्या आणि आणखी औषधोपचार करणं अत्यावश्यक होतं. पुन्हा एकदा, हॉस्पिटलमध्ये दाखल होताना माझी काय अवस्था होती याची त्यांनी आठवण करून दिली.

मी जरा वैतागूनच त्यांना विचारलं, ''जर माझ्या शरीरात तुम्हाला कॅन्सर सापडत नाहीये, तर मी इथे कशासाठी राहू?''

त्यावर डॉक्टरांनी ठामपणे सांगितलं, ''कॅन्सर सापडत नाही, याचा अर्थ कॅन्सर नाही, असा होत नाही. काही दिवसांपूर्वी तू इथे आलीस तेव्हा अक्षरश: मरणाच्या दारात होतीस.''

अखेरीस, शेवटचा उपाय म्हणून त्यांनी माझ्या संपूर्ण शरीराचं PET Scan केलं. त्या रिपोर्टमध्येही जेव्हा कॅन्सर दिसला नाही, त्यावेळी माझ्यावर चाललेले प्रयोग अखेरीस संपले. उपचार थांबवण्यात आले.

माझ्यावर उपचार करणाऱ्या अख्ख्या टीमला आश्चर्य वाटावं, अशी आणखी एक गोष्ट घडली. माझ्या मानेवरच्या जखमांसाठी रीकन्स्ट्रक्टिव्ह सर्जरी करण्याचा निर्णय झाला होता, पण त्याचीही आवश्यकता नसल्याचे सिद्ध झाले कारण माझ्या जखमा आपोआप भरून आल्या.

अशा तऱ्हेने हॉस्पिटलमध्ये दाखल झाल्यानंतर पाच महिन्यांनी म्हणजे, ९ मार्च २००६ रोजी मला घरी सोडण्यात आलं. आता माझी मी एकटी, कुणाच्याही मदतीशिवाय चालू शकत होते. फक्त जिने चढता-उतरताना मला जरा मदत लागत होती. मला इतका आनंद झाला होता, जणू मी हवेतच तरंगत होते. डॉक्टरांनी ते बघून माझ्या डिस्चार्ज स्लिपवर ठळक अक्षरात लिहून दिलं : पुढील विश्रांतीसाठी घरी जायला हरकत नाही, पण किमान सहा महिने नो शॉपिंग, नो पार्टीज!

पण त्यांचा सल्ला मी थोडाच ऐकणार होते! एकाच आठवड्याने, १६ मार्चला माझ्या वाढदिवशी माझ्या साऱ्या कुटुंबासह मी माझं लाडकं रेस्टॉरंट - जीम्मीज किचनला गेले. माझा नव्याने झालेला जन्म आणि मला लाभलेलं नवीन आयुष्याचं दान साजरं करण्यासाठी! त्यानंतर पुढच्याच आठवड्यात २६ मार्चला माझ्या मैत्रिणीच्या लग्नालाही गेले. मी कोणत्या दिव्यातून गेले आहे हे माझ्या मित्र-मैत्रिणींना ठाऊक होतं. मला मनसोक्त नाचताना आणि आनंदाने शँपेनचे घोट घेताना बघून ते सारे थक्क झाले होते. आयुष्य आनंदाने, त्यागाने सुंदर होते आणि ते तसेच जगायचे असते, ही गोष्ट मला आजवर कधी नाही इतक्या प्रकर्षाने उमगली होती.

११

काहीही असलं तरी बाई, तुझा मृत्यू अटळ होता!

कॅन्सरमधून मी पूर्णत: बरी झाल्यानंतर अनेक आठवडे काय काय घडलं याचा विचार करत होते. विशेषत: मला आलेले जे अनुभव होते त्या सगळ्यांचा अर्थ समजून घेण्याचा माझा प्रयत्न होता. हे सारं नेमकं काय घडलं असावं? याबद्दल मी सतत विचार करत होते. हॉस्पिटलमधून बाहेर आल्यावर मला भेटायला आलेल्या लोकांच्या चेहऱ्यावर कमालीचं आश्चर्य स्पष्टपणे मला जाणवत होतं.

जरी मला थेट कोणी बोलून दाखवलं नाही किंवा स्पष्टपणे सांगितलं नाही तरीही ज्यांनी ज्यांनी मला आजारी असताना हॉस्पिटलमध्ये शेवटचं पाहिलं होतं, त्या प्रत्येकाला आता मी यातून वाचणार नाही याची खात्री पटली होती हे मला ठाऊक होतं. मी परत ठणठणीत होऊ शकेन अशी कोणी अपेक्षाच केली नव्हती. इतक्या कमी अवधीमध्ये मी इतकी बरी कशी होऊ शकले याबद्दल वाटणारं आश्चर्य काही लोक माझ्यासमोर लपवायचा प्रयत्न करत असत. काहींना मात्र ते जमत नसे.

माझी योगशिक्षिकासुद्धा याला अपवाद नव्हती. बरी झाल्यानंतर मी तिच्या स्टुडिओ मध्ये पहिल्यांदा गेले तेव्हा तिने आश्चर्याने मोठ्ठा आ वासला. आश्चर्याचा सुखद धक्का बसून ती मला म्हणाली, ''माय गॉड, अनिता तू? तू इतकी छान दिसते आहेस, तू बरी होत आहेस, तुझी तब्येत पूर्वपदावर येत आहे हे मला कळलं होतं. पण तू इतकी छान बरी होऊन येशील अशी अजिबात अपेक्षा केली नव्हती.'' गेल्या सहा महिन्यांनंतर मी तिच्या स्टुडिओत पहिल्यांदाच गेले होते.

अमीरा, ही माझी योगशिक्षिका. गेली अनेक वर्षे मी अधूनमधून तिच्याकडे योगासाठी जात असे. अमीरा अतिशय छान बाई होती. हाँगकाँगमधल्या मध्यवर्ती भागात तिचा योगाचा सुरेख स्टुडिओ होता. त्या स्टुडिओमधून हाँगकाँगचं व्यवसाय क्षेत्र दिसत असे. विशेषत: त्याचा जो व्हिक्टोरियन भाग होता तो तिथून अप्रतिम

दिसायचा. मला बरं नाही हे तिला माहीत होतं. आजारामुळे मी अधिक अशक्त झाल्याने मला योगासनांचे अनेक प्रकार करता येणं अशक्य झालं. पण अमीराने अतिशय संवेदनशीलपणे मला समजून घेतलं. ती मला फक्त शवासन करायला सांगायची. शवासनामध्ये मला निवांत वाटावं आणि आरामही मिळावा असा तिचा हेतू होता. पुढे पुढे मला शवासन करणंही अशक्य झालं. तरीदेखील मी अमीराच्या वर्गामध्ये जाणं सुरूच ठेवलं. कारण योगावर्ग सुरू असताना तिथे निर्माण होणारी सकारात्मक ऊर्जा मला अतिशय तरतरी देत असे.

शेवटी शेवटी मला घराबाहेर जाणंच अशक्य झालं. व्हीलचेअर माझी साथीदार बनली. कायमचा ऑक्सिजन टँक माझ्या शरीराला जोडला गेला. नंतर तर दिवसभर माझी काळजी घेण्यासाठी घरी एक नर्सही ठेवली. या साऱ्या प्रकारात आमीराच्या स्टुडिओत माझं जाणं थांबलं.

या सगळ्या गोष्टींमुळे ज्या क्षणी मी माझी बाहेर जायला समर्थ झाले त्या क्षणी मला तिच्या वर्गात जाऊन तिला आश्चर्यचकित करायचं होतं. खरोखरच ती आश्चर्यचकित झाली. नंतर आमीराने तिच्या वर्गातल्या तिच्या सगळ्या विद्यार्थ्यांशी माझी ओळख करून दिली. तसं पाहिलं तर सगळे जण मला काही ओळखत नव्हते. पण त्यांच्यापैकी काही जणांना मी आठवत होते. त्यांना मला बघून निश्चितच धक्का बसला. त्यांपैकी एका बाईचे तर डोळे ओलावले. हॉस्पिटलमध्ये ॲडमिट होण्यापूर्वी मी शेवटची जेव्हा वर्गात आले होते, त्यावेळी माझी प्रकृती केवढी ढासळली होती आणि माझी किती भयंकर अवस्था होती हे तिला आठवलं. मी परत बरी होऊ शकेन आणि आमची परत भेट होईल असा तिने विचारही केला नव्हता. माझ्याशी बोलताना ती पुनः पुन्हा 'ही तर जादू झाली!' एवढंच म्हणत होती.

मला भेटणाऱ्या प्रत्येक व्यक्तीला हे कसं घडलं, हे जाणून घेण्याची इच्छा होती. इतक्या लवकर मी बरी कशी झाले हे त्यांना कळत नव्हतं. मला मात्र त्यांना माझा सारा प्रवास सांगणं खूप अवघड वाटत होतं. याचं कारण म्हणजे, सुरुवातीला माझ्या बाबतीत काय घडलंय हे मीच व्यवस्थित जाणून घेणं गरजेचं आहे, हे लक्षात आलं. ज्या गोष्टी मी अनुभवल्या, ज्या दुनियेतून मी प्रवास करून आले, त्या जशाच्या तशा वर्णन करून सांगणं मलाच अवघड जात होतं. इतरांना समजेल अशा पद्धतीने याचं सादरीकरण कसं करावं हेच मला कळत नव्हतं. कारण जो अद्भुत अनुभव मी घेतला, तो योग्य पद्धतीने व्यक्त करण्यासाठी मला शब्दच सापडत नव्हते, विशेषतः इंग्लिशमध्ये तर नाहीच.

एक दिवस मला अनुपने एक ई-मेल पाठविला. त्याच्या जोडीला एक लिंक होती. एका वेबसाईटची ती लिंक होती. मृत्यूच्या समीप गेलेल्या काही व्यक्तींचे ते अनुभव होते. त्याला त्यांनी NDE म्हणजे Near Death Experience असंच नाव दिलं होतं. माझे अनुभव त्याला सांगितल्यानंतर असे अनुभव इतर कुणाला आले आहेत का? याविषयी अनुप शोध घेत होता. आणि त्याला निअर डेथ एक्सपिरियन्स रिसर्च फाउंडेशन (NDERF) या संस्थेची वेबसाईट मिळाली होती. www.nderf.org ही ती वेबसाईट! अनुपने ई-मेलमध्ये लिहिलं होतं, की मला जसे अनुभव आले साधारण तसेच अनुभव काही लोकांना आल्याविषयी या वेबसाईटवर लिहिलं होतं. आमच्या अनुभवांमध्ये बरंच साधर्म्यही होतं. त्याने मला ही वेबसाईट पाहायला सांगितलं.

वास्तविक मृत्यूसमीप अनुभवांबाबत (Near Death Experience) मला फारसं काही माहिती नव्हतं. टीव्हीवर या संदर्भात एखाद्दुसरा लघुपट मी पाहिला होता. तेवढंच मला त्याविषयी ज्ञान होतं. पण हे अनुभव प्रत्यक्ष घेतलेल्या कुणाही व्यक्तीशी माझा थेट परिचय नव्हता. मुख्य म्हणजे हे सारं मला अनुभवायला मिळणार आहे, अशी अपेक्षाच मी कधी केली नव्हती.

अनुपने मला पाठविलेली माहिती मी वाचायला लागले आणि माझ्या अंगावर अक्षरश: रोमांच उभे राहिले. तिथे दिलेल्या अनेक गोष्टी माझ्या अनुभवांशी खूपच मिळत्या जुळत्या होत्या. ज्यांनी अनुभव सांगितले होते, त्यांना माझ्याप्रमाणे कोणताही आजार झाला नव्हता. त्यामुळे माझ्या आजारासंबंधीचे अनुभव त्यांना आले नव्हते. परंतु त्या पलीकडच्या दुनियेतील आमचे अनुभव खूपसे सारखे होते. विशेषत: अनेकांनी आत्म्याचं विशाल रूप, स्पष्टता आणि एकतत्त्वाची जाणीव या गोष्टी आवर्जून नमूद केल्या होत्या. मलाही हे सारं अनुभवायला मिळालं होतं. दुसरी गोष्ट म्हणजे तिथे कोणतेही पूर्वग्रह नाहीत. एकमेकांविषयी ठाम मतं नाहीत. तसंच तिथे केवळ ओसंडून वाहणारं निर्व्याज प्रेम आहे, हे साऱ्यांनी नोंदवलं होतं. आपल्याला सोडून गेलेल्या म्हणजेच मृत परंतु आपल्या अतिशय जवळच्या आणि आपली काळजी घेणाऱ्या अनेक व्यक्ती त्या दुनियेत भेटल्याचंही अनेकांनी सांगितलं होतं. साऱ्यांनी तेथे जाणवणारी स्वीकाराची भावना, एकता आणि आपण सारे वैश्विकदृष्ट्या अतिशय जवळ आहोत याचं तिथे झालेलं ज्ञान याविषयी सांगितलं होतं. हे सारं मीही अनुभवलं होतं. अनेकांनी या अनुभवांनंतर आपल्याला जीवनाचा एक हेतू किंवा प्रयोजन लाभलं असं सांगितलं होतं. मलाही नेमकं तेच वाटत होतं.

हे काही अनुभव वाचल्यानंतर खाली एक आवाहन करण्यात आलं होतं 'तुम्हाला

कधी मृत्यूसमीपचे (Near Death Experience) अनुभव आले आहेत का? तुम्हाला ते आम्हाला सांगायचे आहेत का? असल्यास येथे क्लिक करा.' हे वाचल्यानंतर मी आपसुक सांगितल्या ठिकाणी क्लिक केलं. माझ्या समोर एक भलामोठा आणि बारीकसारीक तपशील विचारणारा फॉर्म अवतरला. ताबडतोब मी तो भरायला लागले. माझे अनुभव यापूर्वी मी कधीच लिहून काढले नव्हते. माझ्या जवळचे मित्र आणि माझे कुटुंबीय यांच्याबरोबर त्याविषयी बोलायचा मी फक्त प्रयत्न केला होता. आज पहिल्यांदाच इतक्या तपशिलाने मी त्यासंदर्भात विश्लेषण करत होते.

माझे अनुभव आज पहिल्यांदाच कुणा अनोळखी व्यक्तीला मी सांगत होते. त्यामुळे मला जे काही सांगायचं आहे ते, मी बरोबर आणि नेमक्या पद्धतीने लिहीत आहे ना, याची काळजी मी घेत होते. या साऱ्या अनुभवांविषयी अशा पद्धतीने मी विचारही केला नव्हता. मात्र फॉर्ममधल्या प्रश्नांनी मला त्या अनुभवांतील अनेक गोष्टींच्या संदर्भात एका वेगळ्याच पद्धतीने विचार करायला भाग पाडलं. मला झालेला कॅन्सर, शरीर सोडून पलीकडच्या दुनियेत गेल्यानंतर मला आलेले अनुभव, त्यानंतर माझं या भौतिक दुनियेत परत येणं या साऱ्याविषयी मी फॉर्ममध्ये सविस्तरपणे लिहिलं. फॉर्ममध्ये विचारलेले सगळे प्रश्न मी पूर्ण केले. काही ठिकाणी अधिक माहिती देण्याची सुविधा होती. तिथेही मी जास्तीची माहिती लिहिली. सगळं पूर्ण झाल्यानंतर मी तो फॉर्म सांगितल्याप्रमाणे 'सबमिट' केला. ताबडतोब माझ्यासमोर मेसेज झळकला, 'तुमचे अनुभव आम्हाला पाठविल्याबद्दल धन्यवाद! तुमचे हे सारे अनुभव आम्ही आमच्या साईटवर प्रकाशित करू किंवा नाही याविषयी पुढील तीन आठवड्यांत आम्ही तुम्हाला कळवू.'

तोवर बरीच रात्र झाली होती. त्यामुळे मी झोपायला गेले. पण त्यांच्याकडून मला काही उत्तर येईल, असं वाटत नाही असा माझ्या मनात विचार येत होता. मात्र दुसऱ्या दिवशी सकाळीच मला सुखद धक्का बसला. माझ्या इनबॉक्समध्ये डॉ. जेफ्री लाँग यांचा इमेल आला होता.

डॉ. लाँग हे स्वत: एक ऑंकोलॉजिस्ट होते आणि N.D.E.R.F. च्या वेबसाईटचे सर्वेसर्वादेखील. त्याच वेबसाईटवर मी माझा अनुभव लिहिला होता. माझा अनुभव हा आत्तापर्यंत त्यांनी वाचलेल्या अनुभवांपैकी सर्वांत आगळावेगळा आहे, असं त्यांनी मला कळवलं होतं. ज्या पद्धतीने झपाट्याने मी बरी झाले होते, त्याचं त्यांनाही आश्चर्य वाटत होतं. त्यामुळे प्रामुख्याने माझ्या वैद्यकीय परिस्थितीबद्दल त्यांना मला काही आणखी प्रश्न विचारायचे होते. माझे अनुभव मी चांगल्या पद्धतीने, नेमकेपणाने मांडले

आहेत असं त्यांनी लिहिलं होतं. पण त्यांना माझ्या कॅन्सरविषयी जाणून घ्यायचं होतं. मला कॅन्सरचं निदान केव्हा झालं? माझ्या आजारपणाचा कालावधी काय होता? आणि NDE नंतर साधारण किती दिवसांत मी कॅन्सरमुक्त झाले? अशा काही गोष्टी त्यांना जाणून घ्यायच्या होत्या.

त्यांच्या या सर्व प्रश्नांना मी माझ्या परीने शक्य तेवढी सविस्तर उत्तरं दिली. आताही त्यांनी लगेचच माझ्या इमेलला उत्तर पाठवलं. त्यांच्या प्रतिसादात मला एक सच्चा उत्साह दिसत होता. माझी उत्तरं वाचून त्यांना खूप आनंद झाला होता. माझे अनुभव वेबसाईटवर पोस्ट करण्यासाठी मी अनुमती दिल्याबद्दलही त्यांनी माझे आभार मानले होते. जगभरातल्या लक्षावधी लोकांना या अनुभवांतून प्रेरणा मिळेल, असं त्यांना वाटत होतं. NDERF पेजवर त्यांनी माझे सारे अनुभव आणि त्यावर त्यांनी विचारलेल्या प्रश्नांची उत्तरे हे सारं एक थेट लिंक टाकून प्रसिद्ध केले. आजही ते अनुभव जसेच्या तसे साईटवर अर्काईव्हज्‌मध्ये वाचायला मिळतील.

डॉ. लाँगनी माझ्या फॉर्मची चक्क प्रिंटआऊट काढली होती आणि तो पुन:पुन्हा वाचला होता, हे नंतर मला कळलं. आजवर त्यांनी असं इतर कोणाच्याच अनुभवांसंदर्भात केलं नव्हतं. त्यांना माझे अनुभव अविस्मरणीय वाटत होते.

या सुमारास माझे अनुभव लोकांपर्यंत पोहोचविण्याची आणखी एक संधी माझ्यासमोर आली. माझा मित्र पीटर लॉईड हा हाँगकाँगमध्ये 'होलिस्टिक हाँगकाँग' नावाचं एक प्रकाशन चालवतो. माझे अनुभव ऐकल्यानंतर तोही थक्क झाला. हे अनुभव प्रकाशित करण्याची संमती त्याने माझ्याकडे मागितली. म्हणून मी NDERF च्या साईटवर लिहिलेले अनुभव जसेच्या तसे त्याला पाठवून दिले. पुढच्याच अंकात त्याने त्यांना प्रसिद्धी दिली.

त्यानंतर अनेक दिवसांनी... मला वाटतं, २००६ च्या उन्हाळ्यात अमेरिकेतल्या एका ऑंकोलॉजिस्टने माझ्याशी संपर्क साधला. त्यांचं नाव डॉ. पीटर को! त्यांना अचानक वेगाने प्रकृतीत सुधारणा झालेल्या लोकांचे अनुभव अभ्यासण्यात रस होता, असं त्यांनी मला सांगितलं. केवळ तीन आठवड्यांच्या कालावधीत दोन वेगवेगळ्या लोकांनी माझ्या अनुभवांच्या लिंक्स त्यांच्याकडे पाठविल्या होत्या. एक अर्थातच NDERF च्या वेबसाईटची आणि दुसरी 'होलिस्टिक हाँगकाँग' मधल्या लेखाची! NDERF ची लिंक मिळाल्यानंतर डॉ. को यांनी ती वाचायची तसदी घेतली नव्हती. याचं मुख्य कारण म्हणजे ती खूप मोठी होती. एखादं आर्टिकल त्यांनी वाचावं अशा त्यांच्याकडे अनेक लोकांच्या इमेल्स येतात. मात्र दुसऱ्या वेळी त्यांना आणखी एक

ई-मेल आला. त्या इमेलमध्ये माझ्या 'होलिस्टिक हाँगकाँग' मध्ये प्रकाशित झालेल्या लेखाची लिंक होती. त्याबरोबर इमेल पाठविलेल्या व्यक्तीने त्यांनी हा लेख आवर्जून वाचावा, तो त्यांना निश्चितपणे आवडेल, अशी विनंतीही केली होती. म्हणून त्यांनी माझे अनुभव वाचायचा निर्णय घेतला.

माझी सारी कहाणी वाचून झाल्यानंतर त्यांच्या मनामध्ये अनेक शंका उपस्थित झाल्या म्हणून त्यांनी पीटर लॉईड यांच्याशी संपर्क साधला. वेबसाईटवर पूर्ण नावाने माझे अनुभव प्रकाशित झालेले नव्हते. तिथे केवळ 'अनिता एम.चे मृत्यूसमीप अनुभव' एवढेच नमूद करण्यात आले होते. त्यामुळे माझ्यापर्यंत कसं पोहोचावं, या विचाराने त्यांनी पीटरशी संपर्क साधला होता. पीटरने इमेलद्वारा माझी आणि डॉ. को यांची भेट घालून दिली. ताबडतोब डॉ. को यांनी, 'मला बरेच प्रश्न विचारायचे आहेत. त्यामुळे आपण फोनवर बोलायचं का?' असं विचारलं.

ठरल्याप्रमाणे मी आणि डॉ. को अक्षरश: अनेक तास फोनवर एकमेकांशी बोललो. माझा आजार, माझी वैद्यकीय परिस्थिती आणि माझे अनुभव या साऱ्याविषयी मी त्यांना बारीकसारीक तपशील सांगितला. माझ्या मेडिकल हिस्ट्रीमधील काही महत्त्वाची पाने मी त्यांना फॅक्सवरून पाठविली. त्यामध्ये २ फेब्रुवारी रोजी मी हॉस्पिटलमध्ये दाखल झाल्यानंतरचा डॉक्टरांचा अहवाल, माझ्या परिस्थितीचं सारं वर्णन, डॉक्टरांचं निदान आणि निष्कर्ष तसंच मला Stage 4 B चा लिम्फोमा असल्याचं निदान या साऱ्यांविषयीचे कागद मी त्यांना पाठविले.

या पानांपैकी काही पाने वाचल्यानंतर डॉ. को मला म्हणाले, ''काहीही केलं तरी बाई, तुझा मृत्यू अटळ होता!''

माझ्या केसमध्ये डॉ. को यांना इतका रस वाटत होता, की त्यांनी स्वत: हाँगकाँगला यायचं ठरवलं. ज्या हॉस्पिटलमध्ये हे सारं घडलं तिथे प्रत्यक्ष जाऊन माझे वैद्यकीय अहवाल स्वत: अभ्यासण्याचं त्यांनी ठरवलं.

मला आठवतं, तो ऑक्टोबर महिना होता. मला ज्या हॉस्पिटलमध्ये मृत्युसम ीपच्या दुनियेतले अनुभव आले, त्या हॉस्पिटलमध्ये मी त्यांना भेटले. लॉबीमध्ये आम्ही दोघंही बसलो. थोडावेळ एकमेकांशी गप्पा मारून एकमेकांशी ओळख करून घेतली. माझे अनुभव, माझा आजार याविषयी त्यांनी मला काही प्रश्न विचारले. माझ्या दृष्टिकोनातून त्यांना या साऱ्या गोष्टी समजून घ्यायच्या होत्या. त्यानंतर आम्ही हॉस्पिटलच्या प्रशासकीय कार्यालयात गेलो आणि तिथे माझी रेकॉर्डस् मागितली. त्या

लोकांनी जवळपास ३ इंच जाडजूड अशी भलीमोठी फाईल आणली आणि आमच्या समोर अक्षरश: टाकली. आम्ही फाईल घेऊन कॅन्टीनमध्ये गेलो. डॉ. को पानापानावरचे तपशील वाचत होते. काही कागद ते बाजूला काढत होते. त्यांच्या कॉपीज त्यांना घ्यायच्या होत्या.

पहिल्यांदा डॉ. लाँग आणि आता डॉ. को अशा दोन ऑंकोलॉजिस्ट्सनी माझ्या अनुभवांमध्ये रस दाखवावा, या गोष्टीनीच मला प्रचंड आनंद झाला होता. यावरून काही खास आणि उदात्त प्रयोजन मला लाभलं आहे आणि हजारो लोकांना मदत करण्यासाठी मी परत आले आहे, या माझ्या भावनेला एक प्रकारे पुष्टी मिळाली होती. ज्या परिस्थितीतून मी गेले त्यामुळे कुणाला तरी माझी काही मदत होऊ शकेल या विचारांनीच मला कृतकृत्य वाटत होतं.

माझ्याबाबतीत जे काही घडलं त्याबाबत सार्वजनिकरीत्या लोकांसमोर बोलण्याची माझी तयारी आहे का, असं डॉ. को यांनी मला विचारलं. आपण मुळामध्येच अतिशय शंकेखोर आहेत, असं त्यांनी कबूल केलं. मात्र हॉस्पिटलमधल्या रेकॉर्ड्समध्ये त्यांनी जे काही वाचलं त्यानंतर त्यांना माझ्याबाबत खूप उत्सुकता वाटत होती आणि माझ्यासंदर्भात अधिक संशोधन करावं अशी त्यांची इच्छा होती. त्याचा चांगला परिणाम होईल असंही त्यांचं मत होतं. हाँगकाँगमध्ये ते अजून काही दिवस राहाणार होते. त्यामुळे इथेच एक परिषद आयोजित करावी, अशी त्यांची इच्छा होती. त्यांचं अलीकडील संशोधन येथील डॉक्टरांसमोर मांडावं, अशी त्यांची इच्छा होती. या परिषदेत मीसुद्धा भाषण करावं, असं त्यांना वाटत होतं. हाँगकाँगमधल्या स्थानिक वैद्यकीय क्षेत्रात अनेकांशी ते माझ्या केससंदर्भात बोलले असल्याचं त्यांनी सांगितलं. त्या लोकांना माझ्याबाबत थोडीफार माहिती त्यांनी दिली होती. पारंपरिक उपचार पद्धती न स्वीकारण्याच्या माझ्या विचाराबाबतही त्यांनी त्या तज्ज्ञांना सांगितलं होतं.

माझ्या दृष्टिकोनातून माझे अनुभव येथील वैद्यकीय क्षेत्रासमोर, तज्ज्ञांसमोर मी स्वत: मांडणं महत्त्वाचं आहे, असं त्यांना वाटत होतं. इतक्या गंभीर स्वरूपाच्या कॅन्सरमधून बाहेर आलेल्या इतर कुणाचेही अनुभव त्यांनी आजवर ऐकले नव्हते. मी केवळ आजारातून बाहेर आले होते असं नाही, तर झपाट्याने बरी झाली होते. डॉ. को यांच्या मते ही गोष्ट इतर अनेक लोकांना कळणं अतिशय महत्त्वाचं होतं. माझ्याबाबतीत काय काय घडलं हे लोकांना सांगण्यासाठी मीसुद्धा अतिशय उत्सुक होते. त्यामुळे लगेचच मी या परिषदेत माझ्या अनुभवांविषयी भाषण करायचं मान्य केलं.

यानंतर आमच्या कुटुंबाचे डॉक्टर, डॉ. ब्रायन वॉकर यांच्याशीही मी डॉ. को

यांची भेट घालून दिली. माझी प्रगती बघून आणि माझा बरं होण्याचा वेग बघून आपणही थक्क झालो असल्याची कबुली डॉ. वॉकर यांनी दिली. कॅन्सरच्या इतक्या ॲडव्हान्स्ड स्टेजमधून इतक्या झपाट्याने कोणी बरं होऊ शकतं हे आजवर आपण पाहिलं नसल्याचं डॉ. वॉकर यांनी सांगितलं. गेल्या काही वर्षांत माझा कॅन्सर कसा वाढला याविषयीची त्यांची मतं सांगावीत, अशी डॉ. को यांनी डॉ. वॉकर यांना विनंती केली. डॉ. वॉकर यांनी त्याविषयी सांगितलं. त्यानंतर डॉ. को यांनी वृत्तपत्रांच्या प्रतिनिधींशी संपर्क साधला. स्थानिक वृत्तपत्रांत माझे अनुभव प्रकाशित व्हावेत यासाठी त्यांचा हा प्रयत्न होता. परिषदेला आपला प्रतिनिधी पाठवण्याची विनंती त्यांनी वृत्तपत्रांना केली.

माझ्या हॉस्पिटलमधील वैद्यकीय अहवालांवरून डॉ. को यांनी जो निष्कर्ष लिहिला होता त्यातील हा सारांश आहे. त्यांनी इमेलवरून वृत्तपत्रं आणि परिषदेसाठी उपस्थित राहणारे वैद्यकीय क्षेत्रातले अनेक तज्ज्ञ यांना हा अहवाल पाठवला होता. त्यांच्या परवानगीने मी तो इथे देत आहे. माझी संपूर्ण कहाणी एका ऑंकॉलॉजिस्टच्या नजरेतून उलगडते. अर्थात त्याला माझ्या वैयक्तिक अनुभवांची जोड आहेच.

''अनिताची कहाणी मला जेवढी महत्त्वाची आणि रंजक वाटली तेवढीच तुम्हालाही वाटेल अशी मला खात्री आहे. अनिताचे अनुभव हे माझ्यासाठी डोळे उघडणारे ठरले हे निश्चित! गेल्या महिन्यात मी जेव्हा हाँगकाँग येथे आलो त्यावेळी तिची क्लिनिकल हिस्ट्री तपासायची आणि ती जे जे दावे करत आहे त्याला एक तर पुष्टी द्यायची किंवा ते पूर्णत: चुकीचे ठरवायचे असा माझा हेतू होता. मी सारी वस्तुस्थिती माझं समाधान होईपर्यंत तपासली. मात्र तिच्या या अद्भुत अनुभवांमध्ये मी अधिकाधिक गुंतत गेलो. विशेषत: त्यातून तिने जो संदेश घेतला त्याने मी थक्क झालो. तिच्या संदर्भातले वैद्यकीय तपशील वाचताना वाचकाला कदाचित कंटाळा येऊ शकेल किंवा ते अवघडही वाटतील; तरीही मला ते सारे तुमच्या संदर्भासाठी येथे नमूद करायचे आहेत. कारण ते वाचल्यानंतर ती खरोखरच किती आजारी होती आणि त्यातून नाट्यमयरीत्या कशी बरी झाली हे तुम्हाला अधिक चांगल्या प्रकारे कळेल. याच्या जोडीला माझी स्वत:ची एक-दोन मतं मी येथे आवर्जून देत आहे. त्यामुळे अनिताच्या कहाणीला एक भक्कम पाया मिळेल असं मला वाटतं :

१) अनिताच्या आजारपणासंदर्भातील काही तपशील क्रमाने देत आहे :

२००२ च्या वसंतऋतूत तिला कॉलरबोनच्या थोडं वर डाव्या बाजूला घट्ट सूज जाणवली. तिच्या डॉक्टरांच्या दृष्टीने ही धोक्याची घंटा होती. त्याच वर्षी एप्रिलमध्ये

त्याची बायोप्सी झाली आणि तिला हॉजकिन्स लिम्फोमा झाला असल्याचं डॉक्टरांनी निदान केलं. तिला Stage 2 A कॅन्सर होता. साधारण प्राथमिक ते मध्यम स्वरूपाचा कॅन्सर असं त्याचं वर्णन करता येईल. कॅन्सरवर उपचार करण्याच्या ज्या पारंपरिक पद्धती आहेत ते उपचार घेण्यास अनिता राजी नव्हती. त्याऐवजी तिने अल्टरनेटिव्ह म्हणजेच पर्यायी पद्धतींचा अवलंब केला. त्यानंतरच्या अडीच वर्षांत तिचा आजार हळूहळू बळावत गेला. २००५ साली तिची प्रकृती ढासळायला लागली. तिच्या शरीरातील लिम्फनोडस्‌मध्ये कॅन्सर घुसला आणि पाहतापाहता त्याने अक्राळविक्राळ रूप धारण केलं. ज्यांना आम्ही बी सिम्टम्स असं संबोधतो, ती सारी लक्षणं तिला जाणवू लागली. त्यामध्ये रात्री दरदरून घाम फुटणं, सतत ताप येणं आणि त्वचेला खाज सुटणं या गोष्टींचा समावेश होता. या साऱ्या गोष्टींवरून आजार खूप वाढला आहे हेच सूचित होत होतं. त्यातच छातीमध्ये दोन्ही बाजूला पाणी झालं, ज्याला आम्ही प्ल्युरल इफ्युजन असं म्हणतो. २००५ सालामध्ये ते पाणी बाहेर काढण्यासाठी अनेकवेळा प्रयत्न केले गेले कारण त्यामुळे तिला श्वसनाचाच त्रास सुरू झाला होता. २००५ सालच्या ख्रिसमसच्या दरम्यान या साऱ्या गोष्टी वाढत, त्यांनी उग्र स्वरूप घेतलं. आता उलट गणती सुरू झाली होती, असं म्हटल्यास वावगं ठरू नये. तिच्या मान आणि छातीची भिंत येथील ट्युमरने आता भयानक स्वरूप घेतलं होतं. आता त्याचा परिणाम तिच्या त्वचेवर दिसू लागला होता. तिच्या त्वचेवर अनेक ठिकाणी अल्सर्स झाले होते. ते बरे होत नव्हते. ती काही खाऊ शकत नव्हती. तिचं शरीर आहारातील पोषक द्रव्ये शोषून घेण्यास असमर्थ ठरलं होतं. तिचं वजन झपाट्यानं कमी झालं होतं. सतत थकवा तिला जाणवत होता. स्नायूंची हानी झाली होती. तिच्या किडनीचं कार्य बिघडायला सुरुवात झाली होती.

२ फेब्रुवारीला सकाळी अनिता बिछान्यातून उठू शकली नाही. तिचा संपूर्ण चेहरा, मान आणि डावा हात हे एखाद्या फुग्यासारखे सुजले होते. प्रचंड सुजून तिचे डोळे जवळपास बंद झाले होते. डोकं आणि मान येथील नसांची झालेली हानी आणि प्रचंड फुगलेले लिम्फनोडस्‌ यामुळे हे सारं झालं होतं. छातीत पुन्हा एकदा पाणी झाल्याने श्वसनासाठी तिचा अक्षरश: झगडा चालू होता. ऑक्सिजनचा टँक असूनही तिला ते अवघड जात होतं. अतिशय हताश होऊन तिचा नवरा आणि आईने त्यांच्या कुटुंबाच्या डॉक्टरांना बोलावलं. तिची परिस्थिती कळल्यानंतर डॉक्टरांनी तिला तातडीने हॉस्पिटलमध्ये दाखल करण्याविषयी त्यांना सांगितलं. हॉस्पिटलमधल्या ऑंकोलॉजिस्टना कल्पना देण्यात आली. अनिता तिथे आल्यावर तिची भयावह परिस्थिती बघून ऑंकोलॉजिस्टना जबरदस्त धक्का बसला. तिच्या-संदर्भात आता

काही अवघड निर्णय घेण्याची गरज होती. त्यांना पुष्टी मिळावी या हेतूने आणखी एका वरिष्ठ ऑँकोलॉजिस्टना पाचारण करण्यात आलं. तिचं शरीर हळूहळू साथ देणं थांबवत होतं. त्यामुळे इतर अनेक तज्ज्ञांनाही बोलवण्यात आलं. आता काही केलं नाही, तर तिचं वाचणं अवघड आहे यावर साऱ्यांचं एकमत होतं.

मल्टिपल ऑर्गन फेल्युअरमुळे तिच्याबाबतीत केमोथेरपीचा उपचार योग्य ठरणार नव्हता. पण प्रत्यक्षात केमोथेरपी हा एकमेव पर्याय तिच्यासाठी दिसत होता. त्या रात्री एम.आर.आय., सी.टी.स्कॅन अशा अनेक तपासण्या करण्यात आल्या. तिच्या फुफ्फुसातून जवळपास २ लिटर पाणी बाहेर काढण्यात आलं. तिला केम ोथेरपी सुरू करण्यात आली. ७ पैकी ३ औषधांचा डोस तिला केमोमधून सुरू करण्यात आला. (केमोथेरपीच्या उपचारात सात औषधांची आठ सायकल्स असतात आणि प्रत्येक सायकल हे तीन आठवड्यांचं असतं.) अनिताला आय.सी.यू.मध्ये ॲडमिट करण्यात आलं. याच काळात ती एका वेगळ्या जगात गेली. यालाच ती NDE म्हणजेच 'मृत्यूसमीपचे अनुभव' असं म्हणते.

२) NDE मधून बाहेर आल्यानंतर अनिताची झपाट्याने झालेली नाट्यमय प्रगती.... ३ फेब्रुवारीला संध्याकाळी अनिताला जाग आली. ती उठून बसली आणि आपण पूर्णपणे बरी होणार आहोत असं तिने ठामपणे तिच्या कुटुंबीयांना सांगितलं. त्यानंतर तिने तिच्या ऑँकोलॉजिस्टबरोबरही चर्चा केली. अनिताने आपल्याला कसं ओळखलं? याबाबत त्यांनाही प्रचंड आश्चर्य वाटलं.

४ फेब्रुवारीला तिच्या शरीराला जोडलेली अन्नपुरवठा करणारी ट्युब काढून टाकावी, असं अनिताने सांगितलं. डॉक्टर जे सांगतील ते आपण खाऊ असा विश्वास तिने त्यांच्यापाशी व्यक्त केला. तिचं वजन वाढणं महत्त्वाचं होतं. तिने घरून गाणी ऐकण्यासाठी आयपॉड आणण्याचीही मागणी केली.

५ फेब्रुवारीला आपण बरं झाल्याच्या आनंदाप्रीत्यर्थ पार्टीला येणार का, असं विचारत तिनं डॉक्टरांचं स्वागत केलं. शेवटी ६ फेब्रुवारीला डॉक्टरांनी तिला आय. सी.यू.बाहेर जाण्याची परवानगी दिली.

तोपर्यंत तिच्या मानेवरची आणि चेहऱ्यावरची सूज मोठ्या प्रमाणावर कमी झाली होती. प्रचंड फुगलेले लिम्फनोडस् आता मऊ व्हायला लागले होते. पहिल्यांदाच तिला आपलं डोकं इकडे तिकडे वळवता येत होतं. तिच्यासाठीच्या औषधांचं पहिलं

सायकल फेब्रुवारीच्या मध्यात पूर्ण झालं. एका प्लास्टिक सर्जनना पुढील गोष्टी करण्यास सांगण्यात आलं होतं.

अ) तिच्या मानेच्या लिम्फनोडस्‌ची बायोप्सी आणि

ब) तिच्या शरीरावरच्या जखमा भरून आणण्यासाठी विशेषत: मानेवरच्या आणि ॲक्झीलावरील जखमांची प्लास्टिक सर्जरी.

विशेष म्हणजे तपासणीमध्ये त्यांना एकही लिम्फनोड मिळाला नाही. अखेरीस बायोप्सीपूर्वी तिची अल्ट्रासाऊंड करायचा निर्णय झाला. त्याचवेळी ते प्लास्टिक सर्जरीही करणार होते.

तीन वेळा अल्ट्रासाऊंड तपासणी करूनही बायोप्सीसाठी योग्य असा लिम्फनोड तिच्या शरीरात सापडला नाही. २७ फेब्रुवारीला शेवटी तिच्या मानेतील एका लिम्फनोडची बायोप्सी करण्यात आली. पण त्यात कॅन्सरचं नामोनिशाणही सापडलं नाही. तिच्या त्वचेवरील अल्सर्स आपोआप बरे झाले आणि त्यासाठी प्लास्टिक सर्जरी करण्याची काहीही आवश्यकता उरली नाही. अखेरीस केमोचं दुसरं सायकल संपल्यानंतर ऑँकोलॉजिस्टनी तिला घरी जाण्याची परवानगी दिली. आपला वाढदिवस तिने १६ मार्चला जिम्मीज्‌ किचनमध्ये साजरा केला. त्यानंतर २६ मार्चला एका लग्नात छान नाचून, शँपेन पिऊन तिने मजा लुटली. त्यानंतर तिचं तिसरं सायकल सुरू झालं. अशातऱ्हेने ६ सायकल्स पूर्ण झाल्यानंतर डॉक्टरांनी CT-PET स्कॅनिंग केले. ही गोष्ट २४ जुलैची. शेवटी डॉक्टरांनी तिला ती पूर्णत: बरी झाली असल्याचा निर्वाळा दिला. उरलेली दोन सायकल्सही तिला करावी लागली नाहीत.

अनिताची प्रकृतीतील सुधारणा अतिशय वाखाणण्याजोगी होती. माझे स्वत:चे अनुभव आणि माझ्या अनेक सहकाऱ्यांची मतं लक्षात घेतली तर तिच्या प्रकृतीतील ही सुधारणा इतकी नाट्यमय आहे, की ती केमोथेरपीमुळे झाली असा दावा मी करू शकणार नाही. कॅन्सरच्या पेशींचा आपण जर विचार केला किंवा त्यासंदर्भात आम्हाला जी काही माहिती आहे त्यावरून काहीतरी अतींद्रिय शक्तीने या पेशी वाढण्यास किंवा कॅन्सरग्रस्त पेशी नष्ट होण्यास मदत केली, असंच मला म्हणावं लागेल. आम्हाला या सर्व संदर्भातली नेमकी यंत्रणा ठाऊक आहे. पण हे सारं सायटोटॉक्सीक औषधांमुळे होऊ शकतं असं वाटत नाही. अनिताच्या अनुभवांवरून मला एक गोष्ट निश्चितपणे जाणवली ती म्हणजे या अद्‌भुत गोष्टीविषयी अधिक जाणून घ्यावं आणि आपण सगळे खरे कोण आहोत, कसे आहोत याविषयी अधिक अभ्यास करावा.''

या परिषदेला वैद्यकीय क्षेत्रातील अनेक तज्ज्ञ उपस्थित होते. विशेषत: स्थानिक हॉस्पिटल्समध्ये ऑँकोलॉजी शिकवणारे अनेक प्रोफेसर्स यासाठी आवर्जून आले होते. या व्यतिरिक्त मी स्वत:, डॉ. को, इतर प्रोफेसर्स यांनी स्वतंत्रपणे आमंत्रित केलेले काही जण होते. या परिषदेत डॉ. को, डॉ. वॉकर आणि मला माझ्या केससंदर्भात मुलाखतीसाठी रेडिओ केंद्रावरही पाचारण करण्यात आलं. यासंदर्भातलं वृत्तपत्रातील लेखन आणि आमची रेडिओवरची मुलाखत अजूनही माझ्या वेबसाईटवर – www.anitamoorjani.com वर उपलब्ध आहे.

या परिषदेमुळे आणि हाँगकाँग विद्यापीठातील वैद्यकीय शास्त्राच्या प्राध्यापकांना आणि त्या विभागाच्या सदस्यांना भेटल्यामुळे आणखी एक महत्त्वाची गोष्ट झाली. त्यांनी मला त्यांच्या विभागात वर्तणुकीचा अभ्यास तसंच कॅन्सर आणि मृत्यूमुळे जी मानसिक अवस्था होते त्यासंदर्भात बोलण्यासाठी, सल्ला देण्यासाठी एक कन्सल्टंट म्हणून यावं अशी विनंती केली. या संदर्भात प्राध्यापक आणि विद्यार्थी या दोघांशीही मी सातत्याने या विषयावर संवाद साधणं अपेक्षित होतं. हे काम मी मनापासून स्वीकारलं आणि त्यात मला खूप आनंदही मिळाला.

माझ्या फाईलवरून डॉ. को यांनी त्यांची स्वत:ची वैद्यकीय मतं नोंदवून एक अहवाल तयार केला. त्यात त्यांनी काही प्रश्नही उपस्थित केले. कॅन्सरवर उपचार करणाऱ्या किंवा संशोधन करणाऱ्या जगभरातल्या संस्थांना त्यांनी तो अहवाल पाठवून दिला. आजतागायत त्यांनी उपस्थित केलेल्या प्रश्नांना कोणीही उत्तरं देऊ शकलेलं नाही. तसंच इतक्या नाट्यमय पद्धतीने आणखी कोणी बरं झालं असल्याविषयी कोणताही अनुभव नमूद करण्यात आलेला नाही. डॉ. को यांनी मला सांगितलेल्या या काही गोष्टी आहेत, त्याविषयी कोणतंही स्पष्टीकरण मी देऊ शकत नाही. मात्र, हे कसं घडलं हे अद्याप एक गूढच आहे.

– मी जेव्हा हॉस्पिटलमध्ये दाखल झाले त्यावेळी माझे अवयव काम करायचे थांबले होते, असं वैद्यकीय अहवालावरून दिसतं. कोणत्या तरी गोष्टीने माझ्या अवयवांनी पुन्हा एकदा काम करण्यास सुरुवात केली. ही सुधारणा कशामुळे झाली असेल या संदर्भात डॉ. को यांनी अभ्यास केला. याच्या जोडीला डॉ. को यांनी माझ्या अहवालात ऑँकॉलॉजिस्टनी नमूद केलेले 'रुग्णाच्या कुटुंबाला कल्पना देण्यात आली आहे.' हे शब्द आवर्जून सांगितले. डॉ. को यांनी त्याचा अर्थ, मी वाचणार नाही, माझा मृत्यू होणार आहे, असंच डॉक्टरांनी माझ्या कुटुंबीयांना सांगितलं – असा घेतला.

– माझ्या डोक्याच्या तळापासून संपूर्ण शरीरभर म्हणजे माझा गळा, मान, काखा आणि छाती इथपासून माझ्या ओटीपोटापर्यंत जवळपास लिंबाच्या आकाराचे अनेक ट्युमर्स होते हे माझ्या अहवालावरून दिसतं. मात्र काही दिवसांनंतर या सर्व ट्युमर्सचा आकार जवळपास ७० टक्क्यांनी कमी झाला होता. एकीकडे माझे अवयव काम करत नसताना दुसरीकडे माझ्या शरीरातल्या अब्जावधी कॅन्सर सेल्सनी काम करायचं थांबवलं हे कसं शक्य आहे, याबाबत डॉ. को यांना खूप आश्चर्य वाटत आहे.

– माझ्या त्वचेवर अनेक जखमा आणि व्रण होते. माझ्या शरीराला या जखमा भरून येण्याच्या दृष्टीने पुरेसा पोषक आहार मिळत नव्हता. शरीरात तेवढी पोषक द्रव्ये शिल्लक नव्हती त्यामुळे या जखमा भरून काढण्यासाठी प्लास्टिक सर्जरी करणं अतिशय गरजेचं होतं, असं डॉक्टरांचं मत होतं. माझे स्नायूही निकामी झाले होते. माझी थोडी ताकद भरून आल्यानंतर ही प्लास्टिक सर्जरी केली जाईल, असं डॉक्टरांनी अहवालात नमूद केलं होतं. मात्र प्रत्यक्षात या शस्त्रक्रियेची तयारी होण्यापूर्वीच माझ्या जखमा आपोआप बऱ्या झाल्या.

माझ्या प्रकृतीतील एकाएकी झालेली ही सुधारणा कशी झाली? हा प्रश्न डॉ. को आणि इतरांच्या मनात होता. एका झटक्यात माझं मरणासन्न शरीर मृत्यूच्या वाटेवरून परत येऊन बरं कसं झालं? हे गूढ आहे.

माझ्याबाबतीत विचाराल तर मला याचं उत्तर ठाऊक आहे.... पण ते वैद्यकीय क्षेत्रात शोधूनही सापडणार नाही.

१२

नव्या नजरेतून आयुष्याकडे पाहाताना!

हॉस्पिटलमधून बाहेर आल्यानंतर पहिले काही महिने मी कमालीच्या आनंदात होते. अगदी आनंदाची नशा चढावी तसंच वाटत होतं. सभोवतालची प्रत्येक गोष्ट आणि प्रत्येक व्यक्ती मला अतिशय सुंदर वाटत होती. अगदी साध्या, क्षुल्लक वाटणाऱ्या घटना आणि वस्तूंमध्येही मला काहीतरी विलक्षण आणि जादुई वाटत होतं. उदाहरण म्हणून माझ्या घरातील फर्निचरच घ्या. गेली कित्येक वर्षं हेच फर्निचर माझ्या घरात होतं. अगदी रोज आम्ही ते वापरत होतो. त्याच्यामध्ये काही फार आगळंवेगळं आहे असं मला कधी वाटलं नाही. मात्र घरी परत आल्यावर आजवर कधीही लक्षात न आलेली एक गोष्ट माझ्या लक्षात आली. या फर्निचरचं कोरीव काम फारच सुंदर पद्धतीने केलं होतं. मला त्या वेळी पहिल्यांदाच हे फर्निचर तयार करणाऱ्या लोकांच्या श्रमाची जाणीव झाली. तीच गोष्ट माझ्या गाडीच्या संदर्भात सुद्धा. गेले जवळपास आठ महिने कॅन्सरमुळे मी गाडी चालवू शकले नव्हते. आता इतक्या दिवसांनंतर पहिल्यांदा गाडी सुरू करण्यातला आनंद माझ्यासाठी खूप मोठा होता. शहरातल्या रस्त्यांवरून गाडी चालवत नेताना माझे हात, डोळे आणि पाय यांचा अचूक मेळ मी घालू शकले, याचंच मला राहून राहून आश्चर्य आणि आनंद दोन्ही वाटत होतं. थोडक्यात सांगायचं, तर मानवी शरीर आणि हे जीवन या दोन्ही गोष्टींनी मी थक्क होऊन गेले होते.

असेच काही महिने गेले आणि आयुष्यात आपण पुन्हा काहीतरी केलं पाहिजे असा विचार माझ्या मनात बळावत चालला. पण मी काय करू शकते? असा विचार करू लागले, की मला काही सुचत नसे. नेमकी कुठून सुरुवात करावी? काय काम करावं? हे माझ्या लक्षात येत नव्हतं. माझ्या प्रकृतीत सुधारणा होण्याअगोदर ज्या जगात मी वावरत होते ते जग आता माझ्या सभोवताली राहिलं नव्हतं. गेली तब्बल चार वर्षे मी फक्त आणि फक्त आजारपणात घालवली होती. त्या काळात माझं सारं लक्ष फक्त आजारावर केंद्रित झालेलं होतं. कॅन्सरविषयी जे जे हातात पडेल ते ते

वाचण्याचा सपाटा मी लावला होता. कुठून कुठून माहिती गोळा करून मी त्याचा अभ्यास करत होते. माझ्या साऱ्या आयुष्याचं प्रयोजन त्यावेळी फक्त त्या व्याधीवरच केंद्रीत झालं होतं. हा आजार बरा कसा होईल, यातून मी मुक्त कशी होईन, एवढाच विचार माझ्या मनात होता. उत्तम आयुष्यापेक्षाही कॅन्सर झालेली कोणी व्यक्ती मला अधिक जवळची वाटू लागली होती. आता हे सारं संपून गेलं होतं. आता उरलेल्या आयुष्यात मी काय करणार होते?

कॅन्सरचं मला निदान होण्यापूर्वी मी कमालीची स्वतंत्र होते. स्वावलंबी होते. पण माझा आजार जसजसा वाढत गेला, तसतशी मी पूर्णत: डॅनी आणि माझ्या इतर कुटुंबीयांवर अवलंबून राहात गेले. एका क्षणी मी पूर्णत: परावलंबी झाले होते. आता मी बरी झाल्यानंतर आणि सगळ्या गोष्टी स्वत:च करू लागल्यानंतर प्रत्येक जण आपापल्या कामात गुंतत गेला. डॅनीने आपलं काम पुन्हा सुरू केलं. माझी आई आणि माझा भाऊ भारतात त्यांच्या घरी परत गेले. आता मी पुन्हा एकटी झाले होते. मनात सातत्याने काय करता येईल हा विचार चालू होताच.

आजारपणाच्या अगोदर मी एका कंपनीत रीलोकेशन ऑफिसर म्हणून काम करत होते. आता पुन्हा तेच काम करण्याची कल्पना मला सहन होत नव्हती. आजाराचं निदान झाल्यानंतर लगेच मी माझं हे काम सोडून दिलं होतं. माझ्या जागी ज्या व्यक्तीची नेमणूक झाली तिची मुलाखतही मीच घेतली होती. आता गेली चार वर्षे मी ते काम करत नव्हते. आता त्याच कामावर परत जायचं किंबहुना आता परत नव्याने काम सुरू करायचं हे मला काहीतरी वेगळं वाटत होतं. पण खरं सांगू, मी वेगळी बनले होते.

माझ्या सभोवतालच्या व्यक्तींबरोबर मला स्वत:ला जोडता येत नाही आहे हे मला जाणवत होतं. पण खरं सांगायचं तर इतर साऱ्यांना माझ्याबरोबर जोडून घेता येत नव्हतं. पुन्हा एकदा काम सुरू करायचं म्हटलं तर मला नेमकं काय करायचं आहे, हेच मला ठरवता येत नव्हतं कारण कुठलंही काम मला ठीक वाटत नव्हतं. या पृथ्वीवरची माणसं आणि त्यांची मूल्यं यामध्येच मी बसत नाही असा विचार माझ्या मनात येत होता. माझे प्राधान्यक्रम बदलले होते. आता मला बंदिस्त ऑफीसमध्ये एका जागी बसून काम करायचं नव्हतं. पुन्हा एकदा वरिष्ठांना रिपोर्ट करा, त्यांच्या आज्ञा पाळा, पैशांसाठी काम करा या गोष्टी माझ्या मनाला पटत नव्हत्या. मला पुन्हा एकदा लोकांमध्ये काम करणं, सकाळपासून संध्याकाळपर्यंत प्रचंड गडबड आणि धावपळीमध्ये काम करून संध्याकाळी मित्रमैत्रिणींबरोबर भटकायला बाहेर पडणं, रोज सकाळी उठून शहरातल्या प्रचंड गर्दीत आणि लोंढ्यात स्वत:ला ढकलून देणं मान्य

होत नव्हतं. अशातऱ्हेने NDE नंतर पहिल्यांदाच मला एकाकी वाटू लागलं. इतकं, की मी स्वत:त आणि विचारात अक्षरश: हरवून गेले.

दैनंदिन घटनांमध्ये किंवा प्रसंगांमध्ये स्वत:ला गुंतवून ठेवणं मला अवघड वाटू लागलं. माझा अटेन्शन स्पॅन म्हणजे एखाद्या गोष्टीकडे पूर्ण लक्ष देण्याची क्षमता घटत चालली आहे हे माझ्या लक्षात येऊ लागलं. अगदी मित्र-मैत्रिणींबरोबर गप्पा मारत असले तरीही मधूनच माझं मन कुठेतरी वेगळ्याच विचारांमध्ये भरकटतंय असं माझ्याबाबतीत सतत घडू लागलं. राजकारण आणि बातम्या यांच्या दुनियेत तर काय चालू आहे, यात मला कणभरही रस उरला नाही. इतकंच काय पण माझे मित्रमैत्रिणी काय काम करत आहेत, त्यांचं काय चालू आहे, यातही मला अजिबात रस वाटेनासा झाला. मात्र समुद्रकिनाऱ्यावर उभी राहून माझं लाडकं आईस्क्रीम खाता खाता समोरच्या क्षितिजावर मावळणारा सूर्य पाहाताना मला खूप छान वाटत असे. या जगाचा प्रेमळपणा आणि सौंदर्य आपण अनुभवत आहोत असं त्यावेळी मला वाटत असे. पायाला होणारा वाळूचा ओलसर स्पर्श, किनाऱ्यावर येणाऱ्या आणि माझ्या पावलांना गुदगुल्या करणाऱ्या लाटा, समोर सूर्यास्त होत असताना समुद्राच्या पाण्यावर नाचणारे मावळत्या सूर्याचे केशरी किरण हे दृश्य कधी नाही इतकं मला थक्क करत असे. माझं लाडकं बेल्जीयन चॉकलेट आईस्क्रीम खात असताना त्याची ती मुलायम चव माझ्या जिभेवर रेंगाळत असे. पहिल्यांदाच आपण अशी चव घेत आहोत असं मला वाटत असे.

प्रत्येक गोष्टीत मला दैवी सौंदर्याची अनुभूती मिळत असे. अगदी प्राणी असो वा कीटक! आजवरच्या आयुष्यात मला कधीही वाटली नव्हती एवढी ओढ निसर्गाबद्दल वाटू लागली होती. माझ्याभोवती घोंगावणाऱ्या डासाला सुद्धा मारू नये असं मला वाटायचं. हे सारे सजीव आहेत आणि त्यांचा आदर आपण केला पाहिजे, अशी भावना माझ्या मनात निर्माण झाली होती. प्रत्येकाच्या जगण्याला एक प्रयोजन असतं. या कीटकांच्या आयुष्याचं काय प्रयोजन होतं मला ठाऊक नाही, पण जसं माझ्या आयुष्याला होतं, तसंच त्यांच्याही आयुष्याला होतं हे खरं. ही भावना नेमकी काय होती, कशामुळे होती, हे मला ठाऊक नाही. मात्र माझ्या मनात ती घट्ट रुजली होती एवढं मात्र खरं.

दररोज सकाळी मला जाग येत असे तेव्हा हे जग नव्याने शोधण्याचा विचार माझ्या मनात असे. माझ्यासाठी प्रत्येक दिवस हे एक नवीन साहस होतं. मला भरपूर चालायचं असे, गाडी घेऊन हिंडावंसं वाटे. नवीन नवीन गोष्टी शोधाव्याशा वाटत. दूर डोंगरात जाऊन बसावंसं वाटत असे. मुलायम स्पर्शाच्या वाळूवर तासन्‌तास उभं राहावंसं वाटे.

आयुष्य जसं समोर येईल तसं ते स्वीकारावंसं वाटत असे. दुसरीकडे मला खास शहरी पर्यावरणामध्येही विशेष रस वाटू लागला होता. ही गोष्टदेखील मला नव्यानेच जाणवू लागली होती. शहरातले बाजार मी नव्या नजरेने बघू लागले होते. खास शहरी गोष्टी आनंदाने स्वीकारू लागले होते. निऑन लाईटच्या प्रकाशात उजळलेल्या शहारातल्या टोलेजंग इमारती तासन्‌तास न्याहाळत बसायला मला आवडू लागलं होतं. आमच्या शहरातली अतिशय प्रभावी आणि सोयीची अशी वाहतूक यंत्रणा पाहिल्यावर मनात अपरिमित कौतुक दाटून येत असे. हाँगकाँगच्या आजूबाजूच्या छोट्या छोट्या बेटांना जोडणारे अत्याधुनिक तंत्रज्ञानावर आधारित पूल पाहिले की मला फार नवल वाटत असे. एकूणच दुनियेतल्या प्रत्येक गोष्टीचं मला मना पासून आश्चर्य वाटू लागलं होतं आणि कोणत्याही निर्मितीमुळे मी थक्क होत होते.

माझ्यासाठी प्रत्येक दिवस अतिशय सुंदर बनून येत होता. एक नवीनच भावना घेऊन माझ्यासमोर येत होता. त्याचे अनुभव घेत असताना आपण एखादं नवजात बालक आहोत, असं मला वाटत असे. या दुनियेत आपण एकदम मोठं होऊनच जन्माला आलो आहोत, अशी गमतीची भावना माझ्या मनात येई. ३ फेब्रुवारी २००६ ला माझा जन्म झाला आहे, असं मला वाटू लागलं होतं.

माझ्या जुन्या मित्र-मैत्रिणींना मी आवर्जून भेटत असे. आम्ही सारे मिळून कधी जेवायला तर कधी कॉफी प्यायला बाहेर जात असू. पण त्यांच्याबरोबर पूर्वीसारखं सूत कधी जुळलंच नाही. साऱ्यांना मला भेटायला अतिशय आवडायचं. त्यांची तशी इच्छाही असायची. पण माझ्या अनुभवांमुळे मी कशी पूर्णत: बदलून गेले आहे, हे त्यांच्यापैकी अनेकांना लक्षातच यायचं नाही. अनेक सामाजिक प्रसंगांमध्ये मी काहीशी अधीर आणि अस्वस्थ झाले आहे, हे माझ्या लक्षात आलं होतं. त्याच त्याच गोष्टी आणि तेच दैनंदिन विषय तासन्‌तास चघळत बसायला मला आता अजिबात आवडत नव्हतं.

आयुष्यातली जादू, आयुष्यातली आश्चर्यं, नवल बघण्याची आणि जाणून घेण्याची लोकांची क्षमता हरवली आहे, असं मला वाटत होतं. सभोवतालच्या सर्व गोष्टींमध्ये मला जे आश्चर्य दिसत होतं, त्याबाबत विचार करण्याचा एक नवीन उत्साह माझ्यामध्ये संचारला होता. तसं काहीच या लोकांना का वाटत नव्हतं? खरं सांगायचं तर आपण जिवंत आहोत हीच गोष्ट इतकी सुंदर आणि नवल वाटावी, अशी होती. पण या गोष्टीच माझ्या भोवतालच्या लोकांना लक्षात येत नव्हत्या. ते सारे दैनंदिन चक्रात पुरते अडकले होते. दरवेळी त्याक्षणी आपण काय करत आहोत, यापेक्षाही पुढच्या क्षणी आपल्याला

काय करायचं आहे, हाच विचार लोकांच्या मनात असे. खरं सांगायचं तर NDE पूर्वी मीही अशीच होते. थोडक्यात सांगायचं तर माझ्या भोवतालचा प्रत्येक जण त्याच्या कामामध्ये इतका गुरफटला होता, की आहे त्या क्षणाचा आनंद घेणं आणि आहे त्या क्षणात जगणं, हेच प्रत्येक जण विसरून गेला होता.

प्रत्येक क्षणी मला मात्र, पुढे काही चांगलं घडणार आहे असं वाटत राहायचं. ज्या घटनांमधून प्रवास करून मी येथवर आले होते, त्यानंतर त्या सर्व अनुभवांचं काहीतरी प्रयोजन आहे असा माझा विश्वास होता. सतत माझ्या मनात ही भावना असे. पुढे काय होणार याचं कुतूहल असे. आपण काहीतरी भव्य, उदात्त असा हेतू मनाशी बाळगला पाहिजे, ही भावना मनात असे. तरीही असं काहीतरी प्रत्यक्षात घडण्यासाठी आपण काम करायला हवं, काही ठोस कृती करायला हवी असं मात्र मला अजूनही वाटत नव्हतं. निर्व्याज प्रेमाचं मी एखादं साधन असावं हे मला पटलं होतं. कुणालाही उत्तमपणे करता येणारी ही गोष्ट आहे, हेही मला पटलं होतं.

प्रेमाचं महत्त्व पटल्यामुळे मला आता कोणत्याही समस्या तेवढ्या मोठ्या वाटत नव्हत्या. लोक आपापलं आयुष्य आणि आपल्या अडचणी यांचा विनाकारण खूप बाऊ करतात, हे मला मान्य होतं. पूर्वी मीही हेच करत होते. आधी मी माझ्या स्वतःच्याच नव्हे तर इतरांच्याही अडचणींमध्ये स्वतःला गुरफटून घेत असे आणि या साऱ्या गोष्टी फार गांभीर्याने घेत असे. पण NDE नंतर मला एक गोष्ट ठामपणे कळली होती, ती म्हणजे आपण जिवंत आहोत, जगतोय हेच आपल्यासाठी मोठं वरदान आहे. या विश्वात स्वतःला व्यक्त करण्यासाठी मला ही दुसऱ्यांदा संधी मिळाली आहे. या आयुष्यामधील माझ्या समोर असलेल्या भव्य साहसासाठी आता एक क्षणही मला वाया घालवायचा नाही. प्रत्येक क्षणाला मला सुंदर रूप द्यायचं आहे. प्रत्येक क्षणाचा आनंद, स्वाद मनापासून आणि चवीचवीनं घ्यायचा आहे. ही भावना माझ्या मनात निश्चित होती.

आता पुन्हा एकदा रोजच्या आयुष्यातील क्षुल्लक गोष्टी, फालतू अडचणी आणि तेवढेच क्षुल्लक मुद्दे यांचं दडपण मला स्वतःवर अजिबात येऊ द्यायचं नव्हतं. भविष्यात काय होईल? पैसे मिळतील का? काम कसं चालेल? घरामध्ये सगळ्या गोष्टी व्यवस्थित होतील ना? अशा गोष्टींवर मला मुळीच वेळ खर्च करायचा नव्हता. जे काही माझ्याबाबतीत भव्य असं घडणार आहे, त्याचा मी विचार केला, की या साऱ्या गोष्टी मला खूप किरकोळ वाटू लागत.

मजा करणं आणि हसणं आयुष्यात खूप महत्त्वाचं आहे. मी आता मनसोक्त हसू

लागले होते, तेही सहजपणे! त्यामुळे मला स्वत:ला खूप हलकं वाटत होतं आणि ज्या लोकांना हे पटलं होतं, जे मनमुराद हसत असत, अशा लोकांचा सहवास मला आवडू लागला होता.

आजारपण, राजकारण किंवा मृत्यू यासंदर्भात जेव्हा केव्हा चर्चा होत असे, तेव्हा माझी या संदर्भातली मतं अतिशय वेगळी असत. माझ्या त्या अनुभवांनंतर या विषयांमध्ये मी रमतच नसे. हळूहळू विचार करण्याची आणि त्यावर निर्णय घेण्याची माझी क्षमता कमी होतेय असं मला जाणवू लागलं. उदाहरणार्थ, चांगलं किंवा वाईट, योग्य किंवा अयोग्य अशा गोष्टींमध्ये स्पष्ट फरक करणं मला जमत नव्हतं. याचं कारण म्हणजे माझ्या NDE दरम्यान माझा कोणीही असा न्यायनिवाडा केला नव्हता. तिथे फक्त सहवेदना होती आणि तिथलं प्रेम निर्हेतुक होतं. या दोन्हीही गोष्टी मला स्वत:बद्दल अजूनही जाणवत होत्या आणि इतरांबद्दलही!

म्हणून मला जगभरातले गुन्हेगार आणि दहशतवादी यांच्याबद्दल कमालीची करुणा वाटत होती. हे सारेजण परिस्थितीचे बळी आहेत हे मला ठाऊक होतं. या लोकांबद्दल मला असं पूर्वी कधीही वाटलं नव्हतं, परंतु हे लोक इतरांनी निर्माण केलेला गोंधळ, नैराश्य, वेदना आणि विद्वेष या दुष्टचक्रात सापडले आहेत हे माझ्या आता लक्षात आलं होतं. अतिशय आनंदी आणि स्वत: विचार करणारा कोणीही माणूस अशी विघातक कृत्यं करूच शकणार नाही. जे लोक स्वत: अतिशय आनंदी आणि समाधानी असतात ते आपल्या सभोवताली आनंद निर्माण करू शकतात आणि तेच लोक निर्हेतुकपणे प्रेमही करू शकतात. अशी गुन्हेगारी कृत्यं करण्यासाठी एखादा माणूस भावनिकदृष्ट्या विकृतच असावा लागतो किंवा माझ्या शब्दात सांगायचं तर भावनिक कॅन्सरग्रस्त असू शकतो.

अशातऱ्हेने ज्यांना मानसिक कॅन्सरने ग्रासलेलं असतं त्यांना समाज दुर्दैवाने खूप वाईट वागणूक देतो. या त्यांच्या स्थितीतून त्यांना बाहेर काढण्यासाठी कोणतेही प्रयत्न होत नाहीत किंवा त्यांना संधीही मिळत नाही. कोणतीही मदत त्यांना दिली जात नाही. त्यामुळे त्यांची परिस्थिती अधिकाधिक बिघडतच जाते. अशातऱ्हेने वागणूक देऊन आपण एकापरीने समाजामधला कॅन्सर वाढवतच असतो. आपला समाज शारीरिक आणि मानसिक दोन्हीही दृष्टींनी बळकट व्हावा अशातऱ्हेचे प्रयत्न आपण करत नाही, हे माझ्या लक्षात आलं आहे.

याचा एकच अर्थ होता, मी–आम्ही आणि ते या नजरेतून जगाकडे बघूच शकत नव्हते. म्हणजेच गुन्हेगार आणि गुन्हेगार तयार करणारे लोक या नजरेने मला जगाकडे

बघणं अशक्य होतं. माझ्या दृष्टीने या जगामध्ये 'ते नव्हतेच', माझ्या जगात फक्त आम्ही किंवा आपण होतो. आपण सारे एकच आहोत, एकाच निर्मात्याची लेकरं आहोत, आपल्या साऱ्यांचे विचार, कृती आणि श्रद्धा एकच आहेत. अगदी गुन्हेगार तयार करणारे लोकही स्वत:च्या द्वेषाचे आणि दु:खाचे गुन्हेगारच असतात.

आता इतर लोक ज्या पद्धतीने मृत्यूकडे पाहतात, त्याच नजरेने मी तो पाहू शकत नव्हते. मृत्यूनंतर आता मला तेवढं दु:खही वाटत नसे. अर्थात माझ्या जवळचं कोणीही मरण पावलं तर ती व्यक्ती मला परत कधीही दिसणार नाही, भेटणार नाही याची खंत मला वाटत असे. पण इतर कोणीही मरण पावलं तर मला तेवढं दु:ख होत नसे. याचं कारण ते त्या पलीकडच्या सुंदर जगात गेले आहेत आणि तिथे ते निश्चितपणे खूश आहेत हे मला ठाऊक होतं. तिथे कुणी दु:खी असणं शक्यच नव्हतं. त्यांचा मृत्यू ही सुद्धा अत्यंत योग्य गोष्ट आहे हे मला कळून चुकलं होतं. त्या वरच्या जगात जसं ठरलं आहे किंवा जसं हवंय, तसंच सारं घडतं हे आता माझ्या लक्षात आलं होतं.

माझी सारी मतं इतकी टोकाची बदलली होती, की आता माझं मत व्यक्त करण्यापूर्वी मी खूप काळजीपूर्वक विचार करायचे. अन्यथा लहानशा गोष्टीतून गैरसमज होण्याची शक्यताच अधिक होती. मला हे गैरसमज टाळायचे होते. आपण मेल्यानंतर तिथे कुठलाही न्यायनिवाडा होत नाही. अगदी गुन्हेगार आणि दहशतवादी व्यक्तीच्या कृत्यांचाही निवाडा होत नाही, अशी माझी जी मतं झाली होती ती इतरांना पटणं अवघडच होतं. या लोकांबद्दलही मला कमालीची करुणा वाटते आणि वाईट गोष्टी किंवा वाईट कृत्यं त्यांनी का केली, हे मला समजतं, या सर्व गोष्टी माझ्या लक्षात आल्या होत्या. अगदी मूलभूत विचार केला तर मला आणखी एक गोष्ट पक्की माहिती होती, अगदी धार्मिक गोष्टी किंवा संस्कृतीच्या चौकटीतल्या गोष्टी मला पटत नसल्या आणि त्या जर मी पाळल्या नाहीत तर त्याहीबद्दल त्या दुनियेत न्यायनिवाडा करून कोणीही मला शिक्षा देणार नाही.

अशातऱ्हेने हळूहळू मी स्वत:मध्येच जास्त रमायला लागले. अर्थात त्याला अपवाद होता डॅनीचा सहवास! तो बरोबर असला, की मला खूप सुरक्षित वाटायचं. तो माझ्या कृत्यांचा न्यायनिवाडा करणार नाही, स्वत:च्या मनाने बरंवाईट ठरवणार नाही हे मला ठाऊक होतं. माझ्या साऱ्या प्रवासामध्ये माझ्या नवऱ्याने माझी साथ एकदाही सोडली नव्हती. सावलीसारखा तो माझ्या सोबत होता. मला समजून घेणारे फार कमी लोक माझ्या सभोवताली होते. त्यातला पहिला डॅनी होता. माझे विचार, माझ्या भावना त्याच्याशी मनमोकळेपणाने मी बोलत असताना तो शांतपणे आणि समजुतीने त्या ऐकून

घेत असे. नवीन भावनांचा अर्थ लावण्यात तो मला मदतही करायचा.

माझ्याबाबतीत काय घडलं? ते उलगडून सांगण्यासाठी माझ्या अनुभवांविषयी सातत्याने मला बोलावंसं वाटत असे. त्यामुळे मला जे जे वाटतं ते सर्व व्यक्त करण्यासाठी मी हे अनुभव लिहून काढावेत म्हणून डॅनीने नेहमी मला प्रोत्साहन दिलं. मी लेखनाला सुरुवात केली आणि ते नेटाने चालूही ठेवलं. अनेक ठिकाणी मी लिहू लागले. कित्येक ब्लॉग्ज मी लिहिले. माझ्या अनुभवांनंतरच्या नवीन जगामध्ये पुढे पुढे चालत असताना माझ्यासाठी हे लेखन अतिशय गरजेचं आणि एखाद्या औषधासारखं होतं.

१३

माझी वाट शोधताना!

माझ्या वर्तुळातल्या लोकांपेक्षा पूर्ण भिन्न असा दृष्टिकोन माझ्यामध्ये रुजला होता, तसा माझ्यासाठीही तो नवीनच होता. आता मला कशाचीही भीती वाटत नव्हती. आजारपण, वार्धक्य, मृत्यू, पैसे नसणं अशा कुठल्या-कुठल्याही गोष्टींची मला धास्ती वाटत नसे. एकदा तुमची मृत्यूची भीती संपून गेली की त्यानंतर फार कमी गोष्टी तुम्हाला धास्तावून टाकतात. या जगामध्ये आपल्याला सर्वांत जा स्त भय आपल्या मरणाचं वाटतं, दुसरं कसलंही नाही! आणि जर हे सर्वांत मोठं भयच संपून गेलं तर मग जगात घाबरण्यासारखं राहतं काय?

सभोवतालचं जग आता मला खरं वाटतच नव्हतं. त्यामुळे पुन्हा एकदा या जगात सामावून जाणं, त्याच्याशी जुळवून घेणं, हे माझ्यासाठी फार मोठं आव्हान होतं. ती पलीकडची दुनिया मला खरीखुरी आणि सत्य वाटत होती. जसं मी मागच्या प्रकरणात वर्णन केलं, त्याप्रमाणे या जगात प्रत्येक जण गंभीरपणे जी गोष्ट करत होता तीच मला रुचत नव्हती. उदाहरणार्थ, पैसा आणि अर्थकारण या गोष्टींमुळे प्रत्येक जण इतका तणावग्रस्त होता, की या जगात आनंद घेण्यासारख्या किंवा ज्यांच्याविषयी कृतज्ञ वाटावं अशा अनेक सुंदर गोष्टी आहेत हेच त्याच्या लक्षात येत नव्हतं. याच्या जोडीलाच प्रेम, ऋणानुबंध, नातेसंबंध, गुणवत्ता, सर्जनशीलता, प्रत्येक माणसाचं वेगळेपण या गोष्टी बहुतांश लोकांच्या खिजगणतीतही नसतात, याचं मला फार आश्चर्य वाटत होतं. उलट केवळ पैशांसाठी ज्या कामात आपल्याला कणभरही रस नाही अशा गोष्टी लोक का करताहेत याचं मला आश्चर्य वाटत असे. बहुतांश लोक ज्या नजरेने आयुष्याकडे बघत ते मला फार विचित्र वाटत होतं. किंबहुना चुकीचंच वाटत होतं. प्राधान्यक्रम आणि मूल्यं यांचा परस्परांशी अजिबात मेळ बसत नव्हता. साऱ्या गोष्टी उलटसुलट वाटत होत्या. शिवाय याच चित्रामध्ये मला पुन्हा स्वत:ला जाऊ द्यायचं नव्हतं. कोणे एके काळी मी स्वत:ही असाच विचार करत असे.

केवळ पैसे मिळविण्यासाठी मला न आवडणारं काम मी पुन्हा कधीही करणार नाही असा विचार माझ्या मनात येत होता. काम करण्याचा किंवा कोणत्याही गोष्टी करण्याचा माझा दृष्टिकोन आता पूर्णत: बदलून गेला होता. माझ्यासाठी आता माझं आयुष्य आणि या जगामध्ये माझा वेळ या गोष्टी अतिशय मौल्यवान होत्या.

कॅन्सर झाल्यानंतर, आजारपणामध्ये आणि जवळजवळ मृत्यूच्या दारातून परत येताना माझा सारा प्रवास डॅनीने बघितला होता. मृत्यूच्या उंबरठ्यावरून मी परत आल्यावर माझ्यासाठी जशा साऱ्या गोष्टी बदलल्या, तशाच त्याच्यासाठीही बदलल्या होत्या. माझ्या आजारपणापूर्वी तो एका बहुद्देशीय कंपनीमध्ये विक्री आणि वितरण विभागात कार्यरत होता. संपूर्ण आशिया खंडातील वितरणाची जबाबदारी त्याच्याकडे होती. आता पुन्हा एकदा त्याच एकसूरी आणि कंटाळवाण्या कामामध्ये आपण जाऊ नये असं त्याला वाटत होतं. विशेषत: जो खडतर प्रवास करून आम्ही दोघंही आलो होतो, त्यानंतर त्याला त्याचं काम खूप कंटाळवाणं वाटत होतं. एका अर्थाने आम्ही दोघंही मोठे, परिपक्व झालो होतो, बदललो होतो आणि नव्याने खूप काही शिकलो होतो.

डॅनीचं, स्वत:चा व्यवसाय सुरू करण्याचं अनेक दिवसांपासूनचं स्वप्न होतं. आता या क्षणी पुन्हा एकदा त्याला मी त्याच्या स्वप्नांची जाणीव करून दिली. शिवाय त्याने स्वप्नपूर्तीच्या दिशेने प्रयत्न करावेत, असंही सुचवलं. NDE पूर्वी मला निव्वळ या कल्पनेनंही भीती वाटायची. स्वत:चा व्यवसाय सुरू करणं हा केवढा मोठा धोका आहे, हाच विचार माझ्या मनात यायचा. समजा, उद्या व्यवसाय सुरू केलाच आणि त्यात अपयशी ठरलो, नुकसान झालं तर आम्हाला कोण मदत करणार, असंही वाटायचं.

पण आता परिस्थिती उलटी होती. माझी मतं पूर्ण बदलली होती. आयुष्यात स्वप्नपूर्ती अतिशय महत्त्वाची असते हे मला कळून चुकलं होतं. कोणताही पश्चात्ताप किंवा खंत मनाशी धरून आयुष्य जगू नये या मताला मी आले होते. म्हणून डॅनीने स्वत:चा व्यवसाय सुरू करावा यासाठी मी त्याच्या पाठीमागे धोशाच धरला. त्याला जो व्यवसाय सुरू करायचा होता, तो मोठा करायचा होता तो त्याने करावा, यासाठी मी त्याच्या मागेच लागले. त्याच्या मनात विद्यार्थी आणि कंपन्यांना करिअर ॲसेसमेंट टुल्स तयार करून द्यायची होती.

हळूहळू सर्व गोष्टी मनासारख्या घडू लागल्या. दुसऱ्या कोणासाठी तरी काम करण्यापेक्षा स्वत:साठी, स्वत:च्या मनाप्रमाणे काम करणं त्याला जास्त सोपं वाटू

लागलं. माझ्या आजारपणात माझ्या जवळ राहावं म्हणून तो बराच काळ नोकरीवर जाऊ शकला नव्हता. पण आता स्वत:साठी काम करताना साऱ्या गोष्टी जमवून आणणं, त्याला सोपं वाटू लागलं. पूर्वी अशा गोष्टी म्हणजे मोठं प्रश्नचिन्ह असायचं. पण माझ्या NDE नंतर सारं जग तुमच्यासाठीच काम करत आहे, तुम्हाला चांगलं वाटावं म्हणून कष्ट घेत आहे, अशी भावना माझ्या मनात निर्माण झाली होती. त्याचप्रमाणे आपल्या मनाला आवडणारं काम करण्याचीही महती कळली होती. एकापरीने काहीतरी अधिक चांगलं करण्याची ही संधीच होती.

एका अर्थी, नवीन व्यवसाय सुरू करणं हे तसं आमच्यासाठी धाडसच होतं. त्यासाठी आम्हाला स्वत:तही अनेक बदल करावे लागले. अनेक गोष्टी आम्ही कमी केल्या. मोठं घर सोडून आम्ही छोट्या घरात राहायला गेलो. आमचे व्यक्तिगत खर्च आम्ही कमी केले. पूर्वी आम्ही हाँगकाँगमधल्या अतिशय सळसळत्या शहरी भागात राहात असू. आता आम्हाला जरा लांब आणि साध्याशा वस्तीत राहावं लागत होतं. चीनच्या हद्दीजवळ एका लहानशा खेडेगावामध्ये आम्ही घर घेतलं. आमच्या समाजापासून आम्ही दूर गेलो होतो. एका अर्थी आम्ही एकटे पडलो होतो. पण खरं सांगू? या गोष्टीमुळे आमच्यासमोर आम्हा दोघांचीही आयुष्यं नव्याने एकमेकांशी जोडण्याची, आयुष्याबद्दल नव्याने विचार करायची संधीच चालून आली होती. आम्ही कोण होतो, कसे होतो त्यापेक्षा पूर्णत: वेगळं असं जीवन आम्ही स्वत: निवडलं होतं. आम्हा दोघांच्याही आयुष्याची पुन्हा एकदा नव्याने सुरुवात झाली असं मला वाटलं.

डॅनीने नोकरी सोडून दिल्याने आमचा होणारा आर्थिक तोटा, कमी करावे लागणारे आमचे खर्च आणि हाँगकाँगसारखं शहर सोडून दुसरीकडे राहायला जावं लागणं या सगळ्या गोष्टींकडे मी पूर्वीच्या परिस्थितीत, खूप वेगळ्या नजरेनं बघितलं असतं. या सगळ्या गोष्टींमुळे मला अतिशय असुरक्षित वाटलं असतं. त्यामुळे मला प्रचंड भीतीही वाटली असती. पण आता या क्षणी माझ्या मनात त्या पलीकडच्या दुनियेतले शब्द गुंजत होते, 'परत जा आणि तुझं आयुष्य निर्भयपणे जग!' त्यामुळे सारं काही योग्यच घडणार आहे हा विश्वास मला वाटत होता. माझ्या NDE मधून मी अनेक संदेश बरोबर घेऊन परत आले, आपण सारे एकच आहोत. प्रेम हा आपला स्थायीभाव आहे आणि आपण सगळे खूप महान आहोत हा त्यामधील सर्वांत महत्त्वाचा संदेश होता आणि तो माझ्या मनात सतत रुंजी घालत होता. माझे वडील आणि माझी खास मैत्रीण सोनी यांनीच जणू हा संदेश मला दिला होता. जेव्हा जेव्हा माझ्या मनात हा विचार येई, तेव्हा तेव्हा त्या दोघांपैकी एकाचा आवाज मला ऐकू येत असे. कोणत्या परिस्थितीत माझ्या मनात हा विचार येतोय यावर ते अवलंबून असे. आता या परिस्थितीत एक

नवीन साहस माझ्यासमोर येत आहे असं मला वाटत होतं. तशाच घटना सर्वत्र घडत होत्या आणि पुन्हा एकदा नव्याने, कोरी पाटी घेऊन आयुष्याची सुरुवात करावी असा हा विचार ठाम होत होता.

त्याचप्रमाणे NDE मुळे बाह्यसत्याच्या पलीकडे जाऊन अंतर्सत्याचा मी विचार करू लागले. थोडं स्पष्ट करून सांगायचं झालं तर आजवर माझ्या दृष्टीने बाहेरचं जग हेच वास्तव होतं, सत्य होतं आणि त्याने आखून दिलेल्या चौकटीत राहून मला काम करायचं होतं. बहुतांश लोक याच पद्धतीने विचार करतात. पण यामुळे होतं काय, तर माझी सर्व शक्ती माझ्या हातानेच मी बाहेरच्या जगाला देऊन टाकते. बाहेर घडणाऱ्या अनेक घटना मला नियंत्रणात ठेवू लागतात. माझी वर्तणूक, माझ्या लहरी, माझे विचार हे सारं स्वत:च्या काबूत ठेवणं या बाह्य जगात शक्य होतं. भावनिक प्रतिक्रिया किंवा जाणिवा या तंतोतंत खऱ्या असतात असं मानून चालत नाही कारण त्या मोजता येत नाहीत किंवा दाखवता येत नाहीत. बाहेर घडणाऱ्या प्रसंगांना निव्वळ प्रतिसाद म्हणून त्या घडत असतात. या सगळ्या चित्रात मी माझ्या स्वत:च्या आयुष्याची शिल्पकार असण्यापेक्षादेखील परिस्थितीची बळी असते. अगदी माझा आजार हीदेखील माझ्या बाबतीत सहजपणे घडलेली एक घटना होती.

मात्र NDE नंतर माझ्या लक्षात आलं, की मानव हा वैश्विक संपूर्णतेचा दैवी आणि अविभाज्य घटक आहे. या विश्वात ज्या गोष्टी आहेत, त्या सर्वांचा त्यात समावेश आहे. अस्तित्वात असलेल्या, अस्तित्वात राहणाऱ्या साऱ्या घटना त्यात सामावलेल्या आहेत आणि हे सारं परस्परांशी घट्ट जोडलं गेलं आहे. या विश्वाच्या केंद्रस्थानी मी आहे हे माझ्या लक्षात आलं. या वैश्विक जाळ्याच्या केंद्रस्थानी आपण पोहोचताच जे प्रतिसाद देतो किंवा ज्या गोष्टी व्यक्त करतो, तो आपला दृष्टिकोन असतो हे मला कळून चुकलं.

हळूहळू डॅनी आणि मी आमच्या आयुष्यातली ही नवी परिस्थिती घडवत होतो. या दरम्यान वर उल्लेख केलेल्या सर्व गोष्टी, ही सारी सत्यं माझ्यासमोर अधिक ठामपणे येत होती. या वैश्विक जाळ्यात जरी सगळ्या गोष्टी घडत असल्या तरीही आपल्याला ते सारं माहीत असतं, आपण ते जाणत असतो, कारण सगळे परस्परांशी जोडलेलो असतो. आपलं जग हे एखाद्या पटासारखं असतं. विचार, भावना, अनुभव, नातेसंबंध, जाणिवा आणि अनेक प्रसंग यांनी बनलेल्या एखाद्या पटासारखं! माझं जग, माझे स्वत:चे अनुभव आणि ज्ञान यांच्या आधारे हवं तसं विस्तृत बनवणं किंवा मर्यादित ठेवणं हे मात्र माझ्या हातात असतं. मला जर ते मोठं करायचं असेल तर त्यात

अनुभवांची आणि ज्ञानाची भर टाकावी लागते. अर्थातच माझ्या अनुभवांमध्ये या साऱ्या गोष्टींसाठी आवश्यक ती निवड करणं माझ्या हातात असतं.

एखादी गोष्ट जेव्हा माझ्या लक्षात येते किंवा तिची मला जाणीव होते तेव्हा ती माझ्या दुनियेचा भाग होते. यापूर्वी मी एका वेअरहाऊसची संकल्पना मांडली होती. त्याचा आधार घेऊन सांगायचं झालं तर, मला एखाद्या गोष्टीची जाणीव होते म्हणजे काय? तर माझा प्रकाशाचा किरण त्या गोष्टीवर पडून माझी श्रद्धा, माझं सत्य, माझा विश्वास यांचा एक भाग ती बनते.

आयुष्याच्या पटाची मर्यादा वाढवणं हे माझ्या आयुष्याचं प्रयोजन आहे, ही गोष्ट मला आता कळून चुकली होती. अनेक आणि उदात्त अनुभवांनी माझं आयुष्य मला समृद्ध करायचं होतं. पूर्वी मी स्वत:वर ज्या मर्यादा घालून घेतल्या होत्या, त्या तोडून शक्य तेवढ्या क्षेत्रांत वावर करून, माझा आवाका वाढवून, अनेक अनुभवांनी समृद्ध होण्याची संधी मी शोधत होते. आपण ज्या गोष्टी सत्य आहेत असं मानून चालतो परंतु प्रत्यक्षत: त्या समाजाने लादलेले पूर्वग्रह किंवा विश्वास असतात. अशा गोष्टी कोणकोणत्या आहेत, याचा मी विचार करू लागले. पूर्वी मला ज्या गोष्टी नकारात्मक किंवा अशक्य वाटायच्या त्या प्रत्येक गोष्टीचा मी विचार करून त्यासंबंधी प्रश्न विचारू लागले. विशेषत: ज्या समजुतींमुळे माझ्या मनात भीती असायची किंवा मला अपूर्णता जाणवायची, त्या गोष्टींचा मी नव्याने विचार करू लागले.

या गोष्टींवर आपण का विश्वास ठेवायचा, असं मी मलाच विचारायचे. संस्कृती आणि समाज यांनी तयार केलेली ही कल्पना काही विशिष्ट वेळी लागू होत असेलही पण म्हणून ती शाश्वत सत्य थोडीच ठरणार आहे? मला ज्या नियमांनुसार, रूढींनुसार वाढवलं आहे, ज्या पद्धतीने विचार करायला शिकवलं आहे, त्यावरच सातत्याने मी विश्वास ठेवण्याची खरोखरच गरज आहे का?

काही परिस्थितींत आवश्यक असेलही.... कदाचित! पण नेहमीच ती गोष्ट खरी ठरत नाही. अनेकदा या प्रश्नांचं उत्तर माझं मन ठामपणे 'नाही' असंच देत असे.

स्त्रियांनी कायम आज्ञेत राहायला हवं, त्यांनी खाली मान घालूनच वावरायला हवं, असं मला शिकवलं गेलं होतं. स्त्रीची मुख्य भूमिका ही सहकार्य करणारी पत्नी आणि आई अशी असते. पण मला मात्र या अपेक्षा पूर्ण करणं कधीही जमलं नाही.

माझं सारं आयुष्य मी स्वत:चाच न्यायनिवाडा करण्यात घालवलं. पारंपरिक अपेक्षांची पूर्तता करत नाही, याबद्दल मनोमन मी स्वत:लाच धिक्कारत राहिले. NDE

मात्र नंतर माझ्या लक्षात आलं, की समाजाने ठरवलेल्या निकषांचा असा अडथळा नेहमी जाणवत राहतो.

मी फारशी आध्यात्मिक नाही, असं मला पूर्वी नेहमी वाटायचं. या क्षेत्रात मला आणखी प्रगती करायला हवी, अभ्यास केला पाहिजे असं मला वाटत असे. परंतु आता मला कळलं, की आपण कोणीही असो, काहीही करत असो किंवा आपल्या श्रद्धा कोणत्याही असोत, मूलत: आपण सारे आध्यात्मिक असतोच. दुसरं काही असणं शक्यच नाही. आपला आत्मा आध्यात्मिकच असतो. फक्त ही गोष्ट आपल्या नेहमी लक्षात येतेच असं नाही. खरा आनंद आणि खरं समाधान या गोष्टी अंतर्मुख होऊन विचार करून, स्वत:वर प्रेम करण्यात असतात. स्वत:च्या हृदयाला आदर देण्यात असतात. आतला आवाज ऐकून त्यानुसार कृती करण्यात असतात आणि ज्या गोष्टींनी आपल्याला आनंद मिळेल त्या करण्यात असतात. आपल्याला जेव्हा जेव्हा दिशाहीन, हरवून गेलोय, समोर कोणता मार्गच दिसत नाही असं वाटेल (ही गोष्ट मला अजूनही अनेकदा जाणवते). तेव्हा वास्तविक मी स्वत:ची जाणीव विसरून गेले आहे असा असतो. 'मी खरी कोण आहे', या जाणिवेचा धागा सुटून गेल्याने 'मी येथे कशासाठी आले आहे' हे प्रयोजन विसरून गेले आहे. या गोष्टी केव्हा होतात; तर मी माझा आतला आवाज ऐकण्यास असमर्थ असते. माझ्या स्वत:ची शक्ती, मी टीव्हीवरच्या जाहिराती, वर्तमानपत्रं, औषधांच्या मोठमोठ्या कंपन्या, माझे समवयीन, सांस्कृतिक आणि सामाजिक विश्वास, पूर्वग्रह आणि अशाच इतर अनेक गोष्टींच्या हातात देऊन टाकते, तेव्हा मी खरी कोण आहे, हे विसरून जाते.

पूर्वी मला जेव्हा असं वाटायचं, तेव्हा पहिली गोष्ट मी काय करत असेन, तर वरवर दिसणाऱ्या जगामध्ये उत्तर शोधण्याचा प्रयत्न करायचे. मी पुस्तकं वाचायला सुरुवात करायचे. शिक्षक, गुरू यांच्यामागे धावायचे. मला असं वाटायचं की, या गोष्टींतून मला वरवरचं समाधान देणारी उत्तरं मिळतील. मला जेव्हा कॅन्सरचं निदान झालं तेव्हाही हीच गोष्ट मी केली. परंतु त्यातून बाहेर येण्यापेक्षा निराशेच्या गर्तेत मी खोल खोल बुडू लागले. याचं कारण तेच होतं, मी पुन:पुन्हा माझ्यातली ऊर्जा, माझं सामर्थ्य बाहेर कोणाच्यातरी हातात देत होते.

असं करणं म्हणजे नेमकं काय? माझ्या व्यक्तिमत्त्वातील दृष्टिकोन म्हणजे काय? असा जेव्हा मी विचार करते तेव्हा माझं स्वत:चं मन जे सांगतंय, त्यावर पूर्णपणे विश्वास ठेवते. थोडक्यात जो विचार मी स्वत: करत आहे त्याचा माझ्या संपूर्ण विश्वावर परिणाम होणार असतो. दुसऱ्या शब्दात सांगायचं झालं तर, या वैश्विक

जाळ्याच्या केंद्रस्थानी मी आहे. त्यामुळे हे सारं विश्व माझ्यामुळे प्रभावित होणार आहे. याचाच अर्थ जोपर्यंत मी आनंदी आहे तोवर माझ्या सभोवतालचं विश्वही आनंदात राहाणार आहे. मी स्वत:वर प्रेम केलं तर इतर लोकही माझ्यावर प्रेम करणार आहेत. मला मन:शांती लाभली तर आजूबाजूच्या सर्व सृष्टीत शांतता वसणार आहे.

काही गोष्टी जर उलटसुलट झाल्या तर त्यांचं भौतिक रूप बदलण्याऐवजी मी माझ्या आतल्या जगात त्यांचा शोध घेऊ लागले. पण हे NDE नंतर झालं. जर मला कुठल्या गोष्टींचा ताण जाणवत असेल, काळजी वाटत असेल, दु:ख होत असेल तर त्याचा शोध बाहेर घेण्याऐवजी अंतर्मुख होऊन मी स्वत:मध्ये तो शोध घेत असे. आजही मी तेच करते. मी शांत बसते किंवा निसर्गरम्य वातावरणात फिरायला बाहेर पडते. माझं आवडतं संगीत ऐकते. जोवर पुन्हा एकदा त्या केंद्रस्थानी येऊन मला शांत वाटत नाही, माझ्या मनातला एकटेपणा जात नाही, तोवर मी या गोष्टी करते आणि हे घडलं की माझं बाह्य जगही बदलून जातं. मी प्रत्यक्ष काही करण्याच्या आतच माझ्यासमोरच्या बऱ्याच समस्या विलीन होतात.

केंद्रस्थानी येणं असं जेव्हा मी म्हणते तेव्हा या विश्वाच्या केंद्रस्थानी येणं आणि माझ्या स्थितीबद्दल जाणीव होणं हे मला अभिप्रेत आहे. या एकमेव ठिकाणी आपण सगळे कायमच असतो. आपण केंद्रस्थानी आहोत ही भावना अतिशय महत्त्वाची असते.

अर्थात, या भावनेचा मलाही अनेकदा विसर पडतो. मीसुद्धा सभोवतालची अनेक नाट्यं, मतभेद, संताप, वेदना या सगळ्यांत गुंतून जाते. भौतिक जगात भरकटते. मला स्वत:च्या विशाल, विस्तृत आणि अमर्याद अशा रूपाचा विसर त्यावेळी पडतो.

सुदैवाने केंद्रस्थानापासून आपली नाळ तुटायला नको हे माझ्या लगेच लक्षात येतं. फक्त काही वेळ माझी नजर भरकटलेली असते एवढंच! त्यावेळी मिळणारी शांतता आणि आनंद मला मिळत नाही. त्या दिशाभूल करणाऱ्या वातावरणात एकदा का आपण सापडलो, तर मग आनंद आणि दु:ख हातात हात घालून चालतात, अंधार आणि प्रकाश या एकाच नाण्याच्या दोन बाजू आहेत या गोष्टींचा आपल्याला विसर पडतो. या परिस्थितीपासून दुरावणं हे एका अर्थाने गोंधळलेल्या मनाचंच एक लक्षण असतं. पुन्हा एकदा या विश्वाच्या केंद्रस्थानी येणं ही आपल्या अमर्याद स्वरूपात परत येण्याची एक पायरी असते. आपण सारे या विश्वाचे अविभाज्य घटक असून विश्वाशी तादात्म्य पावलो आहोत हे आजही मला ठाऊक आहे. म्हणूनच मी जरी भौतिक शरीरात असले अन् मला माहीत असो वा नसो पण मी या मोठ्या विश्वाचा केंद्रबिंदू

आहे हे निश्चित. माझा भव्यपणा आणि अमर्याद जगाशी असलेलं माझं नातं जाणून घेण्याचाच हा एक भाग आहे.

त्यानंतरचे अनेक महिने हे सारं ज्ञान प्रत्यक्षात आचरण्याचा मी खूप प्रयत्न केला. जेव्हा कधी मला खूप काही करण्यासारखं असे, खूप ताण असे त्यावेळी मी काही क्षण शांतपणे बसून त्या केंद्रबिंदूच्या ठिकाणी येण्याचा प्रयत्न करायचे. प्रत्येकवेळी मला मी खूप वेळ वाया घालवत आहे, या टीकेला सामोरं जावं लागायचं. मात्र मी जर भौतिक स्तरावरच या सगळ्या गोष्टी सुरळीत करायचा प्रयत्न केला तर उलट त्या खूप संथ गतीने पुढे सरकतात हे माझ्या लक्षात आलं. अशा पद्धतीने समस्या दूर करण्याचा प्रयत्न केला तर खूप मोठ्या प्रमाणावर नैराश्य येतं आणि माझ्यावरचा ताणही वाढतो. घाईगडबडीने गोष्टी करण्याचं हेच नुकसान असतं.

याउलट काही वेळ दिला, शांतपणे केंद्रस्थानी यायचा प्रयत्न केला, इतर लोक काय म्हणतील, याचा विचार बाजूला ठेवला तर विश्वाशी नातं जोडता येतं. तत्क्षणी माझ्या समोरच्या अनेक समस्या दूर होतात. मला खूप शांत आणि आनंदी वाटू लागतं. अशा वेळी मला मनाची स्पष्टता लाभते. अनेक आव्हानं अक्षरश: गळून पडतात. केवळ बाहेरच्या जगातील अडथळ्यांसाठीच नव्हे तर आयुष्य सुरळीतपणे जावं यासाठी सुद्धा हे तंत्र अतिशय प्रभावी आहे, हे माझ्या लक्षात आलं आहे. माझ्या NDE चा हा थेट परिणाम आहे. भल्यामोठ्या वैश्विक पटाचा मी एक लहानसा घटक आहे, हे आकलन झाल्यानंतरच हे विचार माझ्या मनात आले आहेत. या विश्वाचा मी केंद्रबिंदू असून स्वत:मध्ये डोकावून पाहताच 'मी सर्वांशी नातं जोडू शकते' हे माझ्या लक्षात आलं आहे.

NDE नंतर गेल्या काही वर्षांत बाह्य गरजांमध्येही अनेक बदल घडल्याचं म ाझ्या लक्षात आलंय. मला निसर्गामध्ये राहायला जास्त आवडू लागलं. विशेषत: समुद्राजवळ मी अधिक खूश असते हे माझ्या लक्षात आलं. हॉस्पिटलमधून बाहेर आल्यानंतर काही दिवसांत एक गोष्ट माझ्या लक्षात आली. आधी जसं मला जगातल्या सर्व गोष्टींबद्दल कुतूहल वाटत असे, तसंच समुद्राच्या लाटा बघितल्यावर आणि त्याची गाज ऐकल्यानंतरही माझ्या NDE च्या दुनियेत मी मनाने पटकन जाऊन पोहोचते.

कित्येक जण माझे घनिष्ठ मित्र झाल्याचा आनंद मला आहे. तसंच माझे कुटुंबीयही खूप वेगळ्या पद्धतीनं जवळ आलं आहेत. कदाचित हे ऐकायला विचित्र वाटेल, पण माझ्या NDE नंतर माझ्या सहवासात आलेल्या अनेक लोकांना अतिशय उत्तम ऊर्जात्मक बदल जाणवला, असं ते स्वत:च सांगतात. मी या गोष्टीची फार

वाच्यता करत नाही कारण माझ्या मते अशा गोष्टी आपोआप व्यक्त होतात. कदाचित लोकांना जे अनुभव हवे आहेत ते मी केवळ व्यक्त करते असं मला वाटतं.

माझ्या त्या अनुभवानंतर एका गोष्टीवर माझा ठाम विश्वास बसला आहे. आपल्या सगळ्यांमध्ये स्वत:ला बरं करण्याची शक्ती तर आहेच पण त्याचसोबत सभोवतालच्या अनेकांना बरं करण्याची क्षमताही आहे. केवळ आपल्या स्वत:मधील त्या अमर्याद शक्तीची जाणीव आपल्याला व्हायला हवी. त्यानंतर कोणतीही व्याधी शरीरामध्ये राहूच शकणार नाही. मात्र आपण या संपूर्ण विश्वाचा एक घटक आहोत ही भावना दृढ व्हायला हवी, खात्री पटायला हवी. दुसरी गोष्ट म्हणजे, आपण सारे एकमेकांशी घट्ट जोडले गेलो आहोत, त्यामुळे एका व्यक्तीची उत्तम स्थिती इतरांच्या आयुष्यावर प्रभाव टाकतेच. एखाद्याला बरं वाटलं, एखादा आनंदात असेल तर त्याचा परिणाम इतरांवर होतोच. थोडक्यात, एकमेकांमुळे बरं होण्याची ताकद आपल्या सर्वांना लाभलेली आहे. आपण जेव्हा इतरांना बरं करतो तेव्हा एका परीने आपण स्वत:ला बरं करत असतो आणि या पृथ्वीलाही निरोगी ठेवत असतो. आपण खरं तर एकमेकांपासून भिन्न नाही. वेगळेपणा फक्त आपल्या मनात असतो इतकंच!

माझ्या आयुष्यात अनेक चढउतार होते. आपण विश्वाच्या केंद्रस्थानी आहोत ही भावना सतत मनात ठेवण्यासाठी मला अनेकदा खूप प्रयत्न करावे लागले. इतरांप्रमाणेच मला देखील अनेक छोटी छोटी घरगुती कामं, अगदी बिलं भरण्यासारखी रोजची कामंही करावी लागली. NDE नंतर या कामांवर लक्ष केंद्रित करणं मला खरोखरच अवघड झालं होतं. पण तरीही या कामातून परत येऊन पुन्हा एकदा या विश्वामधल्या आपल्या स्थानावर लक्ष केंद्रित करणं, स्वत:ची जागा शोधणं मी सोडून दिलं नाही. याचं कारण पुन्हा एकदा तेच आहे, माझ्या मनात रुंजी घालत असलेला दुसऱ्या दुनियेतला आवाज परत जा आणि तुझं आयुष्य निर्भयपणे जग!

मी अनेक नवीन मित्रमैत्रिणी जोडले. त्यांच्यामधल्या एकाने तर मला समजून घेण्यात आणि माझ्या अनुभवांचा अर्थ लावण्यात मला खूप मदत केली. परंतु माझ्या अनेक जुन्या मित्रमैत्रिणींशी पुन्हा एकदा संबंध जोडण्यात मला अडचण आली हे मला मान्य करावं लागेल. पूर्वी जेवढी मी लोकांमध्ये मिसळत असे तेवढी आता मिसळत नाही. ज्या गोष्टी पूर्वी मला आनंद देत असत त्या आता देतातच असं नाही. पूर्वीइतके मित्रमैत्रिणीही मला उरलेले नाहीत. आता माझ्या खासगी आयुष्यात मी फार कमी लोकांना प्रवेश देत होते. गेल्या काही वर्षांत NDE च्या आमच्या ग्रुपमधल्या अनेक लोकांचा त्यात समावेश आहे. आम्ही काही जण आता खूप घट्ट मित्र झालो आहोत.

त्यांच्यापैकी काही लोकांनी मला जसे अनुभव आले अगदी तसेच अनुभव घेतले आहेत.

आजही माझ्या सख्ख्या नातेवाइकांशी मी मनाने तशीच घट्ट जोडली गेलेली आहे. माझा नवरा, माझी आई, माझा भाऊ आम्हा साऱ्यांचं नातं पूर्वीसारखंच अतिशय जवळचं आहे. माझ्या संघर्षात हे सारेजण सावलीसारखे माझ्याबरोबर होते. मला जेव्हा गरज होती, तेव्हा प्रत्येक वेळी मी हाक मारण्याआधीच ते धावून आले. मी त्यांच्याशी घट्ट धाग्याने बांधली गेली आहे. इतर कोणाशी माझं इतकं घट्ट नातं नाही.

याचा अर्थ, मला एकटं राहावंसं वाटतं असा अजिबात नाही. आजही मी भरपूर हिंडते, फिरते. लोकांना मदत केल्यानंतर एकमेकांविषयी आकलन होतं, हे मला पटलं आहे. माझ्या लेखनाद्वारे आणि सध्या सांस्कृतिक प्रशिक्षक म्हणून करत असलेल्या माझ्या कामाद्वारे मी ते करतच आहे. पण मी जशी आहे तसा स्वत:चा स्वीकार केल्यानंतर माझ्या आयुष्यावर केवढा मोठा प्रभाव पडला, हे आता पुढच्या प्रकरणात आपण पाहणार आहोत.

१४
प्रकृतीतील सुधारणा - एक नवी सुरुवात

मी काम करायला कशी सुरुवात केली, हे पुस्तक मला का लिहावंसं वाटलं, त्याबद्दल मी तपशिलाने सांगणार आहे. हे पुस्तक आकाराला आलं त्यापूर्वी काय घटना घडत गेल्या ते आपण पाहणार आहोत.

NDE नंतर माझ्या प्रकृतीत झपाट्याने सुधारणा झाली. मी पूर्वी म्हटलं त्याप्रमाणे अक्षरश: आनंदात विहरत होते. मी इतकी प्रचंड खूश होते, की उंच इमारतीच्या छतावर जाऊन अत्यानंदाने ओरडावं, माझ्याबाबतीत काय काय घडलंय, हे प्रत्येकाला सांगावं आणि मला आता कसं वाटतंय हे त्याने समजून घ्यावं, अशी माझी उत्कट इच्छा होती. परंतु तरीही घडलेल्या घटनांबाबत लोकांना सांगताना मला किंचित संकोच वाटत असे किंबहुना काहीशी भीती वाटत असे. आपली कहाणी सगळ्यांना सांगून आपण गरज नसताना लोकांचं लक्ष आपल्याकडे वेधून घेण्याचा प्रयत्न तर करत नाही ना, असं मला वाटायचं. मी माझ्याबाबतीत काय घडलं हे एकदा सार्वजनिकरीत्या सर्वांना सांगितलं तर ज्या पद्धतीने लोकांचं लक्ष त्याकडे वेधलं जाणार होतं, ज्या पद्धतीने लोक माझ्या अनुभवांकडे बारकाईने बघणार होते, त्यासाठी माझी अद्याप तयारी नव्हती.

आयुष्यात सुखदु:ख एकमेकांबरोबर येतं. चांगल्याबरोबर वाईटही येतं. त्यामुळे मी जर काही सांगितलं असतं तर त्याविषयीच्या कौतुकाबरोबर कदाचित मला टीकाही सहन करावी लागली असती. हे मला पूर्णत: ठाऊक होतं. तरीदेखील लोक माझ्या अनुभवांचं स्वागत कशाप्रकारे करतील, याविषयी एकीकडे मला चिंता वाटत होती तर दुसरीकडे माझं अंतर्मन मला सांगत होतं, हे अनुभव अधिकाधिक वाचकांपर्यंत पोहोचायलाच हवेत. थोडक्यात काय, तर हे सगळं लोकांना सांगण्यासाठी मी कमालीची उत्सुक होते पण त्याचवेळी दुसरीकडे ही गोष्ट प्रत्यक्षात उतरवण्यासाठी माझ्या मनाची तयारी नव्हती. मात्र एक गोष्ट माझ्या मनात पक्की होती, जेव्हा या गोष्टींसाठी योग्य वेळ येईल, आतून मला हे सारं लोकांपर्यंत पोहोचावं असं वाटेल,

त्यावेळी हे आपोआप माझ्या हातून घडेल. त्यासाठी मला वेगळे कष्ट घेण्याचीही गरज राहाणार नाही. पलीकडच्या दुनियेत माझी सफर अशीच तर झाली होती. त्या गोष्टीची वेळ आली तेव्हा मला आपोआपच अत्यंत भव्य आणि उदात्त असे अनुभव अक्षरश: सहजतया मिळाले होते.

या सगळ्या गोष्टींदरम्यान मला जे अनुभव आले होते त्यांचा माझ्या परीने अर्थ लावण्याचा आणि ते समजून घेण्याचा प्रयत्न मी करत होते. मागच्या प्रकरणात आपण त्याविषयी वाचलं आहेच. मी स्वत:शी अतिशय प्रामाणिक राहात होते. मला ज्या गोष्टी, ज्या पद्धतीने आनंद द्यायच्या, त्या तेवढ्याच मनापासून करत होते. माझं आयुष्य मला आशीर्वादासारखं वाटत होतं. ज्या कुणाला, माझ्याबाबतीत काय घडलं आहे हे ऐकण्याचं कुतूहल आणि गरज असेल ते लोक आपणहून मला शोधत येतील याविषयी मला खात्री होती. मला मिळालेला संदेश लोकांपर्यंत पोहोचावा, यासाठी ज्या संधी उपलब्ध होतील, त्या सर्व संधींचा योग्य तो फायदा घेण्यासाठी माझी संपूर्ण तयारी होती. संधी मिळताच ते सगळं सांगायला, त्या विषयावर बोलण्याची माझी तयारी होती. मात्र पुढे काय घडणार आहे, हे मला काहीच ठाऊक नव्हतं. किंबहुना जे घडलं त्यासाठी मी अजिबात तयार नव्हते.

२०११ सालचा तो मार्च महिना होता. माझी लहानपणीची मैत्रीण सुनीताला भेटायला मी दुबईला गेले होते. सुनीताने नुकतंच तिथे एक सर्वांगीण प्रशिक्षण केंद्र सुरू केलं होतं. तिने दुबईतल्या लोकांसमोर माझे अनुभव आणि माझा आत्तापर्यंतचा प्रवास सांगावा, या हेतूने मला तिच्या घरी बोलावलं होतं. मला खूप छान वाटत होतं. आनंदाने मी तिथे गेले आणि ठरल्याप्रमाणे आमचा सारा कार्यक्रम अतिशय चांगल्या पद्धतीने पार पडला. वास्तविक कार्यक्रमापूर्वी लोकांना तो कितपत रुचेल याबद्दल मी कमालीची साशंक होते. पण ज्या पद्धतीने श्रोत्यांनी या कार्यक्रमाचं कौतुक केलं, तो माझ्यासाठी सुखद धक्का होता. खरं सांगायचं तर ही भेट माझ्यासाठी खूप महत्त्वाची ठरली कारण या कार्यक्रमानंतर माझे अनुभव जगापर्यंत पोहोचवण्याची माझी तयारी झाली. ज्या खोलीत मी बोलत होते तिथे अचानक मला एकदम सारं बदलून गेल्यासारखं वाटू लागलं. NDE नंतर पहिल्यांदाच मी असं काही अनुभवत होते. खरं तर भोवताली काहीही बदललं नव्हतं. तर हा बदल माझ्या स्वत:मध्ये झाला होता. पण एक मात्र नक्की, की हा बदल उपस्थित असलेल्या सर्व श्रोत्यांपर्यंतही पोहोचला होता. त्या सर्वांना किती चांगलं वाटतंय ते मला थेट जाणवत होतं आणि त्याने मीदेखील कमालीची थक्क झाले होते. माझ्या अनुभवांमधून लोकांना नेमकं जे हवं होतं, ते मिळत होतं आणि अतिशय सामर्थ्यपूर्ण पद्धतीने गोष्टी घडत आहेत हे त्यांनाही

कळत होतं.

यावरून लोकांना माझ्या अनुभवांबद्दल जाणून घेण्याची आवश्यकता आहे, गरज आहे या गोष्टीवर शिक्कामोर्तब झालं. या साऱ्या गोष्टी माझ्या हातातून निसटून चालल्या होत्या आणि हे सारं सत्य मी बाहेर व्यक्त करत नव्हते. भीतीमुळे आणि संकोचामुळे या गोष्टी दडवून ठेवत होते, या गोष्टीची मला जाणीव झाली. आज इथे दुबईमध्ये पुन्हा एकदा मला माझ्या विशाल आणि उदात्त अशा 'स्व'ची जाणीव झाली. आयुष्य जे दान माझ्या पदरात टाकणार होतं, ते मनापासून स्वीकारण्यास आता मी तयार होते. त्या दिवशी लोकांसमोर बोलताना त्या खोलीत माझे अनुभव त्यांना सांगण्याविषयीचा सारा संकोच गळून गेला. मला खरोखरच कोणतं दान मिळणार आहे हे त्या क्षणी मला ठाऊक नव्हतं. तरीही अज्ञात अशी भविष्यातील संधी स्वीकारायला आणि दोलायमान मन:स्थितीमध्ये विश्वास ठेवायला मी शिकले.

त्याक्षणापर्यंत NDE ही फक्त माझी वैयक्तिक गोष्ट आहे असं मी समजत होते. वास्तविक दुसऱ्या जगातून परत येताना तिथला संदेश साऱ्यांपर्यंत पोहोचवण्यासाठीच मी खरं तर परत आले होते. या अनुभवानंतर माझ्या प्रकृतीतील सुधारणा ही माझ्यासाठी अतिशय लाभदायक गोष्ट होती. माझे अनुभव इतरांना सांगण्यात मला जो संकोच वाटत होता, त्याला माझे हे सारे विचार कारणीभूत होते. माझ्या अनुभवांनी, माझ्या कहाणीमुळे इतर लोकांचा नेमका काय फायदा होणार, अशी शंका माझ्या मनात होती. पण त्या कार्यक्रमाच्या दिवशी मात्र माझ्या मनात काहीतरी हललं. लोकांचा प्रतिसाद मी पाहात होते. मला त्यांच्यामध्ये बदल घडत असलेला दिसत होता. तेव्हाच एका क्षणी मला जाणीव झाली, की मला कॅन्सर होणं आणि मी त्यातून बरी होणं हा केवळ माझा अनुभव नव्हता तर या संपूर्ण पृथ्वीसाठी बोलका ठरणारा अनुभव होता. आपण सगळे जर एक आहोत तर माझ्या बाबतीत जे घडलं किंवा घडतं तेच इतरांच्याही बाबतीत घडत असेल आणि माझ्यासाठी जे घडतं ते या अख्ख्या विश्वासाठीही. मी आजारी पडले, मृत्यूच्या उंबरठ्यावरून परत आले ही गोष्ट म्हणजे केवळ माझं भौतिक शरीर बरं झालं एवढ्यापुरतीच मर्यादित नव्हती तर इतरांना बरं वाटावं यासाठी मी एक साधन ठरावं अशी ती बाब आहे. भावनिक आरोग्य लोकांना परत मिळवून देणं हे महत्त्वाचं होतं. कारण आपल्या भावना भौतिक वास्तवाला कारणीभूत ठरतात. भावनांवरच आपलं जग चालत असतं.

सुरुवातीला मला वाटायचं, कॅन्सरमधून मी बरी झाले हे माझ्या या साऱ्या प्रवासाचं सार आहे. माझ्या आयुष्यात जे जे घडलं त्याचा तो परमोच्च बिंदू आहे

आणि माझी गोष्ट इथेच संपते. मात्र दुबईतल्या या कार्यक्रमानंतर माझं बरं होणं, माझ्या प्रकृतीतील सुधारणा ही केवळ एक सुरुवात होती, हे माझ्या लक्षात आलं. भविष्यात ज्या भव्य-दिव्य गोष्टी माझ्यासमोर उलगडणार होत्या, त्यांचं ते प्रवेशद्वार होतं. मला केवळ एकच करायचं होतं, की संदिग्ध अशा त्या भावनेमध्ये मनापासून झोकून द्यायचं होतं.

यासाठी मला मुद्दाम काही करण्याची मुळीच गरज नाही हे परत एकदा माझ्या लक्षात आलं. जे घडणार आहे त्याला मी एकदा मनापासून संमती देताच, साऱ्या गोष्टी आपोआप माझ्यासमोर सहज घडत जाणार हे निश्चित होतं. त्याक्षणी मी ठामपणे विचार केलाआता होऊन जाऊ दे! माझ्या नशिबात ज्या ज्या गोष्टी घडणार आहेत, ज्यांचं दान तू माझ्या पदरात टाकलं आहेस, त्या खुलेपणाने स्वीकारायला मी तयार आहे. आता मला सारं समजलं आहे.

जवळपास एक आठवडाभर मी दुबईत होते. मला तो दिवस अजूनही आठवतो. तारीख होती १६ मार्च! मी सकाळी जागी झाले आणि माझी इ-मेल तपासली. माझे कुटुंबीय आणि मित्रमैत्रिणी यांच्याकडून वाढदिवसासाठी मला भरपूर शुभेच्छा आलेल्या असणार अशी माझी अपेक्षा होती. इमेल उघडल्यानंतर या सगळ्याबरोबर आणखी एक मेसेज होता. तो बघून मी थक्क झाले. 'हे हाऊस' या प्रसिद्ध प्रकाशन संस्थेच्या संपादकीय साहाय्यकाचा मेसेज होता तो! ''वेन डायर हे आपल्या लेखनाचे जबरदस्त चाहते आहेत. त्यांनी मृत्यूसमीपचे आपले सारे अनुभव (NDE) वाचले आहेत. या अनुभवांवर आधारित एखादं पुस्तक प्रकाशित करण्याची तुमची इच्छा असेल तर ते प्रकाशित करण्यास आम्ही उत्सुक आहोत.''

मी हे शब्द वाचले आणि माझ्या गालांवरून घळाघळा अश्रू वाहू लागले. माझ्या वाढदिवसाच्या दिवशी मिळालेली ही केवढी मोठी भेट होती, याचं वर्णनच मी करू शकत नाही. आदल्या दिवशी माझ्या मनात जे विचार आले होते त्याची पुष्टीच जणू या इमेलने केली होती.

मी पुस्तक लिहायला अगोदरच सुरुवात केली असल्याने ते कशाप्रकारे प्रकाशित करता येईल याबाबतही थोडासा विचार केला होता. पण हे काम अतिशय क्लिष्ट आहे असं वाटत होतं. ते मला जमू शकेल याची मला अजिबात शक्यता वाटत नव्हती. अगदी आदल्या दिवसापर्यंत माझे अनुभव इतक्या मोठ्या प्रमाणात लोकांपर्यंत पोहोचवावेत की नाहीत याबद्दल मी साशंक होते.

गेले काही महिने माझ्या अनुभवांच्या संदर्भात मी एखादं पुस्तक लिहितेय का? अशी लोकांकडून विचारणा होत होती. मी या प्रश्नांवर होकारार्थी उत्तर दिलं तर लगेचच त्यांचा पुढचा प्रश्न असे, 'कोणी प्रकाशक मिळाला का?' यावर माझं उत्तर नकारार्थी असे.

अनेक लोक मला सांगत, ''तुमची कहाणी खरोखरच आश्चर्यचकित करून टाकणारी आहे. पण आजकाल प्रकाशक मिळणं अतिशय अवघड आहे. हे लोक हस्तलिखित वाचायलासुद्धा वेळ देतील की नाही याबद्दल शंकाच आहे. त्यातून अशा पद्धतीचं आध्यात्मिक लेखनही मोठ्या प्रमाणावर प्रकाशित झालेलं आहे. त्यामुळे कदाचित हा विषय प्रकाशक स्वीकारणार नाहीत. म्हणून प्रकाशकांकडून भरपूर नकार पचवायची तयारी ठेव.''

आता मला आणखीही बऱ्याच काही गोष्टी समजल्या होत्या. प्रकाशकांपर्यंत हस्तलिखित पाठवायला एखाद्या साहित्यिक मध्यस्थाची म्हणजेच लिटररी एजंटची गरज असते. अशा मध्यस्थाकडून जर लेखन आलं नाही तर प्रकाशक ते हातातही घेत नाहीत, स्वीकारणं तर दूरच. या सगळ्यापेक्षा स्वत:च पुस्तक प्रकाशित करावं, ते जास्त सोपं आहे.

अशाप्रकारे वेगवेगळ्या प्रतिक्रिया व्यक्त करणाऱ्या प्रत्येक व्यक्तीला मी एकच उत्तर द्यायचे, ''हे पाहा, मी माझं हस्तलिखित प्रकाशकांच्या दारोदार घेऊन फिरावं, अशी माझी अजिबात इच्छा नाही. प्रत्येकाचा दरवाजा ठोठावत, 'माझं पुस्तक प्रकाशित करा', अशी याचनाही मला करावीशी वाटत नाही. ज्या वेगाने माझी कथा लोकांपर्यंत पोहोचायची असेल त्या वेगाने ती पोहोचल्याशिवाय राहाणार नाही. शिवाय अनेक लोकांपर्यंत जर ही कथा पोहोचावी अशी गरज असेल तर ती प्रत्यक्षात आणण्यासाठी हे सारं विश्व माझ्या पाठीशी उभं राहील.''

यातला गमतीचा भाग म्हणजे या सगळ्या गोष्टींची चर्चा होत असताना वेगवेगळे अनेक पर्याय माझ्यासमोर येत होते. त्यावेळी माझं पुस्तक 'हे हाऊस'ने प्रकाशित केलं तर मला फार बरं वाटेल अशी इच्छा मी अनेक मित्रमैत्रिणींजवळ बोलून दाखवली होती. अशा प्रकारची पुस्तकं प्रकाशित करण्यात ते आघाडीवर होते. त्यांच्या साऱ्या लेखकांचं लेखन मला अतिशय आवडायचं. मी त्यांची वेबसाईट शोधली. लिटररी एजंटद्वारा न येणाऱ्या हस्तलिखितांचा ते विचार करत नाहीत किंबहुना ती स्वीकारतच नाहीत असं त्यांनी तिथे स्पष्ट म्हटलं होतं. या लिटररी एजंटचा शोध कसा घ्यायचा, हेही मला ठाऊक नव्हतं. त्यामुळे तेव्हा मी हा विचार सोडून दिला आणि पुन्हा एकदा

आहे तशी आयुष्याला सामोरी गेले.

माझ्या NDE नंतर काहीतरी भव्य असं घडतंय अशी भावना माझ्या मनात सतत होती याबद्दल मी यापूर्वीही उल्लेख केला आहे. कोणीतरी अज्ञात शक्ती मला मार्गदर्शन करत आहे, दिशा दाखवत आहे असं मला वाटत असे. जेव्हा माझं आयुष्य एका विशिष्ट दिशेने जात नव्हतं त्या वेळीही माझ्या मनात ही भावना कायम होती. माझ्या अनुभवांच्या दरम्यान मला जे जे वाटलं, त्यावर माझा पूर्ण विश्वास होता. सारं काही चांगलंच घडत आहे, घडलं आहे आणि यापुढेही घडणार हे मला ठाऊक होतं. गेले अनेक दिवस जो विचार माझ्या मनात सातत्याने होता, तो सत्य होता ही गोष्ट 'हे हाऊस'कडून आलेल्या या इमेलमुळे सिद्ध झाली. एका अर्थाने मी योग्य विचार करत होते यावर हे शिक्कामोर्तब होतं.

अर्थातच त्या इमेलला मी अत्यंत उत्साहाने होकार दिला. त्या संपादकीय साहाय्यकाला 'आज माझा वाढदिवस होता आणि मला तुम्ही अतिशय उत्तम भेट दिली,' हेही सांगून टाकलं.

त्यानंतर काही दिवसांनी मी हाँगकाँगला परत आले. अचानक मला माझी जुनी मैत्रीण वेरोनिका ली हिचा मेसेज आला. ती त्यावेळी वेन डायर यांचा एक रेडिओवरचा कार्यक्रम ऐकत होती. त्या कार्यक्रमात ते माझ्याविषयी आणि माझ्या अनुभवांविषयी बोलले, असं तिने मला सांगितलं. विशेष म्हणजे ते माझ्याविषयी सलग गेले काही आठवडे या कार्यक्रमातून बोलत असल्याचंही तिने मला सांगितलं. मी 'हे हाऊस'च्या रेडिओ वेबसाईटवर गेले. जुने कार्यक्रम शोधून ते ऐकू लागले आणि मला इतकं आश्चर्य वाटलं! वेन सलग काही आठवडे माझ्या अनुभवांविषयी बोलले होते. माझ्या अंगावर अक्षरश: रोमांच उभे राहिले. अनेक श्रोत्यांशी ते माझ्याविषयी बोलले होते.

यानंतर थोड्याच दिवसांत वेनना आश्चर्याचा सुखद धक्का द्यावा, असं मला वाटू लागलं. जो कार्यक्रम ते थेट सादर करत असत, त्या कार्यक्रमादरम्यान आपण त्यांना फोन करावा असं मला वाटू लागलं. त्यामुळे मी श्रोत्यांना फोनवरून त्यांचे प्रश्न ऐकून त्यांना उत्तरं देऊ शकले असते. दोन्ही देशांत असलेल्या वेळेच्या फरकामुळे त्यांचा कार्यक्रम हाँगकाँगच्या वेळेनुसार पहाटे चार वाजता प्रक्षेपित होत असे. मी साडेतीनचा गजर लावला. त्याप्रमाणे उठले. त्यांचा कार्यक्रम सुरू केला आणि त्यांना फोन फिरवला. पहिल्या एक-दोन वेळा तो लागला नाही कारण लाईन बिझी होती. पण नंतर फोन लागला. त्यावेळेला पहाटेचे चारसुद्धा वाजले नव्हते.

ज्या माणसाने माझा फोन घेतला त्याने माझं नाव आणि मी कुठून फोन केला आहे हे विचारलं. त्यानंतर त्याने मला फोन बंद न करता प्रतीक्षा करायला सांगितली. प्रत्यक्षात तो कार्यक्रम सुरू झाला. प्राथमिक माहिती दिली गेली. त्यानंतर त्या कार्यक्रमाची निर्माती डीअन रे यांनी सांगितलं, ''अरे! हाँगकाँगहून एका व्यक्तीचा फोन आला आहे. आपण तोच घेऊया का?'' डीअनचे हे शब्द मला ऐकू येत होते आणि धडधडायला लागलं होतं. (वेनच्या रेडिओ कार्यक्रमांमध्ये फोनवरून बोलायची संधी मिळणं हे अतिशय अवघड असतं असं मला नंतर कळलं.)

मी फोनवर बोलण्याआधीच वेनचे शब्द मला ऐकू आले, ''माय गॉड, हा फोन कुणाचा आहे हे बहुतेक मला माहिती आहे. तुम्ही कोण आहात, हे मला ठाऊक आहे. मला जे वाटतंय तीच व्यक्ती आपण आहात का?''

''हाय! मी अनिता बोलतेय.'' मी उत्तर दिलं.

''ओह माय गॉड! अनिता तू? जिने NDE चा अनुभव घेतला आहे ती अनिता? माझ्या कार्यक्रमामध्ये तू आली आहेस याचा मला कमालीचा आनंद झाला आहे. डीअन, तू बाकीच्या श्रोत्यांना थोडं थांबायला सांगशील? आजचा संपूर्ण कार्यक्रम मला फक्त अनिताशीच बोलायचं आहे.'' त्यानंतर वेनने मला माझे सगळे अनुभव फोनवरूनच श्रोत्यांपर्यंत पोहोचवायला सांगितले.

कार्यक्रम संपला. मात्र वेनने मला फोन बंद न करण्याविषयी सांगितलं होतं. त्याला माझ्याशी अजून बोलायचं होतं. आम्ही दोघांनी पुष्कळ गप्पा मारल्या. मी जर पुस्तक लिहिलं आणि परवानगी दिली तर त्या पुस्तकाची प्रस्तावना मला लिहायला आवडेल, असं त्याने मला सांगितलं.

''अगदी जरूर. का नाही? माझी चेष्टा तर करीत नाहीस ना?'' मला खूप बरं वाटलं. त्यानंतर वेनने मला सांगितलं, की त्याने माझे सारे अनुभव ऑनलाईन प्रसिद्ध केले आहेत. ते जवळपास २१ पानं असून त्याने त्याच्या साधारण ४० प्रती छापल्या होत्या आणि ओळखीतल्या सगळ्यांना तो त्या भेट देत असे. त्यातली एक त्याने त्याच्या आईलाही दिली होती. ते अनुभव वाचून त्यांना खूपच धीर मिळाला होता. त्याने लिहिलेल्या 'विशेस फुलफील्ड' या नवीन पुस्तकात अनेकदा माझा उल्लेख केला असल्याचंही त्यानी सांगितलं.

हे सारं खरंच घडत आहे का, असा विचारही माझ्या मनात डोकावून जात होता. वेन डायरसारख्या व्यक्तीने त्याच्या नवीन पुस्तकात माझ्याबाबत उल्लेख करावा!

आश्चर्यच नव्हे का?

त्यानंतर आम्ही दोघांनीही एकमेकांना संपर्कासाठी सर्व तपशील दिला. 'केव्हाही फोन कर', असं त्याने मला सांगितलं.

माझा आनंद गगनात मावत नव्हता. त्यानंतर पुढचे अनेक दिवस मी हवेतच होते. मला खाणं-पिणं, झोप काहीही सुचत नव्हतं. मनात आणि डोक्यात लाखो फुलपाखरं उडताहेत असं काहीतरी वाटत होतं. पुन्हा एकदा दिव्यभव्य गोष्ट घडणार आहे असं मला जाणवत होतं. आता फक्त ठाम राहून स्वत:ला रुचेल ते करणं, त्या गोष्टीचा आनंद घेणं यासाठीची ही जणू परीक्षाच होती. पण हे मला कितपत शक्य होणार होतं?

त्यानंतर पुढील कित्येक आठवडे मी अनेकदा वेनबरोबर फोनवर बोलले. पुस्तक कसं असेल याविषयी मी चर्चा केली. कशा पद्धतीने ते साकारावं, याबाबतही आम्ही बोललो. त्याने पुस्तकासाठी लिहिलेली सुंदर प्रस्तावना मला वाचून दाखवली. ती ऐकत असताना माझ्या डोळ्यांत अश्रूच उभे राहिले. मुळात अशा साऱ्या गोष्टींमध्ये मी चटकन भावुक होते. विशेषत: माझे NDE जेव्हा माझ्यासमोर उलगडतात, तेव्हा मला गहिवरून येतं. अशाच एका चर्चेच्या वेळी वेनने मला सांगितलं, 'त्याने जेव्हा पहिल्यांदा माझे अनुभव वाचले तेव्हा मला शोधावं असं त्याने 'हे हाऊसला' सांगितलं नाही. उलट आपण स्वत:च अनिताला शोधायला हवं, असं त्याने स्वत:ला बजावलं. मी जर पुस्तक लिहिणार असेन तर ते त्यानीच प्रकाशित करावं असंही 'हे हाऊस'ने त्याला सांगून टाकलं.'

हे कळल्यानंतर तर मी किती खूश झाले असेन, याची कल्पना तुम्हाला येईलच. त्याला माझ्या अनुभवांविषयी कसं कळलं? मी त्याला विचारलं. न्यूयॉर्कमध्ये राहाणाऱ्या मीरा केली नावाच्या एका बाईकडून त्याला माझ्याविषयी कळलं होतं. त्यानंतर इमेलद्वारा त्याने माझी आणि मीराची गाठ घालून दिली. मीराचा आणि माझा पत्रव्यवहार सुरू झाला. आम्ही फोनवरही बोलू लागलो. आत्तापर्यंत पुस्तकाच्या संदर्भात घडणाऱ्या सर्व घटना किंवा वेनला नेमक्यावेळी माझ्याविषयी कळणं, त्याचा पुस्तकाविषयीचा आग्रह या साऱ्या गोष्टींचा दुवा माझ्या NDE शीच जुळलेला होता. त्याने Internet वर माझ्याबाबत कोणताही शोध घेतला नाही किंवा कॉम्प्युटरवर मोठेमोठे लेख वाचण्यात तो वेळ घालवत नाही. याचाच अर्थ, माझी कहाणी त्याला अपघातानेच कळली नव्हती.

यासंदर्भात नेमकं काय काय घडलं हे मीराच्याच शब्दात वाचा.

''११ जानेवारी २०११ ची गोष्ट. वेन डायरविषयी मला माझ्या एका मैत्रिणीकडून कळलं. वेन डायर हा संपूर्ण युरोपमधील एका ग्रुपचा प्रमुख होता. 'आश्चर्यजनक जादू वाटावी असे अनुभव घेताना' या विषयावर हा ग्रुप काम करत असे. हे वाचताना मी 'जादू वाटावी' या शब्दांवर थबकले. वेनला ल्युकेमिया झाला होता, हे मला ठाऊक होतं. त्यामुळे हा शब्द वाचल्यानंतर वेन 'जादू वाटेल' असे थक्क करणारे अनुभव जाणून घेण्यासाठी उत्सुक आहे हे मला कळलं.''

''वेनशी बोलण्यापूर्वी मी स्वत:शीच बोलले. पण त्याच्याशी बोलायला हवं ही भावना सातत्याने माझा पिच्छा करत होती आणि क्षणोक्षणी ती वाढतच जात होती. जर मी देवाच्या हातामधलं साधन असेन तर ज्या काही जादू माझ्या बाबतीत पुढे घडणार आहेत त्या घडाव्यात, प्रत्यक्षात याव्यात यासाठी मी संमती दिली पाहिजे असं माझ्या मनाला समजावत होते. अनेक दिवसानंतर मी वेनला पत्र लिहिलं.''

''जवळपास महिन्याभराने त्याने मला फोन केला. खरं तर तोवर मी हे सारं विसरूनच गेले होते. आम्ही थोडंफार बोललो. वेन फोन ठेवण्याच्या तयारीतच होता तितक्यात मी त्याला थांबवलं. माझं मलाच खूप आश्चर्य वाटलं पण मला त्याला एक गोष्ट सांगायची होती. मी त्याला म्हटलं, 'मी तुझ्याकडे एक गोष्ट पाठवते. ती तू वाचायलाच हवीस असं मला वाटतं.' एक क्षणही न दवडता वेनने मला त्याचा फॅक्सनंबर दिला.

ती 'एक गोष्ट' म्हणजे अनिताची NDE ची कहाणी होती. आमचा काही मित्र-मैत्रिणींचा एक गट आहे. आम्ही एकमेकांना अशा पद्धतीचं आध्यात्मिक स्वरूपाचं लेखन इमेलवर पाठवत असतो. अनिताचे अनुभवही असेच माझ्याकडे इमेलवर आले होते. ज्या व्यक्तीने मला ही इमेल पाठवली होती, त्याच्या मेसेजमधल्या एका वाक्याने माझं लक्ष वेधून घेतलं. या सर्व अनुभवांमध्ये एके ठिकाणी अनिताने एकाचवेळी सर्व संचारी असलेल्या आत्म्याबद्दल उल्लेख केला होता. मी गतजन्माच्या संदर्भात काम करते, अभ्यास करते. अनिताचं हे निरीक्षण वाचल्यानंतर आत्म्याच्या खऱ्या स्वरूपाविषयी मला कुतूहल वाटू लागलं.

वेन आणि माझं बोलणं संपल्यावर माझ्या मनात प्रश्न उभे राहिले. असं का घडलं? अनिताची कथा वेनपर्यंत पोहोचवावी असं इतक्या प्रबळपणे मला का वाटलं?

अनिताची कथा त्याला पाठविल्यानंतर माझ्या मनात एकच विचार होता, ''तू

तुझ्या व्याधीतून तत्काळ बरा होऊ शकतोस, हे मला ठाऊक आहे. तू पुन्हा एकदा निरोगी होण्याची शक्यता आहे. आपण निरोगी बनायचं आहे, हे जर तू ठरवलंस तर ते प्रत्यक्षात आणण्यासाठी मी तुला मदत करीन.'' मात्र मी स्वत: हे सांगायचा प्रयत्न केला असता तर आमची शब्दबंबाळ चर्चा चालूच राहिली असती. अनिताने मात्र तिच्या या अनुभवाविषयी अतिशय साध्या, सोप्या शब्दांत आणि प्रवाहीपणे ही बाब मांडली होती.

आता दुसरं कारणही मला जाणवतं. अनिताचे प्रेरणादायी शब्द या पृथ्वीवर आणण्याच्या प्रक्रियेचा मीसुद्धा एक घटक आहे, हे मला आता प्रकर्षानं उमगलं आहे. या दोन्हीही गोष्टी एकाच वेळी घडल्या. ही इमेल जर अगोदर आली असती तर ती मी विसरून गेले असते. वेनला ती पाठवलीही नसती. तसंच ती जर उशिरा आली असती तरीही काही उपयोग झाला नसता. मात्र मला ही इमेल येणं, वेनविषयी मला समजल्याने त्याला ती पाठवणं या गोष्टी एकाच वेळी जुळून आल्या. मग अनिताला तिच्या NDE दरम्यान जे जाणवलं, ते सत्य मला ठाम कळलं... असं होणं म्हणजे सर्व गोष्टी एकाच वेळी घडत असतात. त्याला वेळेची मर्यादा नसते.

वेन आणि मी, आम्ही दोघांनीही त्याच्या गतजन्माचा वेध घेण्याचं ठरवलं. त्याला भेटायला मी 'मौई' ला गेले. १५ एप्रिलला मी वेनच्या घरी त्याला भेटले. तो फोनवर बोलत होता. फोन संपल्यावर त्याने मला सांगितलं, तो आत्ता 'हे हाऊस'शीच बोलत होता आणि अनिताचं पुस्तक प्रकाशित करायला ते तयार आहेत. तो अत्यंत उत्साही झाला. 'मला स्वत:लाही त्या जादुई क्षणांचा आनंद घ्यायचा आहे,' असं त्याने मला सांगितलं. आमचं दोघांचं सत्र ठरल्याप्रमाणे व्यवस्थित पार पडलं. तो ल्युकेमियामधून पूर्ण बरा झाला आहे, असा त्याचा विश्वास मी बळकट केला.

अनिताची कथा ज्याने मला कळवली होती त्या व्यक्तीचं नाव मी पुन्हा एकदा वाचलं. रोमानिया देशातील कान्स्टंटा या ठिकाणी राहाणाऱ्या ओझगियन झल्शेफील नावाच्या एका इंजिनिअरने मला ती इमेल पाठवली होती. मीही त्याला इमेल लिहिली. या सगळ्या घटना योगायोगाने आत्ताच बरोबर कशा जुळून आल्या हे खरोखरच आश्चर्यचकित करणारं होतं. त्याबद्दल त्याला लिहिलं. त्यावर त्याचंही उत्तर आलं. मी आवर्जून त्याला असा प्रतिसाद दिल्याबद्दल त्याला खूप आनंद झाला होता. अनिताच्या NDE ची गोष्ट त्याला कुठून समजली हे मात्र त्याला आठवत नव्हतं. आपण सारेजण जे काही करतो, बोलतो त्यातून एकमेकांवर प्रभाव टाकत असतो, एकमेकांशी जोडलेले असतो, या गोष्टीला पुष्टी मिळाली असल्याचं त्यानं सांगितलं. अर्थात हे

सारं करताना आपल्याला तशी जाणीव नसते. त्याने आपल्या इमेलमध्ये पुढे लिहिलं होतं, 'आपल्या आयुष्यातील प्रत्येक क्षण चांगला आणि सकारात्मक दृष्टिकोन ठेवूनच जगायला हवा. एखाद्यावेळी ते शक्य नाही असं वाटत असलं तरीदेखील आपण सकारात्मक दृष्टिकोनाची कास सोडता कामा नये.' यावर मला फक्त हसू आलं.

काही दिवसांपूर्वीच मला आणखी एक इमेल आली. त्यामध्ये लिहिलं होतं, अनिता मूरजानी या नावाच्या महिलेची अतिशय प्रेरणादायी मुलाखत आहे. ती मी बघावी. अनिता कॅन्सरमधून NDE नंतर किमया वाटावी अशा पद्धतीने बरी झाली आहे, असा उल्लेखही सोबत होता. ती वाचल्यानंतर माझ्या अंगावर रोमांच उभे राहिले. अनिताच्या अतिशय समर्थ अशा शब्दांमुळे, अनेक लोकांना प्रेम देण्याच्या तिच्या इच्छेमुळे मी आणि वेन कसे एकत्र आलो, आमची कशी ओळख झाली, हे पुन्हा एकदा मला आठवलं. ही इमेल वाचल्यावर एक वर्तुळ पूर्ण झाल्याची भावना माझ्या मनात निर्माण झाली. त्याच्या जोडीलाच वेन बरा होण्यासाठी अनिताचे शब्द फार मोलाचे ठरले.''

''आजवर मी कधीही या गोष्टीची कल्पना केली नव्हती. मात्र अनिताचा आत्मा माझ्याबरोबर तादात्म्य पावल्यामुळे मी सुद्धा भगवंताच्या हातातलं एक साधन बनले होते.''

आपण सगळे जण अतिशय आगळे वेगळे आणि या अदृश्य विश्वाचे अविभाज्य घटक आहोत या गोष्टीवर मीराच्या कथेमुळे शिक्कामोर्तब झालं. या धरतीला समृद्ध करण्यासाठी, सुधारण्यासाठी एका उदात्त स्तरावर सातत्याने कार्य सुरू आहे. त्याचा आपण अविभाज्य भाग आहोत. फक्त आपण स्वत:शी प्रामाणिक राहून जे घडणार आहे त्याला संमती द्यायला हवी, हे आपल्यावर बंधन आहे.

अशातऱ्हेने माझ्या आयुष्यातला संकोच दूर झाला. माझ्या वाटचालीतलं प्रत्येक पाऊल आता स्वच्छ दिसू लागलं. NDE पूर्वीचं माझं आयुष्य आणि NDE नंतरचं माझं आयुष्य, त्यातले प्रसंग हे मी सकारात्मक नजरेनेच पाहू लागले. ज्या गोष्टी मला नकारात्मक वाटत होत्या, प्रत्यक्षात त्या गोष्टींनी माझा फायदाच झाला होता. आज मी जिथे येऊन पोहोचले होते, तिथपर्यंतच्या प्रवासात त्याने मला मार्गदर्शन केलं होतं, हे आता स्पष्ट झालं होतं. मी ज्या गोष्टींसाठी तयार आहे तेवढ्याच गोष्टी हे विश्व मला देईल, तेच मला मिळेल ही गोष्टसुद्धा आता स्पष्ट झाली. लोकांपर्यंत माझे विचार पोहोचवण्याबाबतचा माझा संकोच आता हळूहळू कमी झाला. जेव्हा माझी ही काळजी दूर झाली, त्याक्षणी 'हे हाऊस'ने पाठविलेली इमेल मिळाली. यातून या विश्वाने जणू

मला हा संकेत दिला, की आयुष्यात मला जेवढं हवंय, ते माझ्या संमतीनेच मला मिळेल किंवा मिळणार नाही.

हे जे पुस्तक तुम्ही वाचत आहात त्यात माझा दृष्टिकोन आहे. ज्या परिस्थितीत मी लहानाची मोठी झाले, स्वत:विषयी जसा विचार केला, माझ्या आयुष्यात जे माझ्यासमोर आलं, जसं अनुभवलं, त्याचा हा परिपाक आहे. ते जर तसं घडलं नसतं तर कदाचित मला कॅन्सर झालाच नसता. कॅन्सर झाला नसता तर NDE सारख्या अद्‌भुत अनुभवाला मी मुकले असते. त्यामुळे या जगाला विशेष काही सांगावं असं माझ्या हातात उरलंच नसतं. या सगळ्यापैकी एखादी गोष्ट जरी घडली नसती तरीही मी आज आहे त्यापेक्षा पूर्ण वेगळी झाले असते. अर्थात, आयुष्याला असं काही प्रयोजन मिळावं किंवा दुर्धर व्याधीतून बरं व्हावं म्हणून प्रत्येकालाच NDE सारख्या पराकोटीच्या अनुभवांना सामोरं जाण्याची गरज नाही असा माझा ठाम विश्वास आहे. माझी वैयक्तिक वाटचाल मला या अनुभवापर्यंत घेऊन गेली. एखादी गोष्ट आपल्या बाबतीत केव्हा घडते, तर ती घडावी, अशी आपली तयारी असते तेव्हाच!

मी आता पूर्ण बरी आहे. या विश्वाच्या केंद्रस्थानी जेव्हा मी असते तेव्हा मला स्वत:ची भव्यता जाणवते. माझी खरी जागा या विश्वाच्या मध्यस्थानी आहे हे जेव्हा मला लक्षात येतं, तेव्हा मला माझे जोडलेले हे सर्व धागे दिसू लागतात. मग काळ, अंतर या गोष्टी संदर्भहीन बनतात. समजा, तुम्ही गाढ झोपेत असाल आणि एखादं स्वप्न बघत असताना तुमच्या दारावरची बेल वाजली किंवा फोन वाजत असेल तर त्याचा आवाज तुम्हाला जाणवतो. कोण आलंय, हे पाहण्यासाठी किंवा कुणाचा फोन आहे हे बघण्यासाठी तुम्ही एकदम जागे होता. मग तुम्हाला कालातीत असणं म्हणजे काय याचा अनुभव येतो. तसंच माझ्या अनुभवांविषयी म्हणता येईल. तुम्हाला जाग येण्यापूर्वी काही क्षण आधीच फोन वाजत असेल, तरीही तुमच्या स्वप्नात रंगणारं नाट्य शेवटच्या क्षणापर्यंत घडत होतं आणि त्या स्वप्नाच्याच दुनियेत तुम्ही होता हे तुम्हाला कळतं.

तुम्ही आजूबाजूच्या सर्व गोष्टींशी तादात्म्य पावले आहात हे तुम्हाला समजतं त्याक्षणी काळ, वेळ, अवकाश या गोष्टींचं महत्त्व तुमच्या आयुष्यातून संपून जातं. उदाहरण द्यायचं झालं तर माझंच घ्या. मला माझ्यासाठी योग्य असणाऱ्या क्षणी 'हे हाऊस'कडून इमेल आली. मात्र इमेल येण्यापूर्वी वेन डायरच्या बाबतीत अनेक दिवस, अनेक घटना घडत होत्या. त्या साऱ्या नाट्याचा परिणाम म्हणजे मला त्याक्षणी आलेली इमेल असं मी मानते.

माझ्या NDE नंतर कित्येक गोष्टी सोप्या झाल्या. मला मृत्यू, कॅन्सर, अपघात किंवा इतर क्षुल्लक गोष्टी यांची अजिबात भीती राहिली नाही. एकेकाळी याच सगळ्या गोष्टी मला धास्तावून टाकत असत. पण आता माझ्या अदृश्य अशा 'स्व'वर विश्वास ठेवायला मी शिकले. त्या ज्ञानावर श्रद्धा ठेवायला शिकले. मी सामर्थ्यवान, भव्य, अनेकांचं निर्व्याज प्रेम लाभलेली आणि निर्व्याज प्रेम करणारी इतरांप्रमाणेच एक व्यक्ती आहे हे मला कळलं.

ही ऊर्जा माझ्या व्यक्तिमत्त्वात वास करते. माझ्या सभोवताली हीच ऊर्जा आहे आणि आता ती माझ्यापासून कोणीही दूर नेऊ शकणार नाही. खरं तर मी कोण आणि कशी आहे, यापेक्षा मी माझ्या स्वत:वर विश्वास ठेवणं महत्त्वाचं आहे हे मला कळलं. त्यामुळे मला मार्गदर्शन मिळतं, माझं संरक्षण होतं. माझ्या सर्वोच्च आनंदाच्या दृष्टीने, आरोग्याच्या दृष्टीने मला सारं काही लाभतं, हे मला जाणवलं. मला फक्त उदात्त असं प्रेम बनायला हवं, जे मी आहेच. माझ्या आयुष्यात प्रसंग, घटना, परिस्थिती जसे घडणार आहेत तसे घडू द्यायला हवेत. कारण या साऱ्या गोष्टी माझ्या दीर्घकालीन हिताच्याच असणार आहेत हे मला आता कळून चुकलं आहे.

पारंपरिक पद्धतीने विचार करून आलेल्या निष्कर्षापासून मी आता दूर गेले आहे. यापुढे सर्व काही उत्तम आहे हाच माझा विश्वास असतो. खऱ्या अर्थाने मी स्वत:मध्ये रमते. माझी जी आगळीवेगळी भव्यता आहे त्यामुळे मला एक संपूर्णत्व येतं. त्यातून माझ्यासाठी हितावह असे मार्ग मला सापडतात. केवळ माझ्यासाठीच नाही तर इतरांच्या दृष्टीने जे चांगलं आहे ते मला गवसत जातं. मला केवळ एवढीच गोष्ट करायची आहे. या चौकटीमध्ये जे खऱ्या अर्थाने माझं आहे ते माझ्या आयुष्यात कोणतेही प्रयत्न न करता, विलक्षण किमया वाटावी अशा पद्धतीने आणि कधीही कल्पना करू शकणार नाही अशा अनपेक्षित प्रकारे येतं. अशातऱ्हेने माझ्यातील अद्वितीय शक्ती आणि निर्व्याज प्रेम यांचा आविष्कार माझ्या आयुष्यात रोज होत असतो.

१५

मी आजारी का पडले आणि बरी कशी झाले, पुन्हा स्वास्थ्य कसं मिळालं?

माझ्या NDE दरम्यान मला विचारांची आणि अनुभवांची एवढी स्पष्टता लाभली, की आजही मला वारंवार एकच प्रश्न विचारला जातो. माझी कथा ऐकल्यानंतर नेहमी विचारला जाणारा तो प्रश्न म्हणजे, 'तुम्हाला कॅन्सर का झाला?' बहुतांश लोकांना या प्रश्नाचं उत्तर जाणून घेण्यातच खूप रस असतो हे अगदी समजण्यासारखं असतं.

मात्र, या विषयाची चर्चा करण्यापूर्वी एक इशारा देणं मला खूप गरजेचं वाटतं. मी याविषयी माझी जी मतं मांडणार आहे, त्यावरून एक गैरसमज निर्माण होण्याची शक्यता असते. तो म्हणजे या आजारातून किंवा कोणत्याही व्याधीतून बरे झालेले लोक हे जास्त श्रेष्ठ आहेत आणि ज्यांना अजूनही कॅन्सरशी झगडावं लागतंय, जे इतर कुठल्याही व्याधींनी ग्रस्त आहेत, ते कमी दर्जाचे असा खोटा समज निर्माण होऊ शकतो, पण हे अजिबात खरं नाही.

आणखी एक गोष्ट म्हणजे ज्या वेळी एखादी व्यक्ती अशा आजाराशी सामना करत असते, त्यावेळी मी जे काही सांगणार आहे ते अगदी सहज, सोपं वाटत असलं तरी त्या व्यक्तीच्या दृष्टीने संतापजनक, निराशाजनक असल्याची शक्यता नाकारता येत नाही. खरं सांगायचं तर भाषेच्या संदर्भातल्या या अगदी प्राथमिक अडचणी आहेत कारण अनेकदा शब्द, काही चांगलं करण्याऐवजी मन दुखावण्याचंच काम करतात. म्हणूनच इथे मला एक गोष्ट प्रकर्षाने सांगायची आहे, ज्या व्यक्तीला अद्याप कॅन्सर आहे किंवा ज्या व्यक्ती अजूनही व्याधीतून पूर्ण बऱ्या झाल्या नाहीत त्याही तेवढ्याच महान आहेत, श्रेष्ठ आहेत. कदाचित त्यांच्या आजाराचं कारण हे त्यांच्याच व्यक्तिगत वाटचालीत दडलेलं असतं. शिवाय त्याचा संबंध थेट त्यांच्या व्यक्तिगत प्रयोजनाशी जुळलेला असतो. ही गोष्ट आता मला जाणवते. माझ्याही बाबतीत तसंच झालं होतं, मी आज इथे का आहे? याचं एक मोठ्ठं कारण म्हणजे माझी व्याधी! मी

जगणं स्वीकारलं असतं किंवा मृत्यू, काहीही निवडलं असतं, तरी माझं महत्त्व, माझी महानता... भव्यता त्यामुळे कमी झाली नसती.

मला प्रकृती सुधारणे किंवा व्याधीतून मुक्त होणे यासंदर्भात जे सांगायचं आहे त्याच्याशी कदाचित काही लोक सहमत होणार नाहीत. ते अगदी योग्यही आहे कारण त्या क्षणी माझ्याबाबतीत काय काय घडलं असं मला वाटतं, ते व्यक्त करण्याचा मी केवळ प्रयत्न करणार आहे. यामागे माझ्या या शब्दांनी कोणाला धीर मिळाला, कुणाला मदत झाली तर ते योग्य राहील.

मला कॅन्सर का झाला असावा, असं मला वाटतं, हाच मला अनेकदा विचारला जाणारा प्रश्न असतो. या प्रश्नाचं उत्तर मी नेहमी एका शब्दात देते – भीती!

मला कशाची भीती होती? मला प्रत्येक गोष्टीची भीती वाटत होती. अपयश मिळालं तर काय, मी कुणाला आवडत नसेन तर काय, माझ्या हातून कुणाचा अपमान झाला तर काय, मी चांगली मुलगी नाही असे शेकडो विचार माझ्या मनात भय निर्माण करत असत. मला आजारी पडण्याची आणि विशेषत: कॅन्सरची भीती होती. त्याहून मोठी भीती होती ती कॅन्सरच्या उपचारांची. मला जगण्याची भीती वाटत असे आणि मृत्यूची धास्ती वाटत असे.

भीती ही पटकन दिसून येत नाही. आपल्या लक्षातही येत नाही अशा तऱ्हेने ती आपल्या मनाचा हळूहळू कब्जा घेते. आज मागे वळून बघताना माझ्या लक्षात येतं, खूप लहान वयापासूनच आपल्या सगळ्यांना भ्यायला शिकवलं जातं. वास्तविक आपण भिण्यासाठी जन्माला आलेलोच नसतो.

आणखी एका गोष्टीवर माझा विश्वास आहे. आपण जे मिळविण्यासाठी किंवा जसं बनण्यासाठी सारं आयुष्य घालवतो, ते सारं आपल्यात पूर्वीपासूनच असतं. फक्त त्याची जाणीव आपल्याला कधीही होत नाही. आपली भव्यता लक्षात घेऊनच आपण जन्माला येत असतो. मात्र जसजसे मोठे व्हायला लागतो, तसतसं जग बदलत जातं आणि ही जाणीवही पुसट होत जाते.

सुरुवातीला या गोष्टी नकळत होत असतात. आपण कुणाला आवडत नाही किंवा आपण हवे तेवढे चांगले नाही अशा गोष्टींनी ही सुरुवात होते. कदाचित आपण आपल्या समवयस्कांपेक्षा वेगळे दिसत असतो त्यामुळे हे घडत असेल. आपण वेगळ्या

वंशाचे असतो, कधी खूप उंच, कधी खूप ठेंगू, कधी खूप स्थूल, कधी खूप कृश असं असल्याने ही भावना निर्माण होत असावी. आपल्याला या जगामध्ये तंतोतंत बसण्यासाठी बऱ्याच गोष्टी आवश्यक आहेत, असं वाटत असतं. मात्र मी जशी आहे त्या गोष्टींसाठी माझं कोणी कौतुक केलं किंवा कधी कोणी प्रेरणा दिली असं मला आठवतच नाही. स्वत:शी प्रामाणिक राहाण्यासाठी मला कोणी उत्तेजन दिल्याचंही आठवत नाही. तसंच आपण वेगळे असलो तरी काही फरक पडत नाही, हा विश्वासही मला कधी कोणी दिला नाही. याउलट माझ्याबद्दल सतत नाराजीचा एक दबलेला सूर माझ्या डोक्यात कायम घुमत असायचा.

मी लोकांना खूश ठेवण्याचा प्रयत्न करणारी होते. मला नाराजीची, नकाराची भीती वाटायची, मग तो कुणाकडूनही असो! मी सातत्याने काहीशी मागेमागेच राहात असे, नमतं घेत असे. कोणी माझ्याबद्दल वाईट विचार करू नये असंच मला वाटायचं, शिवाय हे वर्षानुवर्षे सुरू होतं. या सगळ्या प्रक्रियेमध्ये मात्र मी मला स्वत:लाच गमावून बसले. मी खरी कोण आहे किंवा मला काय हवं आहे, याच्याशी माझं नातंच तुटलं कारण ज्या ज्या गोष्टी मी करायचे त्या दुसऱ्यांचं कौतुक मिळावं एवढ्याच अपेक्षेने करत होते. पण त्यात माझं स्वत:चं काहीही नव्हतं. अगदी कॅन्सर होण्याच्या अगोदरही जर मला कोणी विचारलं असतं, की तुला आयुष्यात काय हवं आहे तर माझं उत्तर असायचं, मला खरंच ठाऊक नाही. सांस्कृतिक अपेक्षांच्या चौकटीत मी कमालीची गुंतून गेले होते. इतरांच्या दृष्टीने मी कसं बनणं अपेक्षित आहे तसं बनण्याचा मी प्रयत्न करत होते. माझ्यासाठी काय महत्त्वाचं आहे हे मला कळलंच नव्हतं.

माझी खास मैत्रीण सोनी आणि डॅनीचा मेव्हणा या दोघांनाही कॅन्सरचं निदान झालं आणि त्यानंतर मला या आजाराबद्दल भयंकर भीती वाटू लागली. हा आजार त्या दोघांना होऊ शकतो तर मग इतरही कोणालाही होऊ शकेल असा विचार माझ्या मनात सतत येऊ लागला. आपण आजारीच पडायचं नाही यासाठी मी धडपडून प्रयत्न करू लागले. त्यासाठी जे जे शक्य आहे ते ते सारं करू लागले. मात्र आजार होऊ नये यासाठी जसजसा अधिक विचार मी करत होते व त्याविषयी वाचत होते, तसतशी मी अधिक धास्तावत होते. कुठल्याही गोष्टीमुळे कॅन्सर होऊ शकतो असं मला वाटू लागलं होतं. वातावरणातील आणि अन्नातील विषारी घटक, कॅन्सरला कसे पूरक ठरू शकतात हे मी वाचत होते. मायक्रोवेव्हचा वापर, अन्न ठेवण्यासाठी प्लास्टिकचे डबे, भरपूर प्रिझर्व्हेटीव्ह असणारे पदार्थ, मोबाईलचा वापर या सगळ्या गोष्टींमुळे कॅन्सर होऊ शकतो असं वाटत होतं. ही यादी कधी कमी झालीच नाही, उलट वाढतच गेली.

मला केवळ या आजाराची भीती वाटत होती असं नाही तर त्याच्या उपचारांतील केमो थेरपीचाही प्रचंड धाक वाटत होता. मी सांगितलं त्याप्रमाणे केमोथेरपीदरम्यानच सोनीचा मृत्यू ओढवला आणि माझी भीती शतपटीनं वाढली.

अखेरीस मी वर उल्लेख केला त्याप्रमाणे मला जगणं आणि मृत्यू या दोन्हींचीही कमालीची धास्ती वाटू लागली. माझ्या मनातल्या भयरूपी पिंजऱ्यात मी अडकलेच आहे अशी अवस्था झाली. आयुष्याचा माझा अनुभव कमी कमी होत चालला होता कारण माझ्यासाठी आता जग ही एक दुष्ट गोष्ट बनली होती. अतिशय त्रासदायक अशी जागा बनली होती आणि अशातच एक दिवस मला कॅन्सर झाला.

मी कॅन्सरशी निकराने झुंज देत होते. पण कॅन्सर म्हणजे मृत्युदंड अशीच माझी खात्री होती. रोजच्या गोष्टी मी करत होते. मात्र एक दिवस ही सारी कामं करणं मला अशक्य होणार आहे, अशी खंत माझ्या मनात सदासर्वकाळ होती. मला मरणाची खूप भीती वाटू लागली होती.

कॅन्सरवर उपचार करणारे तज्ज्ञ आणि संशोधक सातत्याने 'कॅन्सरवरचं औषध शोधायचा प्रयत्न करत आहोत', असं सांगत होते. अजून तरी या आजारावर खात्रीशीर उपाय नाही असंच यातून सुचवलं जात होतं. ही वस्तुस्थिती सर्वांनी स्वीकारली होती. निदान पारंपरिक वैद्यकीय जगाने तरी हे मान्य केलं होतं. या आजारावर अजून औषध नसलं तरीही पारंपरिक वैद्यकीय उपचार हे पर्याय ठरू शकतात, असं सांगितलं जात असे. त्यामुळे उपाय नसणाऱ्या आजारावरचे उपचार आपण घेत आहोत या विचाराने मी अधिक घाबरून गेले होते. वास्तविक पाहाता कॅन्सर हा एक शब्द हादरवून टाकायला पुरेसा होता. त्यामध्ये भरीत भर म्हणजे शास्त्रीय दृष्टिकोनातून मला त्यातल्या साऱ्या त्रुटी दिसून येत होत्या. अशातऱ्हेने मी आता लवकरच मरणार आहे ही माझ्या मनातली भीती अधिकाधिक बळकट होत चालली होती.

मला जे जे करणं शक्य होतं त्या साऱ्या गोष्टी करण्याचा प्रयत्न मी करत होते. मात्र आजार तर अधिकाधिक वाढतच उग्र रूप धारण करत होता. पर्यायी औषधोपचार पद्धतींचादेखील मी अवलंब केला. वास्तविक अनेक लोक मला मी त्या वाटेला जाऊ नये असा सल्ला देत होते. तरीही या पर्यायी औषधोपचारांकडे मी वळले. जी पारंपरिक उपचारपद्धती मी स्वीकारली होती, त्यामुळे मला पहिल्यापासूनच त्रास होत होता अशी भावना माझ्या मनात होती. मला ज्या ज्या गोष्टी माहिती होत्या त्या सर्व करण्याचा मी प्रयत्न केला. अगोदर सांगितल्याप्रमाणे मी माझी नोकरी सोडली आणि बरं होण्यात

माझ्या आयुष्यातली तब्बल चार वर्षे मी खर्ची घातली.

फेथ हिलिंग, प्रार्थना, ध्यानधारणा, ऊर्जा उपचारपद्धती या साऱ्या गोष्टी मी अवलंबून पाहिल्या. कॅन्सरविषयी जे पुस्तक हातात पडेल ते वाचून काढलं. या आजारासंबंधी जेवढं जेवढं म्हणून वाचायला मिळालं त्याचा अभ्यास केला. यातच मी फर्गिव्हनेस थेरपीसुद्धा वापरून पाहिली. मला जे जे लोक माहिती होते त्या साऱ्यांना मी क्षमा करून टाकली. मी भारतात आणि चीनला गेले. तिथे अनेक बौद्धधर्मीय संन्यासी, भारतातील अनेक योगी, आध्यात्मिक गुरू यांना भेटले. मी कशा पद्धतीने बरी होऊ शकेन, याविषयी माझ्या मनात असलेल्या प्रश्नांची ते उत्तरं देऊ शकतील, अशी आशा मला वाटत होती. पर्वतांमध्ये जाऊन ध्यानधारणा करणे, योगा, आयुर्वेद चक्रसंतुलन, चायनीज हर्बल मेडिसिन, प्राणिक हिलिंग आणि ची गाँग या सर्व गोष्टींचा मी अवलंब केला. शाकाहार स्वीकारला.

मात्र एवढं सगळं करूनही माझा कॅन्सर अधिकाधिक गंभीर रूप धारण करतच होता. माझ्या मनाचा पुरता गोंधळ उडाला होता. त्यातच मी दिसेल ती उपचारपद्धती स्वीकारण्याचा प्रयत्न करत होते. काहीही करून जिवंत राहाण्यासाठी माझी धडपड चालू होती पण प्रत्यक्षात माझी प्रकृती सातत्याने ढासळत होती. मी सुरुवातीला उल्लेख केल्याप्रमाणे हळूहळू माझं शरीर पोषकद्रव्यं शोषून घेण्यात अयशस्वी ठरू लागलं. माझे स्नायू दुर्बळ होऊ लागले, इतके की मला साधं चालताही येईना. व्हीलचेअर माझी कायमची जिवाभावाची सखी झाली. भल्या मोठ्या डोक्याचा आकार माझ्या मानेला पेलत नव्हता. ऑक्सिजन टँकच्या आधाराशिवाय मी एक क्षणही स्वतः श्वसन करू शकत नव्हते. मी झोपले, की माझा नवरा रात्ररात्र माझ्या उशाशी बसून असायचा. माझा श्वासोच्छ्वास चालू आहे ना, याची त्याला काळजी असायची. मला स्वतःचं काहीच करता येत नसे. मग माझी आई माझ्या मदतीला धावून आली. माझ्या साऱ्या गोष्टी तीच करत असे. आम्हा सगळ्यांसाठीच तो फार कसोटीचा काळ होता. माझ्या स्वतःच्या वेदनेबरोबरच त्या दोघांचं दुःख आणि यातनाही मला कळत होत्या.

माझी प्रकृती जसजशी अधिकाधिक ढासळायला लागली, तसतसं माझ्या मनातल्या भीतीने एवढं मोठं उग्र स्वरूप धारण केलं, की ते मी आत्ता वर्णनही करू शकत नाही. मी माझं आयुष्य कसंबसं मुठीत घट्ट पकडून ठेवू पाहात होते. प्रत्यक्षात माझ्या डोळ्यांदेखत ते माझ्या हातातून निसटत चाललं होतं. मी अनेक आध्यात्मिक प्रवचनांनाही जात असे. हे सारं माझं मी निवडलं आहे, असं तिथे मला सांगितलं जाई. तसंच हे जग निव्वळ एक भासमान असत्य आहे असंही मला तिथे सांगत.

या साऱ्याचा परिणाम म्हणजे मला कमालीचं नैराश्य आलं आणि मी पूर्णत: भीतीच्या छायेखाली राहू लागले. मी नेहमी आश्चर्याने विचार करायचे, 'मी असं माझ्यासाठी का निवडेन? मी माझ्यासाठी काही वेगळं का निवडलं नाही? आणि जर हे जग म्हणजे एक भास आहे तर माझ्याबाबतीत जे घडत आहे, ते मला खरं का वाटतंय? जर साऱ्या लोकांची मनधरणी परमेश्वरापर्यंत पोहोचते तर तो फक्त माझीच प्रार्थना का ऐकत नाही? सर्वांना क्षमा करणं, साऱ्या गोष्टींची शुद्धता करणं, प्रार्थना करणं, ध्यानधारणा करणं, मनाला समजावणं या साऱ्या गोष्टींचा शक्य तेवढा प्रयत्न मी करत होते. हे सारं माझ्याच बाबतीत का घडत आहे, हे मला अजिबात समजत नव्हतं.

ज्या क्षणी या साऱ्या गोष्टी करत राहाणं मला अशक्य झालं, त्या क्षणी मी सारे दोर कापून टाकले. सारं काही शब्दश: सोडून दिलं आणि मला आतमध्ये खोल कुठेतरी एकदम मुक्त झाल्याची भावना जाणवू लागली. पण तोवर कॅन्सरने गेल्या चार वर्षांत माझ्या शरीराचा पूर्ण कब्जा घेतला होता. आता त्यावर कोणतेही उपाय करणं मला मुळीच शक्य नव्हतं. शेवटी मी आहे त्या परिस्थितीला शरण गेले. मी पार थकून गेले होते. आता पुढची पायरी म्हणजे मृत्यू हे मी ओळखलं होतं. मरणाचं स्वागत करण्यापर्यंत माझ्या मनाची तयारी झाली होती. आता याहून अधिक चांगलं काही माझ्याबाबत घडणार नव्हतं.

याचवेळी मी कोमामध्ये गेले. माझे अवयव हळूहळू निकामी होत होते. ज्या परिस्थितीतून मी स्वत: आणि माझे कुटुंबीय जात होतो, ती परिस्थिती अतिशय भयंकर होती. अशा तऱ्हेने मी अखेरीस मृत्यूच्या दिशेने खेचली जाऊ लागले.

माझ्या शरीराने ज्या क्षणी साथ देणं थांबवलं, त्यावेळी मी त्या पलीकडच्या जगात गेले. तिथे गेल्यावर मला माझी भव्यता जाणवली. माझी भीती नष्ट झाली. माझ्यामध्ये कितीतरी पट अधिक शक्ती आहे ही जाणीव मला झाली.

जेव्हा मी माझ्या भौतिक शरीरावरची पकड सोडली तेव्हा माझ्या लक्षात आलं की दुसऱ्या जगात जाण्यासाठी मला कोणत्याही प्रयत्नांची गरज नव्हती. जसे प्रार्थना, जप, मंत्र, तंत्र किंवा क्षमा करणे इत्यादि. ''आता यापेक्षा माझ्याकडे काहीही करण्यासारखं शिल्लक नाही. मी शरण आले आहे, मला घेऊन जा. जे काही माझ्यासंबंधी करायचं आहे ते करा. तुमच्या मार्गाने सारं काही होऊ द्या.''

पलीकडच्या जगात जेव्हा साऱ्या गोष्टी स्पष्ट होत होत्या, स्पष्टपणे मला कळत

होत्या, त्यावेळी केवळ भीतीमुळे माझा मृत्यू होतोय, हे माझ्या लक्षात आलं. मी माझं सत्य स्व-रूप व्यक्त करण्याचा प्रयत्नच करत नव्हते कारण माझ्या मनात असणाऱ्या असंख्य चिंता त्यापासून मला परावृत्त करत होत्या. कॅन्सर ही कुठलीही शिक्षा किंवा तत्सम गोष्ट नाही हे देखील माझ्या लक्षात आलं. कॅन्सर ही एका अर्थाने माझी स्वत:चीच ऊर्जा होती, माझी स्वत:चीच अभिव्यक्ती होती. जी भव्य ताकद माझ्यात आहे, तिची अभिव्यक्ती करण्यापासून माझ्यामध्ये मनातलं भय मला परावृत्त करत होतं.

आयुष्यभर मी स्वत:ला किती वाईट वागवलं आणि माझ्या कृत्यांचा अकारण न्यायनिवाडा केला हे त्या विशाल जगामध्ये माझ्या लक्षात आलं. मला कोणीही शिक्षा देत नव्हतं. पण एक गोष्ट माझ्या लक्षात आली, की मीच स्वत:ला क्षमा करत नव्हते. माझ्या कृत्यांचा मीच न्यायनिवाडा करत होते. मला मीच खूप गृहीत धरलं होतं आणि माझं माझ्यावरच पुरेसं प्रेम नव्हतं. या सगळ्या गोष्टींशी इतरांचा काहीही संबंध नव्हता. या विश्वाचं एक सुंदर मूल या रूपात मी मला पाहिलं. मी अस्तित्वात आहे ही एकच गोष्ट निर्व्याज प्रेम मिळविण्यासाठी पुरेशी होती. ते मिळविण्यासाठी इतर काहीही करण्याची गरज नव्हती. प्रार्थना करा, कुणाची याचना करा किंवा इतर काहीही - असं काहीही आवश्यक नव्हतं, हे मला आता उमगलं. मी माझ्या स्वत:वर कधीही प्रेम केलं नाही. माझ्या स्वत:ची किंमत कधीही ओळखली नाही आणि माझ्या आत्म्याचं सौंदर्य कधीही लक्षात घेतलं नाही हे मला स्पष्टपणे त्या जगात दिसत होतं. वास्तविक ती निर्हेतुक भव्यता माझ्यासमवेत सतत होती. मात्र भौतिक आयुष्यात पुरेशा प्रमाणात ती मला कळलीच नाही किंबहुना ती माझ्यापासून दूरच गेली.

ही जाणीव झाल्यानंतर आता मला भीती वाटण्याची काहीही गरज नाही, हे मला कळून चुकलं. माझ्या आणि आपल्या सर्वांच्याच पदरी केवढं मोठं दान या विश्वाने टाकलं आहे हे मी जाणलं. त्यातूनच मी एक खंबीर निर्णय घेतला, तो म्हणजे या जगात परत येण्याचा! पलीकडच्या जगात सर्व जाणिवा झाल्यानंतर आपण या जगात परत यावं, हा माझा निर्णय एका परीने मला झालेल्या सत्याच्या जाणिवेतून घेतला गेला होता. मी जेव्हा शरीरात येऊन परत जागी झाले, त्यावेळी माझ्या शरीरातली प्रत्येक पेशी परत येण्याच्या माझ्या निर्णयात सहभागी असून, तीदेखील तसाच प्रतिसाद देईल हे मला ठाऊक होतं. म्हणूनच आता मी पूर्ण बरी होणार आहे हे मला कळून चुकलं होतं.

भौतिक शरीरात परत आल्यावर हॉस्पिटलमध्ये माझ्या ज्या ज्या तपासण्या झाल्या, बायोप्सीज झाल्या आणि जी औषधं देण्यात आली, त्या साऱ्या गोष्टी माझ्याभोवतीच्या इतर लोकांना खूश करण्यासाठी, त्यांच्या समाधानासाठी होत्या. या साऱ्या गोष्टी परत करणं हे अत्यंत वेदनादायी होतं. पण तरीही मी बरी होणार आहे हा विश्वास मला वाटत होता. माझं भव्य आणि अमर्याद 'स्व' आता रसरसून जगणार होतं आणि त्याची अभिव्यक्ती या शरीराद्वारे होणार होती. तात्पर्य, माझ्या निर्णयावर आता जगाचा कोणताही परिणाम होणार नव्हता.

मी बरी झाले ती माझ्या बदललेल्या मन:स्थिती किंवा विश्वासामुळे नाही, हे मला आवर्जून सांगावंसं वाटतं. मी बरी झाले ती माझं सत्य स्व-रूप अधिक तेजाने उजळावं या गोष्टीला माझ्या आत्म्याने संमती दिल्यामुळे! मी सकारात्मक विचार केल्यामुळे माझा आजार बरा झाला का, असं अनेक लोक मला विचारतात. त्याला माझं उत्तर ठाम नकारार्थी असतं. NDE वेळी मी एका वेगळ्याच स्थितीत होते. ती स्थिती मनाच्या पलीकडे होती. माझ्या मनातले अहितकारक विचार पूर्णपणे दूर झाले म्हणून मी बरी झाले. मी विचार करण्याच्या मन:स्थितीत नव्हते, तर केवळ अस्तित्वाच्या स्थितीत होते. ती शुद्ध जाणीव होती. त्यालाच मी भव्यता असं म्हणते. मी खरी कोण आहे, याची ओळख मला तिथे पटली. माझ्यातली जी गोष्ट स्वर्गीय होती, अमर्याद होती आणि या साऱ्या परिपूर्णतेला सामावून घेणारी होती, त्याची ओळख मला तिथे पटली. पण ही केवळ मनाची स्थिती नव्हती.

आपण एका विशिष्ट पद्धतीवर विश्वास ठेवला तर आजार दूर करून एक आदर्श आयुष्य निर्माण करू शकतो असं मी म्हणणार नाही. ही गोष्ट कदाचित खूप साधी वाटेल. माझा सर्व भर स्वत:ला होणाऱ्या जाणिवेवर, आत्मज्ञानावर आहे आणि ती गोष्ट वेगळी आहे. ज्या विश्वासाचा, श्रद्धांचा फारसा उपयोग नाही; अशा विश्वास आणि श्रद्धांच्या कचाट्यात सापडणं म्हणजे संभ्रमाला आमंत्रण असतं. इतकंच नाही तर स्वत:चाच न्यायनिवाडा करायला आपल्याला ही परिस्थिती भाग पाडते. आपल्याला ज्या गोष्टी चांगल्या किंवा सकारात्मक वाटतात, त्या तशा पद्धतीने आपण मांडतो पण याचा अर्थ आपण ज्या गोष्टी ज्या पद्धतीने मांडत नाही, म्हणून त्या तशा नाहीत; असा होतो आणि हे पूर्णत: चूक आहे.

इतर लोक मान्य करत नसतील तरीही आपला विश्वास, श्रद्धांचं हिरिरीने समर्थन करण्याची गरज या गोष्टीतून निर्माण होते. जेव्हा अशा पद्धतीने आपले विचार, आपली मतं योग्य आहेत असं ठामपणे आपण सांगायचा प्रयत्न करत असतो, त्या वेळेला

आपली बरीचशी ऊर्जा त्यात वाया जात असते. यातून विश्वास आणि श्रद्धा यांच्या हातात आपलं नियंत्रण जातं. प्रत्यक्षात वस्तुस्थिती उलट असायला हवी.

ही उलट वस्तुस्थिती म्हणजे काय? तर प्रत्यक्षात अस्तित्वात काय आहे आणि काय शक्य आहे, याचं ज्ञान होणं. त्यामध्ये कोणत्याही प्रकारचा न्यायनिवाडा नाही. आपण सजग होताच स्वत:च्या मतांचा हेका धरणं सोडून देतो. मग ही सजगता वाढत जाते. अनेक गोष्टींना ती स्वत:त सामावून घेते. आपल्या साऱ्यांना जवळ आणून एकत्वाच्या स्थितीत नेते आणि याच ठिकाणी किमया वाटावी अशा अनेक गोष्टी घडतात. याउलट आपला विश्वास, आपल्या समजुती, आपल्या धारणा तेवढ्याच गोष्टीची परवानगी देतात. त्यामुळे अनेक गोष्टी आपल्यापासून दूरच राहातात.

म्हणूनच माझ्या समजुती किंवा माझ्या धारणांमुळे मी बरी झाले, असं मी मानत नाही. माझे NDE हे शुद्ध जाणिवेची अनुभूती होते. आतापर्यंत ज्या काही माझ्या ठाम समजुती आणि मूल्यं होती, त्यापासून कित्येक योजनं दूर नेणारं हे जग होतं. एका अर्थाने या गोष्टीमुळे माझं शरीर 'रीसेट' व्हायला मदत झाली. दुसऱ्या शब्दात सांगायचं तर माझ्या स्वत:च्या समजुती आणि मान्यता या गोष्टी माझ्यातून दूर होणं हे मी बरी होण्यासाठी कारणीभूत ठरलं.

एका क्षणी जिवंत राहाण्याची माझी तीव्र इच्छा मी सोडून दिली. मृत्यूचा अनुभव घेतला. मी मरत असताना माझ्या लक्षात आलं, की अजून माझी वेळ आलेली नाही. ज्यावेळी मला हवी असणारी गोष्ट सोडून देण्याची माझी तयारी झाली, त्यावेळी खऱ्या अर्थाने जी गोष्ट माझी होती ती मला मिळाली. ही मला मिळालेली सर्वांत मोठी भेट आहे असं मी मानते.

आजपर्यंत उराशी घट्ट बाळगलेल्या अनेक आदर्शवादी गोष्टींमुळे माझ्यावर दुष्परिणामच होत होते, हे मला NDE मध्ये कळलं. समजुती आणि पूर्वग्रहांच्या आपणच तयार केलेल्या घट्ट भिंतींमध्ये राहून काम करताना आपले अनुभव संकोचत जातात. त्यांना मर्यादा पडते. जेवढं जग आपल्याला माहिती आहे, तेवढ्याच मर्यादित जगात आपण राहातो. त्यामुळे ज्ञानही मर्यादेत राहातं. मला जेवढं माहिती आहे तेवढ्याच जगात स्वत:ला बांधून घेतलं तर त्यामुळे मी एका परीने माझ्यातल्या क्षमतांना आवर घालत असते. पण माझी समजूत, माझं ज्ञान हे पूर्ण नाही, हे मी एकदा स्वीकारलं, अशाश्वत जगाला स्वीकारलं की, त्यानंतरच अमर्याद शक्यतांचं जग आपल्यासमोर खुलं होतं.

NDE नंतर जेव्हा मी सहजपणे गोष्टी सोडून द्यायला समर्थ झाले, तेव्हा मला खूप प्रभावी वाटलं. जेव्हा मी माझे विश्वास, अविश्वास यांतून बाहेर आले आणि सर्व संधींचा खुलेपणाने स्वीकार करू लागले, त्यावेळी खऱ्या सामर्थ्याची जाणीव मला झाली. ज्यावेळी आंतरिक स्तरावर मला पूर्ण स्पष्टता आली, त्यावेळी मी हा अनुभव घेतला. आपल्याला शाश्वतता हवी असते, त्यासाठी आपले प्रयत्न चालतात. पण हीच गोष्ट आपल्याला जाणिवेच्या वरच्या पातळीवर घेऊन जाण्यात अडथळा ठरते. याउलट जर गोष्टी सहज पणे सोडून दिल्या, कोणत्याही पूर्व-समजुतींना, पूर्वग्रहांची भीती न बाळगता दूर केलं तर मनावर कुठलंही जोखड राहात नाही. त्यानंतर जे समोर येतं ते मनातल्या साऱ्या गोष्टींचा निचरा होऊन पूर्णतः बरं झाल्याचं समाधान असतं. या गोष्टीतला विरोधाभास असा आहे, की बरं होण्यासाठी आपल्याला बरं व्हायचं आहे, अशी आपल्या मनातली तीव्र गरज पूर्णतः सोडून द्यावी लागते. बरं होण्याचा ध्यास जेव्हा सोडून दिला जातो, त्या वेळेला आपण खऱ्या अर्थाने आयुष्याचा आनंद घेऊ लागतो. आयुष्य नावाच्या सुंदर गोष्टीवर आपला पूर्ण विश्वास बसतो.

केवळ जैवशास्त्रापलीकडे आपण बरेच काही आहोत, याची जाणीव होणं माझ्या साठी खूप महत्त्वाचं होतं. जैवशास्त्राच्या इतक्या पलीकडे आपण असतो, की खऱ्या अर्थाने अमर्याद भव्यता आपल्याला लाभलेली असते. पुन्हा एकदा मी हेच सांगेन, आपली व्याधी हा आपला दोष नसतो. अर्थात जे आजारी आहेत त्यांच्यासाठी ही खूप निराशाजनक गोष्ट असते हे निश्चित. परंतु आपलं जैवशास्त्र आपल्या जाणिवांना प्रतिसाद देत असतं, असं मला म्हणायचं आहे. केवळ आपल्या जाणिवाच नाही तर आपली मुलं, प्राणी, पक्षी आणि सभोवतालचा सुद्धा प्रतिसाद मिळत असतो. आपल्याला झालेली खरी जाणीव या संपूर्ण धरतीवरच्या अनेक गोष्टी मोठ्या प्रमाणावर बदलू शकते. याचं मुख्य कारण म्हणजे आपण सारेजण एकमेकांशी जोडले गेलेलो आहोत. ही गोष्ट मी सातत्याने सांगत असते.

सजग अशा जाणिवेच्या दिशेने उचललेलं पहिलं पाऊल कोणतं? तर निसर्गाला ज्या गोष्टी जशा असणं अपेक्षित आहे त्या समजून घेणं हे होय. यामध्ये अनेक गोष्टी येतात. आपलं शरीर, आपला सभोवताल यांची पूर्णतः माहिती असणं आणि महत्त्वाचं म्हणजे प्रत्येक गोष्ट आहे तशी स्वीकारून तिचा आदर करणं. त्या अशा असायला नको होत्या किंवा त्यात बदल हवा हा आग्रह न धरणं. ही गोष्ट आपल्या सर्वांच्याही बाबतीत लागू आहे. या विश्वाने आपल्याला जसं बनवलं आहे तसंच राहून त्यात कोणत्याही बदलाची अपेक्षा न करता स्वतःची भव्यता समजून घेणं हे खूप गरजेचं आहे. इतर

लोकांना ज्या गोष्टी बरोबर वाटतात, त्या करण्यासाठी इतर लोकांची अपेक्षापूर्ती करत जगणं योग्य नाही. कारण यातून आपल्याला अपूर्णता जाणवायला लागते. विशेषत: त्यात आपण वाईट तऱ्हेने अपयशी ठरलो, की स्वत:चं अपूर्णत्व आपल्याला छळू लागतं.

आयुष्याला मी जशी असणं अपेक्षित आहे तसं बनण्याची संमती स्वत:ला देताक्षणीच मला खूप सामर्थ्यवान वाटलं. माझ्या आजाराच्या बाबतीत नेमकं हेच झालं. ज्याक्षणी माझ्याकडून होणारी प्रत्येक जाणीवपूर्वक कृती करण्याचं मी पूर्णत: थांबवून टाकलं, त्या क्षणापासून मी बरी होऊ लागले आणि जीवनाच्या ऊर्जेने माझा ताबा घेतला. याचाच अर्थ, जेव्हा मी आयुष्यासमवेत त्याला पूरक अशी कृती करते तेव्हा ती सर्वांत शक्तिशाली असते. मात्र आयुष्याविरुद्ध काही करताच मला ते सामर्थ्य लाभत नाही.

मी स्वत: हे सारे अनुभव घेतल्यानंतर याविषयी तुमच्याशी बोलणं फार सोपं आहे. निव्वळ श्रद्धा ठेवा आणि इतर गोष्टी सोडून द्यायला शिका, आयुष्याचा प्रवाह जसा नेईल तसं त्याच्यासोबत चालत राहा, या साऱ्या गोष्टी सांगणं खरोखरच सोपं असतं, पण जेव्हा तुम्ही कठीण परिस्थितीतून जात असता, मनासारखं काही घडत नसतं त्यावेळी या गोष्टी प्रत्यक्षात कृतीत आणणं अतिशय अवघड असतं, हे मीही जाणते. अनेकदा तर सुरुवात कुठून करायची, असा मनाचा गोंधळ उडतो. मात्र या सगळ्यावर अतिशय सोपं उत्तर आहे असं मला वाटतं. हे प्रश्न जरी अवघड वाटत असले तरी त्यावरचा पर्याय नक्की आहे तो म्हणजे स्वत:वर प्रेम करण्याचं महत्त्व. कदाचित हे शब्द ऐकल्यानंतर तुमच्या कपाळावर आठ्या पडल्या असतील किंवा तुम्हाला ते फारसं पटलंही नसेल. मात्र स्वत:वर प्रेम करण्याची सवय आपल्या मनाला लावणं हे किती महत्त्वाचं आहे याविषयी मी खूप काही सांगू शकते.

माझ्या आयुष्यात मी स्वत:ला कधी प्रेरणा दिली, आनंद दिला असं मला आठवत नाही. उलट माझ्याबाबतीत कधी असं घडलंच नाही. याचं कारण म्हणजे स्वत:वर प्रेम करणे म्हणजे आपण स्वार्थी आहोत, असा रूढ समज असतो. मात्र NDE नंतर स्वत:वर प्रेम असणं, जाणीवपूर्वक ते करणं ही माझ्या आजारातून बरं होण्याची गुरुकिल्ली होती हे माझ्या लक्षात आलं.

आयुष्याच्या पटलावर आपण सारे एकमेकांशी जोडले गेलेलो आहोत. आपण प्रत्येकजण आपल्या सभोवतालच्या सर्वांसाठी एक उत्तम भेट आहोत. आपण कोणीही

असलो तरी आपण एकमेकांना मदत करत असतो आणि यातून एक सुंदर चित्र एकत्रितरीत्या उभं करत असतो. NDE च्या स्थितीत मला साऱ्या गोष्टी इतक्या स्पष्टपणे कळल्या. कारण मलाच स्वत:चं प्रेम बनायचं असतं, हे मला उमगलं. थोडक्यात स्वत:वर प्रेम करायचं महत्त्व मला त्या क्षणी पटलं होतं. याच गोष्टीने मला पुन्हा एकदा नव्याने आयुष्य जगण्याची संधी दिली.

आपल्यापैकी बऱ्याच लोकांची अशी समजूत असते, की आपल्यावर कोणी प्रेम करावं यासाठी आपण काहीतरी करायला हवं. पण ते दुहेरी स्तरावरचं जगणं आहे असं मला वाटतं. याचं कारण म्हणजे अशा परिस्थितीमध्ये एक देणारा असतो आणि एक घेणारा असतो. मात्र आपल्यामधून प्रेमाचा प्रवाह वाहातच असतो, याची जाणीव होणं गरजेचं असतं. हे जाणवताच प्रेमामध्ये तुम्ही आणि मी अशी विभागणीच नसते हे लक्षात येतं. जर मी स्वत:च प्रेम आहे हे माझ्या लक्षात आलं, तर तुम्ही सुद्धा प्रेमच आहात हे मला कळतं. मग मी स्वत:ची जशी काळजी घेते तशी आपोआप तुमची काळजी घ्यावी, असं मला वाटू लागतं.

NDE च्या त्या मन:स्थितीत हे सारं विश्व निर्व्याज प्रेमाने भरलेलं आहे हे मला उमगलं. या जगाची मी अभिव्यक्ती आहे हेही मला कळलं. प्रत्येक अणू, रेणू, प्रत्येक पेशी प्रेमानेच बनलेले असतात. त्यामुळे मी इतर काही असूच शकत नाही. कारण प्रेम हाच माझा गाभा आहे. साऱ्या विश्वाचं स्वरूपही हेच आहे. ज्या गोष्टी आपल्याला नकारात्मक वाटतात, त्यादेखील अमर्याद आणि निर्व्याज प्रेमाचाच एक भाग असतात. किंबहुना मी तर असं म्हणेन, की साऱ्या विश्वाची जीवनऊर्जा ही प्रेमच आहे. त्या वैश्विक ऊर्जेनेच मी परिपूर्ण आहे, या जाणिवेने मला एक महत्त्वाची समज दिली. ती म्हणजे योग्य, लायक बनण्यासाठी मला दुसऱ्यासारखं होण्याचा प्रयत्न करण्याची मुळीच आवश्यकता नाही. साऱ्या गोष्टी माझ्यात अगोदरच समाविष्ट आहेत.

आपल्याला आपण प्रेम आहोत ही जाणीव झाल्यानंतर लोकांवर प्रेम करण्यासाठी प्रयत्न करावे लागत नाहीत. आपण स्वत:शी प्रामाणिक असणंच पुरेसं असतं. त्या प्रेमळ ऊर्जेचं आपण साधन बनून जातो. मग तुमच्या संपर्कात ज्या ज्या व्यक्ती येतील त्या प्रत्येकाला ही ऊर्जा स्पर्श करते.

स्वत: प्रेम बनणं याचा अर्थ माझ्या आत्म्याचं संगोपन करणं किती महत्त्वाचं आहे याची जाणीव होणं हे होय. स्वत:च्या सर्व गरजांची काळजी घेणं. प्रत्येक ठिकाणी स्वत:चा विचार सगळ्यात शेवटी करण्याची आवश्यकता नसते. या गोष्टींमुळे मी

स्वत:चा दयाळूपणे विचार करायला उद्युक्त होते. स्वत:ला आदर द्यायला शिकते आणि प्रत्येक वेळी स्वत:शी प्रामाणिक राहायलाही शिकते. या गोष्टीमुळे आणखी एक महत्त्वाची गोष्ट साध्य होते, माझ्यात असलेल्या चुका किंवा या गोष्टींचा कोणत्याही प्रकारे चांगला-वाईट असा न्यायनिवाडा न करता केवळ संधी, अनुभव घेण्याचा एक मार्ग म्हणून मी त्यांच्याकडे पाहू शकते. शिवाय या गोष्टी निर्व्याज प्रेमातून शिकणंच शक्य आहे.

स्वत:वर इतकं अपार, विनाअट प्रेम करणं खरंच शक्य आहे का, असं मला अनेक लोक विचारतात. त्याची काही सीमारेषा आहे का? स्वत:वर प्रेम करण्याचा आरंभबिंदू कोणता? कोणत्या क्षणी हे प्रेम स्वार्थी किंवा अहंकारी रूप धारण करू शकतं? असे लोकांचे प्रश्न असतात. माझ्या दृष्टीने मात्र अशी शक्यताच नसते. तसं पाहिलं तर स्वत:वरचं खरं प्रेम आणि स्वार्थीपणा यात कोणतीही लक्ष्मणरेषा नाही. उलट स्वत:वर प्रेम नसेल तर त्यातून स्वार्थीपणा येतो. आज पृथ्वीवर ही सर्वांत मोठी समस्या आहे. आपण सारेजण अतिशय असुरक्षिततेने पछाडलो आहोत. चूक-बरोबर, योग्य-अयोग्य अशा स्वत:च करत असलेल्या समर्थनात, न्यायनिवाड्यात फसलो आहोत. अनेक प्रकारच्या माहितीने आपली दिशाभूल होत आहे. कुणाची तरी निर्हेतुकपणे खऱ्या अर्थाने काळजी घेण्यासाठी, त्याच्यावर प्रेम करण्यासाठी, प्रथम माझ्याबद्दल ती भावना निर्माण झाली पाहिजे. कारण जे माझ्याकडे नाही ते मी कुणा दुसऱ्याला देऊच शकत नाही. एखाद्या व्यक्तीत मला माझ्यापेक्षाही आदर वाटतो असं जेव्हा मी म्हणते, तेव्हा ते अजिबात खरं नसतं. निष्फळ, व्यर्थ, मी केवळ वरवर तसं दाखवण्याचा प्रयत्न करत आहे, हेच त्यातून सिद्ध होतं.

परंतु मी जेव्हा स्वत:च प्रेम बनते, त्यावेळी मी कधीही भावनाशून्य होत नाही. त्याचबरोबर मला बरं वाटावं अशा तऱ्हेने, लोकांनी विशिष्ट पद्धतीनेच वागावं, माझी जी भव्यता आहे ती त्यांना जाऊन सांगावी असंही मला कधी वाटत नाही. मी जेव्हा स्वत:च प्रेम बनते तेव्हा त्यातून आजूबाजूच्या लोकांनाही आपोआपच माझं प्रेम लाभतं. मी चूक-बरोबरच्या न्यायनिवाड्याच्या चक्रात सापडत नाही त्यावेळेला लोकांकडूनही माझी ती अपेक्षा नसते.

हे सारं ज्ञान होत असताना मी एक महत्त्वाची गोष्ट शिकले. जेव्हा मला आव्हानांचा सामना करावा लागतो तेव्हा मी माझ्या स्वत:विषयी उगीचच अतिकठोर बनता कामा नये. अनेकदा संघर्षाचं दृश्य कारण, आव्हानं किंवा अडचणी नसतात तर त्यातून मी माझ्या स्वत:विषयी जो न्यायनिवाडा करते, ते संघर्षाचं कारण असतं.

ज्याक्षणी मी माझी स्वत:ची कट्टर शत्रू बनणं थांबवते आणि स्वत:वर प्रेम करू लागते, त्याक्षणापासून सभोवतालच्या जगाशी माझे अतिशय कमी वेळा संघर्ष होतात. मी अधिक सहनशील आणि परिस्थिती अधिक सहजपणे स्वीकारणारी बनते.

आपल्याला जेव्हा स्वत:च्या भव्यतेची जाणीव होते, त्या क्षणापासून इतरांवर नियंत्रण करण्याची आपली गरज संपून जाते. मग आपण इतरांनाही स्वत:ला नियंत्रित करू देत नाही. माझ्या अमर्याद स्वरूपात जेव्हा मी जागृत होते तेव्हा मी प्रेम आहे केवळ या जाणिवेमुळे माझं आयुष्य नाट्यमय वाटावं अशा पद्धतीने बदलून जाऊ शकतं. ही गोष्ट जाणून घेण्यासाठी किंवा मिळविण्यासाठी काहीही करण्याची आवश्यकता नसते. ही गोष्ट मला समजते याचाच अर्थ मी जीवनऊर्जेसमवेत कृती करतेय असा होतो. उलट मी प्रेम आहे असं वरवर दाखवण्याचा प्रयत्न ही आयुष्याच्या विरुद्ध कृती असते.

मी स्वत: प्रेम आहे याची जाणीवच खरं तर मी शिकलेला सर्वांत मोठा धडा होता. त्यामुळेच मी माझ्या सर्वप्रकारच्या भीतीचा त्याग करू शकले. माझं आयुष्य वाचवणारी खरी गुरुकिल्ली हीच होती.

१६

अमर्याद स्व-रूप आणि वैश्विक ऊर्जा

माझ्या मृत्यूसमीपच्या म्हणजेच NDE च्या अनुभवांच्या दरम्यान मी साऱ्या विश्वाशी आणि या विश्वातल्या प्रत्येक गोष्टीशी जोडली गेले आहे असं मला जाणवत होतं. हे विश्व जिवंत असून अनेक पैलूंनी भरलेलं आणि अतिशय सजग आहे असं वाटत होतं. मी माझ्या भौतिक शरीराच्या माध्यमातून जे विचार, भावना आणि कृती करत होते, त्याचा परिणाम या संपूर्ण विश्वावर होत होता असं मला दिसलं. किंबहुना एकत्वाच्या त्या जगात या साऱ्या विश्वाचा मी एक विस्तार आहे असं वाटत होतं. ज्या पद्धतीने, मी आधी साऱ्या गोष्टी पाहात होते, त्यानंतर मात्र हे निरीक्षण अतिशय नाट्यमयरीत्या बदललं. आपल्या भावना, विचार आणि कृती या आधारे यातील जीवनाचीही सहनिर्मिती आपणच करत असतो. पंचेंद्रियांमुळे आपल्याला जे ज्ञान होतं, ते शब्दांत व्यक्त करण्यासाठी भाषा हे एक अतिशय अपुरं साधन आहे असं मला वाटतं. वास्तविक माझ्या त्या अनुभवांमध्ये काय काय घडलं, ते व्यक्त करण्यासाठी, ते तुमच्यापर्यंत पोहोचवण्यासाठी योग्य शब्द शोधणं हे माझ्यासमोरचं खूप मोठं आव्हान आहे. या जगाविषयी मला जे कळलं, आपण सारे कसे वागतो आणि अधिक चांगल्यासाठी त्यात कसा बदल होत आहे हे तुमच्यापर्यंत पोहोचवण्याचा मी माझ्या परीने कसोशीनं प्रयत्न करत आहे.

माझे NDE हे इतर कोणत्याही सामान्य घटनेसारखे नव्हते, हे लक्षात घेणं जरूरी आहे. त्यांना स्पष्ट असा आरंभ आणि अंत नव्हता. कधी न बंद होणारं एखादं द्वार माझ्यासमोर उघडल्याप्रमाणे वाटत होतं. अविरत-सतत पुढे चालणारी आणि खोल अशी जाणिवेची, समजण्याची एक प्रक्रिया त्यातून सुरू झाली. अनेक संधींचं जग माझ्यासमोर उघडलं, ज्याला कुठलीही मर्यादा नव्हती.

हे सारं इतकं अद्‌भुत होतं, की ते शब्दांत व्यक्त करणं माझ्यासाठी खूप अवघड आहे. म्हणून या संदर्भात केवळ तुमच्या मनात योग्य भावना जागृत करणं एवढंच

माझ्या या लेखनाचं उद्दिष्ट आहे. मी जरी हे तुमच्यापर्यंत पोहोचवलं तरी माझ्या जाणिवा, माझं ज्ञान हे सातत्याने वाढेल आणि विस्तृतही होत राहाणार आहे. आपण जसेच्या तसे अर्थ घेतले किंवा जे सांगितलं गेलं, ते अंतिम सत्य आहे असा आपला समज असेल तर आपल्याला एकप्रकारचा साचेबद्धपणा आणि बंदिस्तपणा येतो. जुन्या आदर्शप्रणाली आपण उराशी घट्ट बाळगून बसतो. मला ज्यांची गरज आहे त्या सर्व गोष्टी अगोदरपासूनच माझ्यामध्ये आहेत हे आता मला कळलं आहे. माझ्यासाठी सत्य काय आहे हे जाणून घेण्यासाठी, खुलेपणाने त्या गोष्टी समजून घेण्याची मी माझी मलाच परवानगी देणं एवढंच अपेक्षित आहे हे मी जाणते आणि हेच तुमच्याही बाबतीत वास्तव आहे.

कदाचित माझ्या संस्कृतीच्या पगड्यामुळे असेल पण माझ्या NDE पूर्वी माझ्या आयुष्याचं प्रयोजन हे निर्वाणप्राप्ती आहे असा विचार मी करत असे. म्हणजेच जन्म-मृत्यूच्या फेऱ्यातून स्वत:ची सुटका करून घ्यायची, या जगात देहरूपात परत कधीही जन्म घ्यायचा नाही म्हणजे निर्वाण! जर मी पूर्णत: पाश्चिमात्य संस्कृतीत मोठी झाले असते तर कदाचित स्वर्गप्राप्ती हे माझं अंतिम ध्येय राहिलं असतं. तुम्ही कोणत्याही संस्कृतीमधले असलात तरीही अखेरीस सर्वसामान्यपणे साऱ्यांचं ध्येय हेच असतं. या ध्येयासाठीच उत्तमपणे कार्यरत राहाणं हे प्रत्येकजण आयुष्यभर करत असतो.

मात्र, NDE नंतर मला वेगळं वाटू लागलं. मला मृत्यू येणार आहे हे मला ठाऊक असलं तरीही मी आता भौतिक दुनियेतील मृत्यूला अजिबात घाबरत नाही. ज्या ठिकाणी मी सध्या आहे ते स्थान सोडून इतर कुठेही जाण्याची माझी इच्छा नाही. विशेष म्हणजे माझे पाय अधिक जमिनीवर आल्यासारखे मला वाटतात. या आयुष्यातील या क्षणाचा पुरेपूर आस्वाद घेण्याची माझी इच्छा असते. मृत्यूनंतर दुसऱ्या जगात काय होईल यावर आता माझं लक्ष केंद्रित नसतं.

याचं मुख्य कारण म्हणजे पुनर्जन्माची जी संकल्पना आहे त्यानुसार अनेक जीवन आपल्यासमोर असतात. या पारंपरिक संकल्पनेनुसार एकामागोमाग एक अनेक जन्म घेऊन आपण या धरतीवर येत असतो. मुळात NDE मध्ये या संकल्पनेलाच पुष्टी मिळाली नाही. तिथे आपण भौतिक शरीर किंवा मन धारण केलेलं नसतं. पृथ्वीवर ज्या पद्धतीने काळ चालतो तसा तिथे चालत नाही. एकदा आपण पृथ्वीवरच्या जाणिवांच्या मर्यादेतून बाहेर येताच, त्या क्षणापासून साऱ्या गोष्टी सलगपणे सतत चालू असून मुख्य म्हणजे एकाच वेळी सर्वत्र चालू आहेत हे लक्षात येतं. यातूनच पुनर्जन्म ही केवळ

आपल्या मनाने त्याला माहिती असलेला अर्थ जोडलेली गोष्ट आहे हे माझ्या ध्यानात आलं. एकाच वेळी सर्वत्र अस्तित्वाची जाणीव असणे याचा आपल्या परीने अर्थ लावलेली ही संकल्पना आहे.

'वेळ घालवणं' या शब्दाचा आपण जसा विचार करतो त्याबाबत NDE मध्ये असं लक्षात आलं, की वेळ असा जात नसतो, तर तो केवळ 'असतो' आणि आपण त्यामधून फिरत असतो. यामुळे वेळेच्या दुनियेत सगळ्या गोष्टींचं अस्तित्व सर्वसंचारी असतं. इतकंच नाही, तर आपण आपल्याला हवं तसं जलद गतीने, कमी वेगाने किंवा मागे, बाजूला कसेही जाऊ शकतो.

या भौतिक दुनियेत पंचेंद्रियं आपल्या मर्यादा घालतात. जेवढं दिसतं तेवढंच आपले डोळे पाहातात. जेवढं ऐकू शकतो तेवढंच आपले कान ऐकतात. आपलं मन एका क्षणात अस्तित्वात असतं तर नंतर असे अनेक क्षण ते जोडत जातं. मात्र जेव्हा आपण (आपलं स्व-रूप) आपल्या शरीरातून बाहेर येतो, तेव्हा काळ आणि अवकाश यापलीकडे जातो. मात्र त्याची जाणीव आपल्याला असते. तिथे दृष्टी, श्रवण, स्पर्श, चव आणि गंध यांच्या मर्यादा नसतात. त्यावेळी आपण केवळ शुद्ध जाणीव असतो.

माझ्या NDE मध्ये मी याचाच अनुभव घेतला. मला भेटायला येणाऱ्या माझ्या भावाला मी बघू शकले होते. तेव्हा तर तो विमानात होता. तसंच हॉस्पिटलमध्ये माझ्या खोलीबाहेर आणि खालच्या मजल्यावरील हॉलमध्ये माझ्यासंबंधी चर्चा करणाऱ्या डॉक्टरांचं बोलणं मी ऐकू शकले होते. माझ्या भावी आयुष्यातले अनेक पैलू मला कळले होते. काय घडलं, काय घडत आहे आणि काय घडणार आहे, याची जाणीव मला होती. यावरून काळ, अवकाश आणि भौतिक जग या गोष्टी नेहमीच अस्तित्वात नसतात हे माझ्या लक्षात आलं. आजवर त्या नेहमी अस्तित्वात असतात अशी माझी समजूत होती. कुठल्याही वेळी घडलेल्या एखाद्या गोष्टीची मला माहिती हवी असेल तर त्या गोष्टीवर मी माझं लक्ष केंद्रित करू शकते हे मला NDE च्या वेळी समजू शकलं.

यामुळे मला जाणीव झाली, की जेव्हा एखादी व्यक्ती गतायुष्य असं म्हणते तेव्हा खरं तर आपण समांतर, त्याचवेळी घडणाऱ्या किंवा अस्तित्वात असणाऱ्या गोष्टींविषयी बोलत असतो. त्याचं कारण काळ हा एकाच वेळी सर्वत्र अस्तित्वात असतो. दुसरं कारण म्हणजे आपण सारे एकमेकांशी जोडले गेलेलो असल्यामुळे आपल्या जाणिवेच्या स्थितीत इतरांच्या संदर्भातील अनेक गोष्टी आपल्याला वर्तमानातील क्षणात कळू शकतात. या गोष्टी आपल्या जाणिवेत जणू स्मृती म्हणून येतात. माझ्या या नवीन दृष्टिकोनाने आपलं लक्ष्य आणि प्रयोजन यांविषयी मला कुतूहल वाटू लागलं.

लहानपणापासून मोठं होताना पुनर्जन्म असतो हेच मला सांगितलं गेलं होतं. मात्र पुनर्जन्म आणि वेळ या दोन्हीही गोष्टी अस्तित्वातच नसतील तर? आपली सारी उद्दिष्टं चुकीचीच असतील तर? भौतिक जगामध्ये स्वर्ग आणि निर्वाण असू शकेल आणि मृत्यूनंतर मात्र तसं काहीही नसेल तर?

प्रेम, तळमळ आणि मानवी भावना व्यक्त करण्यासाठी आपण भौतिक शरीरात जन्म घेतो असं मला वाटतं. शुद्ध जाणिवेच्या स्थितीत या गोष्टी अस्तित्वातच नसतात, तसंच एकत्वाच्या दुनियेतही नसतात. या पृथ्वीवरच्या आयुष्यात नाटकातल्या या मुख्य प्रयोगात तुम्हाला यावंसं वाटलं इतकंच. कारण आयुष्य हे एक नाटकच आहे.

अभिव्यक्तीसाठी हे सत्य म्हणजे एखाद्या मैदानासारखं आहे. मृत्यूनंतर काय, हे शिकण्यासाठी किंवा त्याचे अनुभव गोळा करण्यासाठी आपण इथे आलेलो नाही असं दिसतंय. त्यामध्ये फारसा काही हेतू किंवा प्रयोजन असेल असंही वाटत नाही किंबहुना आपल्याला त्याची आवश्यकता नाही. उलट आपण येथे आलो आहोत ते या भौतिक जगात अनेक अनुभव घेण्यासाठी आणि स्वत:चं आयुष्य या जगात साकारण्यासाठी! मी NDE तून परत येण्याचा निर्णय घेतला कारण त्याक्षणी पृथ्वीवरील आयुष्य माझ्यासाठी अतिशय आवश्यक आहे याची मला जाणीव झाली. निर्वाण प्राप्त करण्यासाठी आपला मृत्यू होण्याची काहीही आवश्यकता नसते. आपलं भव्य रूप खऱ्या अर्थाने नेहमीच अस्तित्वात असतं.

आपण मृत्यूनंतरच्या जीवनाविषयी स्वत:च कल्पना तयार करतो आणि आपल्या देवांना मानवी निकषांवर आणून बसवतो. त्यामुळे माणसांना मृत्यूनंतरचं जीवन याविषयी अतिशय भीती आणि कुतूहलही वाटत असतं. आपण या साऱ्या विषयांना भौतिकरूप आणि अपुरी मूल्यं दोन्ही बहाल करून टाकतो. जी मूल्ये आपण बाळगतो, ज्यांची आपल्याला भीती वाटते ती सारी मूल्यं या गोष्टींशी आपण जोडून टाकतो. भीती, चूक-बरोबरचा न्यायनिवाडा आणि शिक्षा या गोष्टी आपण त्याला चिकटवतो. मग आपल्या स्वत:च्या निर्मितीमध्ये शक्ती आणि ताकद या गोष्टींचा आपण वापर करतो.

मात्र जर वेळ आणि अनुभव आत्ताचा आहे आणि आपण निव्वळ त्याच्यामधून जात आहोत, त्यातून आपल्या भव्यतेची अभिव्यक्ती करीत आहोत ही गोष्ट जर लक्षात आली तर मग कुठल्याही गोष्टीला घाबरण्याची आवश्यकता उरत नाही. पुढच्या क्षणी आपल्या समोर काय उभं ठाकणार आहे, याची काळजीदेखील करण्याची आवश्यकता नाही. ज्या ऊर्जेचा आपण अगोदरच एक घटक आहोत, ती ऊर्जा आपल्याला कळते. मग आपल्या जीवनात सर्व पैलूंमध्ये आपण स्वत:च प्रेम बनू शकतो. मात्र, आपल्या

प्रश्नांची उत्तरं आपण नेहमी बाहेर शोधतो ही अतिशय दुर्दैवाची गोष्ट आहे. धर्म, औषधं, शास्त्रीय अभ्यास, पुस्तकं आणि इतर लोक यांच्या आधारे आपण ही उत्तरं शोधण्याचा प्रयत्न करतो. सत्य कुठेतरी बाहेर असून गवसत नाही, अजूनही ते आपल्या दृष्टिक्षेपात नाही असं आपल्याला वाटत असतं. मात्र हे सारं करत असताना आपण अधिकाधिक स्वत:ला हरवून बसतो. खऱ्या अर्थाने आपण कोण आहोत, यापासून आपण दूरदूर जातो. वास्तविक सारं विश्व आपल्याठायीच वसलं असून माझी उत्तरं माझ्या स्वत:मध्ये आहेत आणि तुमची उत्तरं तुमच्या आत आहेत. बाह्य जगात ज्या गोष्टी घडताहेत, त्या साऱ्या केवळ आपल्या आतल्या तारा छेडल्या जाव्यात यासाठी घडत आहेत. त्यामुळे आपलं रूप विस्तारणार आहे आणि आपण खरे कोण आहोत याकडे आपली मार्गक्रमणा होणार आहे. मी नेहमी आत्मा, श्रेष्ठ आत्मा या शब्दांपेक्षा अमर्याद स्व-रूप असा शब्दप्रयोग करते. थोडं अधिक स्पष्ट करून सांगायचं झालं, तर NDE च्या दरम्यान मला माझ्याविषयी जे कळलं त्याकडे मी निर्देश करेन. 'मी केवळ शरीर नाही', हे मला तेव्हा कळलं. विश्वातील प्रत्येक गोष्टीचा मी एक भाग आहे हे मला माझा एक आवाज सांगत होता. मी शुद्ध जाणिवेमध्ये अमर्याद आणि भव्य व्यक्ती म्हणून सामावत होते. या शरीरात मी काय आहे, याबाबतची स्पष्टता माझ्यामध्ये होती. विरहामुळे होणारा गोंधळ हा स्वत:च्या आत डोकावून पाहून त्याच्याशी तादात्म्य न पावता केवळ बाह्यगोष्टींचा विचार केल्याने होत असतो हेदेखील मला जाणवत होतं.

आपण जेव्हा आपली भौतिक शरीरं सोडून जातो, तेव्हा आपली अमर्याद स्व-रूपं एकमेकांशी जोडलेली असतात. शुद्ध जाणिवेच्या त्या स्थितीत आपण सारे एक असतो. अत्यंत उच्चकोटीच्या आध्यात्मिक अनुभवात किंवा निसर्गात असताना अनेक लोकांना हे एकत्व जाणवतं. आपण प्राण्यांसाठी काम करत असाल किंवा आपल्या घरात पाळीव प्राणी असतील तरी आपल्याला ही गोष्ट जाणवते. आपल्याला योगायोग आणि अतिंद्रिय जाणिवा यांचाही कधीकधी अनुभव येतो. मात्र अनेक लोकांना त्याबाबतची जाणीवच नसते, त्यामुळे या गोष्टी त्यांना जाणवतच नाहीत.

'मी केवळ शरीर नाही आणि माझा वंश, माझा धर्म, इतर समजुती किंवा इतर कोणी व्यक्तीही नाही. माझं खरं स्व-रूप अमर्याद आहे, खूप सामर्थ्यवान आहे. आयुष्यात मार्गक्रमण करण्यासाठी ज्या आवश्यक गोष्टी आहेत, त्या माझ्या अमर्याद स्व-रूपात अगोदरपासूनच अस्तित्वात आहेत. कारण मी या वैश्विक ऊर्जेचाच एक भाग आहे. मी स्वत:च ही वैश्विक ऊर्जा आहे.'

माझ्या NDE दरम्यान मला जाणवलं, त्या भव्य जाणिवेच्या आवाक्याबाहेर असं

काहीच नव्हतं. कारण त्या वैश्विक ऊर्जेच्या संपूर्ण कक्षेमधला मी एक घटक होते. जणू सारं पूर्णत्व माझ्या अस्तित्वात आहे, असं मला वाटत होतं. त्या स्थितीत मला सगळ्या गोष्टींची स्पष्टता होती आणि साऱ्या गोष्टी ठाऊकही झाल्या. त्या सर्व गोष्टी मी बनले आहे आणि प्रत्येक गोष्टीत माझं अस्तित्व आहे असंच मला वाटत होतं.

माझी स्वत:ची भव्यता, सारं काही जाणून घेण्याची क्षमता आणि या विश्वाला जाणून घेण्याची ताकद म्हणजेच मी आहे, हे ज्ञान मला तेव्हा मिळालं आणि त्यातूनच मी बरी झाले. माझ्यापासून वेगळी अशी कोणतीही बाह्यनिर्मिती नाही हे मला कळलं. जेव्हा आपण बाह्य असं म्हणतो त्यावेळी त्यातून वेगळं आणि दुहेरी या दोन्हीही गोष्टी सुचवल्या जातात. या सर्व जाणिवेमुळे या भौतिक जगात सामर्थ्याने, प्रेमाने आणि धैर्याने वाटचाल करणं मला शक्य झालं.

ही गोष्ट आणखी एका दृष्टिकोनातून समजावून सांगायची झाली तरी शक्य आहे. मी वैश्विक ऊर्जा असे शब्द वापरत आहे. त्याजागी मी सहजपणे 'ची', 'प्राण' किंवा 'की' हे शब्द वापरू शकले असते. या शब्दांचा अर्थ जीवनशक्तीची ऊर्जा असा आहे. मँडेरीन, हिंदी आणि जपानी भाषेतले हे शब्द. हा 'ची' 'तैची' मधला आहे. तसंच 'ची गाँग' मधला पण आहे आणि यातला 'की' हा 'रेकी'मधला आहे. थोडक्यात सांगायचं तर आयुष्य हा स्रोत असून प्रत्येक सजीव गोष्टीतून तो वाहतोय. किंबहुना साऱ्या विश्वात तो भरून राहिल्याने तो वेगळा करणं कदापि शक्य नाही.

'ची' मध्ये चूक-बरोबरचा न्यायनिवाडा नाही, तसेच भेदाभेदही नाही. हा आपल्या आतून वाहात असतो. आपण एखादे ज्ञानी गुरू असलात किंवा सामान्य व्यक्ती, तो आपल्यात असतोच. एकदा का आपण ऊर्जा या अर्थाने इतर शब्द वापरले, जसं, स्रोत, परमेश्वर, श्रीकृष्ण, बुद्ध अशी नावं जर आपण त्याला दिली, तर मग या नावांच्या पलीकडे जाणं आपल्याला खूप अवघड होतं. म्हणून हा शब्द लक्षात घेणं खूप महत्त्वाचं आहे. पण या संकल्पनांतून वेगवेगळे लोक, वेगवेगळे अर्थ लावून आपल्या अमर्याद रूपावर ते लादूही शकतात. या सगळ्या शीर्षकांना चिकटलेली पूर्वग्रहावर आधारित अशी तत्त्वं आहेत. यांपैकी बहुतांश शब्द आपल्याला दोन स्तरांमध्ये बंदिस्त करून ठेवतात. आपण या ऊर्जेकडे आपल्यापेक्षा वेगळी गोष्ट म्हणून पाहातो. मात्र वैश्विक ऊर्जा आपल्या शुद्ध जाणिवेच्या स्थितीसारखीच असते. ती कालातीत आणि आकारहीन असणं आवश्यक असतं. त्यामुळे आपल्याला बरं वाटण्यात, जादू घडवून आणण्यात तिचा मोठा वाटा असतो.

माझ्या NDE अनुभवांमध्ये आपण वैश्विक ऊर्जेशी जोडले गेलो आहोत, हे माझ्या

लक्षात आलं. त्याचप्रमाणे आपल्या प्रत्येकाकडे हा भव्य आणि किमया वाटावी असा जीवनऊर्जेचा स्रोत आहे हेही मला कळलं. हा स्रोत आपल्या प्रत्येक पेशीत जागृत असतो. ही काही आपल्या शरीराबाहेरची गोष्ट नसून ते वास्तव आहे. स्वत:मधलीच एक अद्‌भुत गोष्ट आहे. ती आतबाहेर सर्वत्र उपलब्ध आहे. आपण कुठल्या वंशाचे, धर्माचे, संस्कृतीचे किंवा कोणते विश्व जपणारे आहोत, याच्याशी त्याचा काहीही संबंध नाही. आपण जिवंत आहोत याचाच अर्थ आपण त्याच्याशी जोडले गेलो आहोत. त्यासाठी आपल्याला कोणतीही गोष्ट करण्याची, कोणीतरी बनण्याची किंवा काही सिद्ध करण्याची आवश्यकता नाही. आपण सारेजण भव्य आहोत, समर्थ अशा व्यक्ती आहोत. या साऱ्या गोष्टी आणि आपण एकमेकांशी तादात्म्य पावलो आहोत. त्यामुळे या गोष्टी आचरणात आणताना किंवा वापरताना कोणत्याही प्रकारची अडचण येत नाही.

या ऊर्जेची जाणीव आपल्याला होण्यापासून कोणी रोखू शकत असेल, तर ते केवळ आपलं मन... आपले विचार... विशेष करून मला बंदिस्त करणाऱ्या माझ्या मान्यता, माझ्याबद्दलच्याच अनेक गैरसमजुती या गोष्टींमुळेच मी या जाणिवेपासून दूर असते. अगोदर उल्लेख केल्याप्रमाणे माझी बुद्धी आणि माझी विचार करण्याची ताकद या दोन्हीही गोष्टी मी सोडून दिल्याने NDE च्या जगात मी जाऊ शकले. माझे स्वत:वर मर्यादा घालणारे अनेक पूर्वग्रह मी बाजूला ठेवू शकले आणि वैश्विक ऊर्जे ने मला कवेत घ्यावं, अशा तऱ्हेने कृती करू शकले. एकदा माझं मन यातून बाहेर जाताच मग पूर आल्यावर एखाद्या पुलाचे दरवाजे जसे उघडावेत आणि दाटलेलं पाणी वेगाने प्रवाही व्हावं, तशी माझी अवस्था झाली. मला बरं वाटावं यासाठी या विश्वाच्या रूढींशी भांडत बसण्याऐवजी मी, 'ची'चा तो प्रवाह त्याला जसा हवा तसा माझ्या व्यक्तिमत्त्वामध्ये प्रवाही होण्याची परवानगी दिली.

आपल्याला कशामुळे प्रेरणा मिळतेय, हे ओळखणं कदाचित कित्येकदा अवघड असू शकतं. यातला फरक एवढाच आहे, की आपलं मन हे प्रामुख्याने कृतीशी निगडित असतं आणि आपला आत्मा प्रामुख्याने आपल्या अस्तित्वाशी निगडित असतो. आपलं अमर्याद स्व-रूप हाच आपला गाभा असून आपण खरे कोण आहोत, याचं ते सार आहे. हीच गोष्ट मी आधी उल्लेख केल्याप्रमाणे 'मी कोण आहे' हे दर्शविणारी आहे. या आयुष्यात मार्गक्रमणा करण्यासाठी बुद्धिमत्ता हे केवळ एक साधन आहे. आयुष्यात पुरेसे पैसे कसे मिळवता येतील, पुरेसं अन्न कसं मिळेल किंवा इतर कामांसाठी पैसे कसे मिळवता येतील, या सर्व बाबी हे साधन निश्चित करत असतं. त्याचवेळी आपला आत्मा मात्र केवळ स्वत:ला व्यक्त करण्याच्या कामात गुंतलेला असतो.

आपल्या आंतरिक इच्छा आणि अनुभूती या दोन्हीही गोष्टी जिथे असतात ते आपलं अमर्याद 'स्व' असतं. समजा, आपल्याला एखादं घर विकत घ्यायचं आहे तर त्यासाठी आपण अनेक गोष्टींचे निकष लावून नेमकं कसं घर हवं आहे हे ठरवतो. कोणत्या वस्तीमध्ये आपल्याला घर हवंय, आपलं बजेट काय, अशा अनेक गोष्टींचा आपण विचार करतो. मात्र नेमक्या याच ठिकाणी, याच घरात आपल्याला राहायचं आहे याचा अंतिम निर्णय, ते घर बघूनच आपण आपल्या आंतरिक इच्छेनुसार करतो. थोडक्यात, सर्व निकषांमध्ये बसलेली जागासुद्धा आपण अंतिम क्षणी, त्या क्षणीच्या आंतरिक इच्छांनुसार पसंत करतो. एखाद्या घरात गेल्यानंतर आपल्याला खूप प्रसन्न वाटल्याने ते पसंत करण्यासाठी आपल्याला तेवढं कारण पुरेसं असतं. त्यामागे इतर कोणतीही तर्कनिष्ठ कारणं नसली तरी हरकत नसते. कारण ते घर का पसंत केलं, याची तशी तर्कनिष्ठ कारणं स्पष्ट करणं काही वेळा आपल्याला शक्य नसतं. हे आपलं अमर्याद 'स्व' असतं.

अनेकदा गुंतागुंतीचं बनलेलं आयुष्यं आपण त्या वैश्विक ऊर्जेशी जोडले गेलो आहोत, याचाच आपल्याला विसर पाडते. आपल्याकडे अनेक नैसर्गिक क्षमता आहेत हे आपल्या लक्षात राहात नाही. आपल्या स्वत:चं म्हणणं लक्षपूर्वक ऐकणं आपण थांबवतो आणि बाह्यशक्तींच्या हातात आपल्या सामर्थ्याचा दोर सोपवून टाकतो. या बाह्यशक्तींमध्ये आपले बॉस, शिक्षक आणि मित्रपरिवार यांचा समावेश असतो. ज्याक्षणी आपण आपल्या भावनांना बांध घालतो, त्या थोपवून टाकतो, त्याक्षणी स्वत:ची भव्यता आणि विशाल-रूप यांची जाणीव पुसून टाकत असतो. याचं कारण म्हणजे आपल्या आत्म्याकडे जाणारा रस्ता, आपल्या भावना असतात. परंतु आपलं मन अतिशय गुंतागुंतीने जखडलेलं असल्याने आपल्याला काय वाटतं, हेच आपण नियंत्रित करण्याचा प्रयत्न करतो.

बराच काळ आपण आपल्या मनाला दूर सारलं, तर अमर्याद 'स्व'शी असणारा संपर्क आपण गमावून बसतो. मग स्वत:लाच गमावल्यासारखं वाटू लागतं आणि आपण हरवून जातो. पण ही गोष्ट केव्हा होते, तर आपण सदासर्वकाळ 'कृती करणे' या भूमिकेत असतो. केवळ 'असणे' या भूमिकेत आपण राहात नाही. 'असणे' या गोष्टीचा अर्थ आत्म्याच्या अनुसार जगणे, सभोवतालच्या गोष्टींना संमती देणे असा होतो. थोडक्यात, आहे त्या रूपात साऱ्या गोष्टींचा स्वीकार करणे असं म्हणता येईल. या सगळ्याचा अर्थ स्वत:बद्दल कोणत्याही प्रकारचा योग्य-अयोग्य असा न्यायनिवाडा न करता, 'आपण कोण आणि काय आहोत,' हे जाणून तसंच राहाणं हा होय. 'असणे' म्हणजे आपण काहीही करत नाही असा अर्थ होत नाही, तर आपल्या भावना आणि

जाणिवा यातून कृती करणे, आत्ताच्या क्षणापुरता (वर्तमानाचा) विचार करणे, त्या क्षणात जगणे असा त्याचा अर्थ होतो. मात्र 'करणे' या गोष्टीचा आपण विचार केला तर लक्षात येतं, की वर्तमानापेक्षा आपण भविष्यावरच लक्ष केंद्रित केलेलं असतं. अमुक एक गोष्ट साध्य करायची आहे, या हेतूने आपल्याला पुढे काय काय करावं लागणार आहे, याचा आपलं मन विचार करतं. मात्र हे करत असताना त्या क्षणाची, सद्यः स्थितीत आपली भावनिक अवस्था काय आहे याचा आपण विचार करत नाही.

माझ्या कोणत्याही प्रकारच्या कृती 'करणे' किंवा 'असणे' या दोन्हीही पर्यायांपैकी कोणत्याही पर्यायावर आधारित असल्या तरीही माझे रोजचे निर्णय घेताना मी त्यामागच्या भावनांवर लक्ष दिलं पाहिजे हे माझ्या लक्षात आलं. आपण एखादी गोष्ट भीतीने करत आहोत की आंतरिक तळमळीने? रोज करत असलेली प्रत्येक गोष्ट माझ्या आंतरिक इच्छेपोटी, माझ्या जगण्याच्या उत्साहापोटी करत असेन तर मी 'असणे' या स्थितीत आहे. पण माझ्या कृती जर मी भीतीपोटी करत असेन तर मात्र मी 'करणे' या भूमिकेत असते.

या विचारापासून जेव्हा आपण काहीसे भरकटतो, आपल्याबाबत काही चुकीचं घडतंय, असा विचार आपल्या मनात येतो. आपण अधिक योग्य किंवा अचूक बनावं यासाठी आपल्याला एखादी गोष्ट करायची गरज भासते, त्या प्रत्येकवेळी आपण स्वत:मध्ये दडलेल्या उत्तरांचा शोध स्वत:मध्ये न घेता बाहेर घेत असतो. आपली उत्तरं इतर लोक शोधून देतील अशी आशा आपल्याला वाटत असते. त्यामुळे काही क्षण आपल्याला बरं वाटतं, मात्र मनाला मिळणारा हा दिलासा क्षणभंगुर असतो. अनेकदा या सगळ्याचा आपल्याला अतिशय त्रास होतो. मात्र आपण कसं असावं, अशी या जीवनाची अपेक्षा आहे, असा विचार करून त्यानुसार आपण कृती करायला आरंभ करतो, आपल्याला प्रेरणा देणाऱ्या भावनांनुसार वागायला लागतो, त्यावेळी आपण आपल्या विशाल आत्म्याशी जोडले जातो. हे नातं जोडल्यानंतर आपल्या मनात स्पष्टता येते. आपल्या हातात पुन्हा एकदा सामर्थ्याचा दोर येतो आणि आयुष्यात मनासारख्या गोष्टी घडायला लागतात.

आपण जेव्हा 'असणे' या स्थितीतून मार्गक्रमण करत असतो त्यावेळी अनेक गुरू, शिक्षक, पुस्तकं आणि आध्यात्मिक तत्त्वज्ञानातून शिकायचा प्रयत्न करतो. त्यातूनच आपल्याला स्वत:ची आंतरिक भव्यता आणि सत्य यांची जाणीव होते. आपल्याकडे नाहीत अशा शक्ती, असं सामर्थ्य इतरांकडे आहे असा आपला पूर्वापार चालत आलेला चुकीचा विश्वास अशावेळी नाहीसा होतो. गैरसमजातून आपण बाहेर

येतो. खरं तर आपल्याला जेव्हा स्वत:च्या भव्यतेची जाणीव होते आणि प्रेमाच्या खऱ्या रूपात आपण जगायला लागतो त्यावेळी आपोआपच योग्य शिक्षक, पुस्तक आणि आध्यात्मिक तत्त्वज्ञानाकडे योग्य वेळी आपण आकर्षित होतो.

दुर्दैवाने अनेकदा आपल्याला स्वत:च्या भव्यतेची खरी कल्पनाच नसते. त्याचा दुष्परिणाम अनेक बाबतींत होत असतो. आपण जे आहोत ते रूप तर आपण गमावून बसतोच, पण त्यापेक्षा इतरही प्रचंड परिणाम होत असतो. NDE दरम्यान माझ्या लक्षात एक महत्त्वाची गोष्ट आली. योग्य-अयोग्य असा न्यायनिवाडा, द्वेष, भीती, तिरस्कार यांसारख्या गोष्टी स्वत:ची भव्यता आणि महान स्व-रूप लोकांच्या लक्षात येत नाही म्हणून घडतात. परिपूर्णतेची जाणीव नसल्यामुळे आपल्याला खूप खुजं आणि क्षुल्लक वाटत असतं. असा विचार करताना आपण एका परीने स्वत:च्या विरोधातच विचार करत असतो. वास्तविक आपण स्वत: या जीवनशक्तीच्या ऊर्जेचा नैसर्गिक प्रवाह आहोत.

मी जेव्हा या सगळ्या गोष्टींचा विचार करते, तेव्हा एक गोष्ट माझ्या आवर्जून लक्षात येते. आपण वास्तवात जसे आहोत, तसंच स्वत:ला व्यक्त करण्यासाठी आपल्याला कोणी प्रेरणा दिली तर आपण अधिक प्रेमळ होतो, बनतो. आपल्या प्रत्येकाचं एक स्वतंत्र व्यक्तिमत्त्व असल्याने तो स्वतंत्रपणा टिकवून, आपण या जगात स्वत:चं योगदान देऊ शकतो. अनेक प्रकारच्या समस्या आणि संघर्ष या गोष्टी 'आपण कोण आहोत' हे लक्षात न आल्याने किंवा याची जाणीवच न झाल्याने आपल्या समोर येत असतात. आपलं आंतरिक सौंदर्य व्यक्त करण्यात आपण कमी पडतो. यामुळे या गोष्टी घडत असतात. योग्य-अयोग्य हा निवाडा स्वत:च करून आपण अनेक प्रकारच्या शंका, संशय आणि स्पर्धावृत्ती निर्माण करतो. आपण चांगले नाही असा समज करून घेतल्याने अधिक चांगलं होण्याची धडपड करत या जगात वावरत असतो. मात्र आपल्या प्रत्येकाला स्वत:च्या भव्यतेची जाणीव होऊन आपण जसे आहोत तसे स्वत:ला चांगले वाटू लागलो, स्वत:वर प्रेम करू लागलो तर सारं चित्रच बदलून जाईल. स्वत:चं जे आगळंवेगळं व्यक्तिमत्त्व आहे त्यानुसार आपल्याला कार्यरत राहायचं आहे. या व्यक्तिमत्त्वातून आपण जर निर्व्याज प्रेमाचा आविष्कार केला तर एका दृष्टीने स्वत:ची काळजी घेण्यासारखीच ही गोष्ट आहे.

आपल्या मनात असलेला तिरस्कार आणि बऱ्यावाइटाचा निवाडा या गोष्टी स्वत:बद्दलच असतात. मात्र स्वत:लाच या जोखडात बांधून घेतल्याने आपल्या जगात अनेक समस्या निर्माण होतात. जसं मी बरी झाले त्याची गुरुकिल्ली निर्व्याज आणि

निर्हेतुक असं स्वत:वरचं प्रेम ही होती. ही भावना माझ्यामध्ये जागृत झाल्यानंतर माझ्या मनातून भीती हद्दपार झाली. आपल्याला जर हे जग अधिक चांगलं बनवायचं असेल तर त्याचा उपाय आपल्याच हातात असतो. केवळ आपण स्वत:ची काळजी योग्यप्रकारे घेऊन स्वत:चं खरं रूपही जाणून घ्यायला हवं. आपण स्वत:ला योग्य-अयोग्यच्या चौकटीतून मुक्त करताच इतरांना दोष देण्याची वृत्तीसुद्धा कमी होते. आपल्याला त्याची गरजच वाटत नाही. आपली खरी परिपूर्णता जाणून घ्यायला आपण सुरुवात करतो. हे सारं विश्व आपल्यामध्ये सामावून गेलं असून आपल्याला जे बाह्य अनुभव येतात ते निव्वळ प्रतिबिंब असतं.

कोणतीही व्यक्ती ही मुळात वाईट नसते असा माझा विश्वास आहे. वाईटपणा हे आपल्या स्वत:च्याच भीतीचं अपत्य असतं. जसं मला झालेला कॅन्सर हा माझ्या भीतीतूनच जन्मला होता. एक व्यापक दृष्टिकोन ठेवून विचार केला तर गुन्हेगार हे सुद्धा त्यांच्या स्वत:च्या मर्यादा, भय आणि वेदना यातूनच घडतात. त्यांना जर स्वत:ची खरी जाणीव झाली तर त्यांच्या हातून कुठलीही विघातक गोष्ट घडणार नाही. पूर्णत: वेगळ्या पद्धतीने त्यांच्याबद्दल विचार केला गेला, कृती केली गेली, तर त्यांच्यातही खूप बदल होऊ शकतो. जसं, त्यांच्याविषयी भीती न बाळगता आपण जर त्यांच्यावर पूर्ण विश्वास ठेवला तर वाइटातला वाईट माणूसही बदलू शकतो. ज्या पद्धतीने मी अतिशय गंभीर स्वरूपातल्या माझ्या कॅन्सरवर पूर्णत: मात करू शकले तसंच हे आहे.

अनेक लोकांना स्वत:बद्दलच्या जाणिवेची पूर्ण स्पष्टता नसते. त्यामुळे कायदे, न्याय, पुरस्कार आणि शिक्षा या गोष्टी गरजेच्या भासू लागतात. कारण या गोष्टींमुळे इतरांना इजा होण्यास प्रतिबंध होतो. जर प्रत्येकाला स्वत:च्या भव्य रूपाची जाणीव झाली तर आपल्या आयुष्यातील भीतीच निघून जाईल. भीतीपोटी होणारी कामं थांबतील. मग आपल्याला कायदे-कानून, तुरुंग किंवा हॉस्पिटल्स् अशा कोणत्याही गोष्टींची आवश्यकताच भासणार नाही.

या जगातल्या प्रत्येक माणसाला खरी परिपूर्णता आणि भव्यता यांची एकदम जाणीव झाली, या पृथ्वीतलावरच्या प्रत्येक माणसाला अंतर्बाह्य बदलून टाकेल असा उच्च आध्यात्मिक अनुभव आला, तर हे जग पूर्णत: बदलून जाईल. लोक अधिक सशक्त होतील, स्वावलंबी होतील. त्यांचं भय कमी होईल. स्पर्धेच्या चौकटी मोडून पडतील. या सर्वातून एकमेकांबद्दलची सहानुभूती वाढीस लागेल. नाट्यमयरीत्या गुन्हेगारीचे प्रमाण कमी होईल. आपली प्रतिकारशक्ती अधिक बळकट होईल. तणाव कमी होतील, भीती कमी होईल. यामुळे एकूणच आजारपणाचं प्रमाण कमी होईल.

आपले प्राधान्यक्रमही बदलून जातील कारण लोभ आणि हव्यासापोटी आपण काहीही करणार नाही. लोभ आणि हव्यास या भीती अशा संकल्पनेच्याच दुसऱ्या बाजू आहेत. लहान मुलं प्रेम बनूनच मोठी होतील. म्हणजेच ती मूर्तिमंत प्रेमाची रूपं बनतील, अधिक सामर्थ्यवान होतील, आरोग्यसंपन्न आणि विश्वासू बनतील. नैसर्गिकरीत्या या पृथ्वीतलावर ज्या गोष्टी घडतात, त्या पद्धतीनेच सारेजण आयुष्य जगतील. स्वत:ला अनोळखी आणि त्रासदायक अशा वातावरणात कोणीही आयुष्य जगणार नाहीत.

असं सगळं असलं तरीही कोणत्याही व्यक्तीने स्वत:ला बदलण्याची गरज आहे, असं मला वाटत नाही, मग जगाची तर बातच सोडा. स्वत:च्या उत्तरांचा शोध बाहेर घेऊन त्यात बदल करणं याचा अर्थ, मी त्या गोष्टी चुकीच्या आहेत असं सुचवत असते. म्हणूनच माझी स्वत:ची दृष्टी आणि आदर्श यांच्याशी त्यांचा मेळ बसावा अशी मला गरज वाटत असते. मात्र प्रत्यक्षात प्रत्येक गोष्ट त्या त्या वेळी जशी असायला हवी तशीच असते. माझं काम या सगळ्या गोष्टींमध्ये फक्त 'असणं' इतकंच आहे हे मला माहीत आहे. मी जशी आहे तसं राहाणं – माझ्यातील प्रेमाची अभिव्यक्ती करणं, स्वत:मधील परिपूर्णता पाहाणं, इतरांमधील परिपूर्णता शोधणं, तसंच हे जगही संपूर्ण आहे हा विश्वास बाळगणं या सर्व गोष्टी या भौतिक जगात जगण्यासाठी माझ्यात असणं आवश्यक आहेत असं मला वाटतं, शिवाय आपल्या सगळ्यांसाठीही या गोष्टी आवश्यक आहेत.

माझ्या आयुष्यात माझे कुटुंबीय आणि माझा मित्रपरिवार, या सर्वांच्या आयुष्यात माझ्या काय जबाबदाऱ्या आहेत आणि आम्हाला परस्परांसाठी काय भूमिका निभावायच्या आहेत, याची मला जाणीव आहे. जर मी स्वत:शीच प्रामाणिक नसेन तर माझ्या सभोवतालचेही कोणी प्रामाणिक नसतील. मी जर स्वत:च्या आगळ्यावेगळ्या स्व-रूपाची जाणीव करून घेतली तरच इतर लोकांच्या असलेल्या अमर्याद स्व-रूपाच्या स्तरावर माझ्याबरोबरच्या नात्याला मी स्वीकारू शकेन.

जोवर या गोष्टींची मला जाणीव आहे तोवर त्या वैश्विक ऊर्जेशी मी तादात्म्य पावले आहे, असं मला वाटतं. ही वैश्विक ऊर्जा माझ्या आयुष्यात अखंड वाहत असते. ती अतिशय विलक्षण आणि जादुई पद्धतीने व्यक्त होत असते. मला स्वत:ला या ऊर्जे मुळे अतिशय उत्साह वाटतो. मी थकून जात नाही. केवळ 'असणे' या गोष्टीमुळे मला केवळ 'करणे' या गोष्टीपेक्षा जास्त समाधान लाभतं. 'असणे' या स्थितीत त्या वैश्विक ऊर्जेबरोबर मी अधिक चांगल्या पद्धतीने कार्यरत होते. जेव्हा या पद्धतीने मी जीवन जगते, त्यावेळी माझ्या आयुष्याला झेनप्रमाणे एक गुणवत्ता लाभते, एक दर्जा लाभतो.

त्यानुसार भोवतालच्या सर्व गोष्टी फसव्या आहेत याची जाणीव मला होत राहाते. तशी ही गोष्ट नेहमीच सोपी नसते. मात्र त्यामुळे आयुष्याला मजा येते हे नाकारून चालणार नाही. या वाटेवर अजूनही मी चालतेय. माझी प्रगतीही चालू आहे. मात्र हे एवढं करणं पुरेसं आहे, असं मला वाटतं. मी जे प्रेम आहे ते बनणं आणि जशी आहे तशी राहाणं हे माझ्या हातात आहे. माझ्या सभोवतालचं सारं विश्व मी या गोष्टी अंगी बाणवताच त्याच्या गतीने आपोआप सुरूच राहाणार आहे.

आपण सगळेजण विचार आणि भावना यांच्या साहाय्याने क्षणक्षण जोडून आपापल्या आयुष्याची निर्मिती करत असतो. माणसाला कोणत्या गोष्टी सोप्या आणि कोणत्या अशक्य आहेत याचाही निर्णय आपण साऱ्यांनी एकत्रित घेतलेला असतो. आपली नैतिक तत्त्वं आणि मूल्यं या गोष्टी अभेद्य आहेत, असा आपण विचार करतो. वास्तविक या गोष्टी म्हणजे वर्षानुवर्षं आपण जे विचार व श्रद्धा जोपासतो, त्यांचाच एक भाग असतात. आपल्या मनाने या गोष्टी घडवलेल्या असतात. आपल्या संस्कृतीची ती निर्मिती असते. जसं, मी लहान असताना मुलीकडून काय अपेक्षित आहे हे संस्कार माझ्यावर अक्षरश: थोपले गेले होते. मग त्यातूनच माझी विचारसरणी घडली. हे विचार, ही सारी मूल्यं सत्य आहेत असा माझा विश्वास होता आणि या गोष्टींनीच माझ्यावर मोठा परिणाम घडवला. थोडक्यात, आपण जी गोष्ट वास्तव आहे, असं म्हणतो, ती प्रत्यक्षत: आपल्याला जाणीव नसल्याचं प्रतिबिंब असतं. जर प्रत्येकाचे विचार आणि श्रद्धा वेगवेगळ्या असत्या तर आपण कदाचित नवीन जगच निर्माण केलं असतं.

आपले सर्वांचे विचार आणि श्रद्धा यातूनच हे जग निर्माण झालंय असं मला वाटतं. या श्रद्धा आणि विचार आपण विशिष्ट क्षणी व्यक्तिगतरीत्या, सामूहिकरीत्या-देखील व्यापक बनवू शकतो. शिवाय ते सामर्थ्य आपल्यातच आहे. गुन्हेगारांचा आपण गुन्हेगार म्हणूनच विचार करतो. त्यांना शिक्षा व्हायला पाहिजे असा आपला आग्रह असतो. पण यातली मेख अशी आहे, की या लोकांना केवळ याच जन्मात शिक्षा होणं हे आपल्याला पुरेसं वाटत नाही, तर मृत्यूनंतरही त्यांच्या वाट्याला दुर्दैवी भोग यावेत अशी इच्छा असते. अजूनही आपण या लोकांकडे ते भयग्रस्त आणि आपण तयार केलेल्या वास्तवाचे बळी आहेत या नजरेने बघू शकत नाही.

आपण आपल्या सर्वांत कट्टर शत्रूच्या नजरेतून जोवर पाहू शकत नाही, तोवर ते अवघड आहे. कारण सर्वांत कट्टर शत्रूच्या नजरेत नजर मिळवली, की त्यामध्ये आपल्याला स्वत:चेच डोळे दिसतात. ते डोळे दिसल्यानंतर आपल्या लक्षात येतं,

मानवाचं परिवर्तन घडणं नक्कीच शक्य आहे. आपण जेव्हा डोळे बंद करून विश्वास, श्रद्धा आणि विचार यांच्या चौकटीतून स्वत:ला मुक्त करतो, त्याचवेळी आपल्यातील सत्याच्या आधारे स्वत:साठी वास्तव निर्माण करण्यावर आपलं लक्ष केंद्रित होऊ शकतं. वैयक्तिक स्तरावर जाणिवांची व्याप्ती वाढवणं हीच गोष्ट वैश्विक स्तरावर बदल घडवून आणण्यासाठी परिणामकारक ठरू शकते.

आयुष्यरूपी वस्त्राचा आपण एक छोटासा धागा आहोत. गुंतागुंतीच्या विणीने आणि अनेक रंग वापरून हे वस्त्र विणलेलं आहे. भले आपण एकच धागा असलो तरीही अंतिमत: हे जे वस्त्र साकारलेलं आहे, त्याचा आपण अविभाज्य घटक आहोत. आपलं सत्य रूप लक्षात घेऊन इतरांच्या आयुष्यावर आपण प्रभाव टाकत असतो. प्रत्यक्षत: आपण किती आगळेवेगळे आहोत हे इतरांच्या लक्षात आणून देणं एवढीच आपली बांधिलकी असते, एवढंच प्रयोजन असतं. शिवाय इतरांनीही त्यांचं स्वत:चं आगळंवेगळं स्वरूप ओळखावं हा त्यातला हेतू असतो.

आपल्यामधील आत्मप्रकाश, ती भव्य वैश्विक ऊर्जा आपल्या अंतर्यामीच वास करतेय, किंबहुना आपण म्हणजेच ती ऊर्जा आहोत हे ओळखणं महत्त्वाचं असतं. हा आत्मप्रकाश व्यक्ती म्हणून आपल्यात परिवर्तन घडवतो कारण आपण अतिशय खुले असतो आणि परिवर्तनाची आपली तयारीही असते. अशा पद्धतीने विचार केला तर हळूहळू या जगात खोलवर बदल होत जाईल. पुढच्या प्रकरणात या भौतिक जगात राहाण्यासाठी आवश्यक आणि मला समजलेल्या गोष्टींबद्दल मी चर्चा करणार आहे.

१७
संमती आणि स्वत:चा स्वीकार

माझं आयुष्य आता मी आनंदाने जगते. पूर्वीप्रमाणे भयापोटी जगत नाही. ही गोष्ट मी यापूर्वीही अनेकदा नमूद केली आहे. पण काय करू, मला तिचा पुनरुच्चार केल्याखेरीज राहावत नाही. माझ्या NDE पूर्वीची – मी आणि NDE नंतरची – मी या दोन रूपांत हा इतका साधासा फरक आहे.

यापूर्वी कोणतीही गोष्ट मी त्रास होऊ नये आणि लोकांना खूश करण्यासाठी करत असे. अगदी नकळतपणे मी तशी वागत होते. सतत काही ना काही करत राहणे, कशाचा ना कशाचा पिच्छा पुरवणे, सतत काहीतरी शोध घेऊन ते मिळवत राहणे या चार भिंतींतच मी स्वत:ला जखडून घेतलं होतं. या सर्व गोष्टींमध्ये एक व्यक्ती म्हणून मी स्वत:चा विचार अतिशय कमी वेळा करत असे. माझ्याकडून कुणी दुखावलं तर जाणार नाही, माझ्या पदरात अपयश आलं तर... माझं वागणं स्वार्थीपणाचं तर नाही, मी हवी तितकी चांगली नाही... अशा प्रकारच्या अनेक भयाने माझं सारं जीवनच ग्रासून टाकलं होतं. या सततच्या काळजीने, माझ्या दृष्टीने मी नेहमीच खुजी बनले. माझ्यातले केवळ दोष स्पष्टपणे मला दिसत होते.

मात्र माझ्या NDE नंतर काहीतरी साध्य करण्यासाठी, संपादन करण्यासाठी मी येथे परत आले आहे, असं मला मुळीच वाटत नाही. मी केवळ येथे 'असण्यासाठी' परत आले आहे. त्यामुळे आता मी ज्या काही गोष्ट करते, त्या साऱ्या अगदी मनापासून आणि प्रेमाने केलेल्या असतात. आता त्या योग्य पद्धतीने करण्याची मला चिंताच वाटत नाही. तसंच आता नियम–कायदेकानून यांचं देखील भय उरलं नाही. मी फक्त माझ्या हृदयाचं म्हणणं ऐकते आणि तेच मानते. त्याच्या सांगण्यानुसार वागले तर मी कधी चुकीचं वर्तन करणारच नाही, असा माझा विश्वास असतो. उलट त्यामुळे मला पहिल्यापेक्षा कितीतरी पट अधिक आनंदी आणि मुक्त वाटतं. गंमत म्हणजे असं राहिल्याने पूर्वीपेक्षा कितीतरी जास्त लोक खूश होतात.

या साऱ्याचा माझ्या प्रकृतीवरही खूप चांगला परिणाम झाला आहे. आता मी स्वत:कडे एक अमर्याद अस्तित्व किंवा स्व-रूप म्हणून बघते. त्यामुळे माझं भौतिक शरीर स्वत:ची काळजी स्वत:च घेतं. स्वत:च्या भल्याचा विचारही स्वत:च करतं. कारण माझ्या आत्म्याचं ते निव्वळ एक प्रतिबिंब आहे. स्वत:विषयी निर्व्याज अन् निर्हेतुक प्रेमामुळे माझी ऊर्जा प्रचंड प्रमाणात वाढते आणि हे सारं विश्वही तसंच अभिव्यक्त होतं.

आपल्याला स्वत:बद्दल काय वाटतं, स्वत:संबंधी आपण काय विचार करतो, याचंच प्रतिबिंब बाह्यजगताच्या आरशात आपल्याला दिसतं. स्वत:बद्दलचा नकारात्मक न्यायनिवाडा जेव्हा आपण बाजूला सारतो, तेव्हा एका अर्थी स्वत:चं जग बदलून टाकायला... परिवर्तित करायला आपण परवानगी दिलेली असते. हे परिवर्तन होतं, तेव्हा आपल्याला अधिकाधिक विश्वास वाटू लागतो अन् जसजसा आपला विश्वास वृद्धिंगत होतो, तसतसं अंतिम फलप्राप्तीचं नियंत्रण करण्याचा अट्टहास सोडून देण्यास आपण सक्षम होतो. पूर्वापार आपल्या मनावर जोखडासारखी दडपण आणणारी इतरांची तत्त्वं, पूर्वग्रह, मान्यता या गोष्टींना घट्ट धरून ठेवण्यापेक्षा या प्रवाहाबरोबर जाण्याचं आपण ठरवतो. त्यावेळी आपण खरे कोण आहोत, हे अधिक नेमकेपणाने प्रतिबिंबित होऊ लागतं. कारण ती पूर्वापार चालत आलेली तत्त्वं अन् मूल्यं तशीही आता फारशी तुमच्या कामाची नसतात.

मी यापूर्वीही वर्णन केलं आहे, त्याप्रमाणे माझ्या NDE पूर्वी मी मार्गदर्शनासाठी सतत बाहेर धाव घेत असे. मग ते कशासंबंधीही असो... माझ्या समवयस्कांची किंवा वरिष्ठांची संमती मिळवणं, त्यांना खूश करणं असो... किंवा एकूणच माझ्या प्रश्नांच्या उत्तरांसाठी इतरांचा आधार शोधणं असो...! नेहमीच इतरांनी दिलेले सल्ले, त्यांची मतं, त्यांची शिकवण आणि त्यांनी निर्माण केलेले कायदे यांचंच मी कसोशीनं पालन करत आले. हे करत असताना, या गोष्टी माझ्यासाठी योग्य आहेत की नाही, याचा जराही मी विचार केला नाही. सारे उपचार आणि शिकवण यांचं केवळ भयापोटी मी पालन केलं. न जाणो, ते बरोबर, योग्य असतील आणि मला माहीत नाही, अशी माहिती त्यात असेल तर....?

हे सगळे बाह्य आवाज कान देऊन ऐकत असताना मी स्वत:लाच हरवून बसले होते, ही गोष्ट मला NDE च्या वेळी ध्यानात आली. 'नजाणो'... असं म्हणून केलेल्या गोष्टी खरं तर भीतीपोटीच केलेल्या असतात. म्हणूनच आता मी पूर्वापार चालत आलेल्या पद्धती, आज्ञा, उपचार, विशिष्ट शिकवणी, उपदेश या कशाचंही पालन करत नाही. उलट, कठोर, लवचिक नसणारा नियम असूच नये, हा माझा

सर्वांत मोठा नियम आहे. त्या त्या वेळी जे काही योग्य वाटतं, त्याचाच विचार करते. माझ्या दृष्टीने आयुष्य... जीवन हा एक आध्यात्मिक अनुभव आहे. मी सदासर्वकाळ बदलत राहाते, विकसित होत राहते.

आपलं ऊर्जामय अस्तित्व या वैश्विक जीवनशक्तीपासून वेगळं करता येत नसेल तर निर्णय घेण्यासाठी, ऊर्जा कशी वाढवायची किंवा कमी कशी करायची, अशा गोष्टींकरिता आपल्याला कोणत्याही बाह्ययंत्रणेच्या आधाराची गरजच उरत नाही. आपण प्रत्येकजण आपापल्या परीने आगळेवेगळे असतो. अगदी एकमेवाद्वितीय! त्यामुळे आपल्यासाठी योग्य काय आणि अयोग्य काय, यासंबंधी डोळे झाकून सरधोपट असे नियम कुणीही बनवूच शकत नाही. पण अनेक संघटित आध्यात्मिक पद्धती आणि धर्म हीच गोष्ट करतात असं निदर्शनास येतं. एकदा एक ठोक असा ढाचा तयार झाला, की सारे त्याचंच अंधानुकरण करण्याचा प्रयत्न करतात. जे लोक हे अंधानुकरण नाकारतात, त्यांच्याविषयी नकारात्मक मत बनवलं जातं अन् म्हणूनच एकता निर्माण करण्याऐवजी या बंदिस्त नियमांमुळे हे संघटित धर्म अनेकदा विभाजन (फूट) आणि संघर्ष उत्पन्न करतात. एखाद्या धर्माचं अनुकरण केल्याने आपण भयमुक्त होतोच असं नाही किंवा इतरांवर अन्याय करायचा नाही केवळ असं म्हटल्याने प्रत्यक्षात ते होत नाही. मात्र वैयक्तिक स्तरावर अध्यात्माच्या वाटेवरून मार्गक्रमण करताना आपल्या अंतरात्म्याच्या हाकेला ओ देता येते. तसंच आपल्या अमर्याद स्व-रूपाचा थांग शोधता येतो.

संस्कृतीचे बांध ओलांडून आपण त्यापलीकडे जातो, त्यावेळी अशा प्रकारच्या संघटित पद्धती किती प्रमादशील असतात, हे स्पष्ट होत जातं भारतीय आणि चिनी आध्यात्मिक, स्वास्थ्य उपचारपद्धती एकमेकांच्या पूर्ण विरुद्ध आहेत. म्हणजे दोन्ही विरुद्ध टोकांची मतं मांडतात. हिंदू लोक मांसाहार हे पाप समजून तो निषिद्ध मानतात, तर चिनी लोक मांसाहार न करणं हे आरोग्याला घातक असल्याचं मानतात. हिंदूंमध्ये 'वास्तुशास्त्र' अशी एक संकल्पना आहे. चिनी लोकांमध्ये अगदी त्याच धर्तीची 'फेंग शुई' ही संकल्पना आहे. मात्र त्यातील गंमतीचा भाग म्हणजे या दोन्ही पद्धतींत अगदी विरुद्ध अशी मतं किंवा तत्त्वं सांगितलेली आहेत. अशा तऱ्हेने एकमेकांविरुद्ध उभ्या ठाकणाऱ्या या पद्धतींमुळे माझा तर पार गोंधळच उडत असे. आता यांपैकी कशाचा अवलंब करावा, याच्या निव्वळ विचारानेच धडकी भरत असे... किंबहुना आपण यांपैकी एखादी पद्धती निवडून चूक तर करणार नाही ना, अशी काळजी तर निश्चितच वाटत असे.

अखेर माझे NDE मला स्वत:ला पुन्हा एकदा माझ्याजवळ घेऊन आले.

आपण येथे स्वत:चा मार्ग निवडायला आणि त्या मार्गाचा आदर, सन्मान करायला आलो आहोत, या गोष्टीची जाणीव होणं, ही माझ्या दृष्टीनं सर्वोत्तम बाब आहे. मग भले, तुम्ही या भौतिक जगाचा त्याग करा, वीस-वीस वर्षं पर्वतशिखरावर तप करा किंवा एखादी अब्जावधींची बहुद्देशीय कंपनी स्थापन करून हजारो लोकांना कामावर ठेवा, त्यांची आयुष्यं त्यांना रोजगार देऊन उभी करा...! एखाद्या देवळात किंवा चर्चमध्ये जाणं, शांत समुद्रकिनाऱ्यावर वाळूत बसणं, मार्गारिटाचे घुटके घेणं, आपल्या प्रिय व्यक्तीबरोबर मावळत्या सूर्याच्या तेजातले सांजरंग न्याहाळणं, बागेत चवदार आईस्क्रीम खातखात मस्त हिंडणं - या साऱ्या गोष्टी नितांत सुंदर अनुभव देतात. पण तात्पर्य काय, जो कोणता मार्ग आपण निवडू तोच आपल्यासाठी योग्य असतो अन् यांपैकी कोणतेही पर्याय एकमेकांच्या तुलनेत कमी आध्यात्मिक नसतात. कारण त्यांची तुलना, तुलनेचा तराजू करूच शकत नाही.

सुव्यवस्थित... संघटित अशा धर्माच्या विरुद्ध मी मुळीच नाही. मात्र धर्माच्या नावाखाली जगभर जी फूट पाडली जात आहे, जे संघर्ष घडवून आणले जाताहेत, ज्या हत्या घडत आहेत, यातून जो संदेश दिला जातो, त्याबद्दल मात्र मी साशंक आहे. प्रत्यक्षात तर आपण सारे एकच असतो. त्या परिपूर्णत्वाचेच आपण वेगवेगळे पैलू असतो. मानवी समाज भिन्न भिन्न असल्याने प्रत्येकाची मतं वेगवेगळी असतात. काहींना अशा धर्मांचं किंवा विशिष्ट आध्यात्मिक मार्गांचं पालन करणं इष्ट वाटतं तर काहींना ते पटत नाही. ज्या मार्गाने आपलं संगोपन होईल- विकास होईल, अशी जीवनपद्धती अंगीकारणं, आपली सृजनशीलता चांगल्याप्रकारे अभिव्यक्त होईल, आपल्या स्व-रूपाची खरी भव्यता जाणून घेता येईल अशा पद्धतीचा अवलंब करणे ही सगळ्यात इष्ट गोष्ट आहे, असं वाटतं. तथापि एखादाच पर्याय, एखादाच उपदेश योग्य आहे, असा प्रचार केला, तर 'आपण खरे कोण आहोत' आणि येथे नेमके कशासाठी आलो आहोत - या जाणिवेला त्यामुळे अनेक मर्यादा येतात.

आपल्या भव्य स्व-रूपाशी कायमचं नातं जोडून ठेवण्यासाठी काही 'कृतीची' किंवा 'करण्याची' गरजच नसते. जसं, काही विशिष्ट चालीरीतींचा अवलंब करणे किंवा उपदेश ऐकणं आवश्यकच नसतं. अर्थात त्या गोष्टींमधून आपल्याला आनंद मिळत असेल, तर त्या करायला काहीच हरकत नाही. पण ते करणं गरजेचं असतंच, असं नाही. आपल्या अंतरात्म्याचं मार्गदर्शन घेतलं, तरी आपल्यासाठी काय योग्य आहे, हे कळतं. त्यासाठी काय करावं लागेल, ती पद्धतही समोर उलगडते. इतरांनी किंवा स्वत:ला चूक-बरोबर, योग्य-अयोग्य अशा निवाड्याच्या तराजूत न तोलता, आपण प्रेमाच्या मध्यवर्ती बिंदूवर आहोत असा जेव्हा विश्वास आपल्याला वाटून या

अमर्याद विश्वामध्ये आपलं खरंखुरं भव्य स्व-रूप उमगतं, तेव्हा आपण योग्य मार्गाने चाललो आहोत, असं समजायला हरकत नाही.

उदाहरणार्थ, प्रार्थना केल्यामुळे अडचणींमध्ये किंवा बिकट परिस्थितीमध्ये दिलासा मिळतो, अनेकांना खूप बरं वाटतं. आत्मशोधासाठी सुद्धा अनेकांना प्रार्थना गरजेची वाटते. प्रार्थनेचा तुमच्या व्यक्तिमत्त्वावर अतिशय चांगला परिणाम होऊ शकत असावा. कारण वाईट विचार घालविण्यासाठी आणि सारी दडपणं, मनातले तणाव दूर करण्यासाठी त्याचा मोठा उपयोग होऊ शकतो. म्हणूनच जे लोक प्रार्थना करतात, त्यांना खूप हलकं आणि प्रसन्न वाटतं. त्याचा चांगला परिणाम त्यांच्या प्रकृतीवर, व्यक्तिमत्त्वावर होतोच. शिवाय आपण सारे एकमेकांशी जोडले गेलो असल्याने इतरांवरही त्यांच्या प्रार्थनेचा सकारात्मक परिणाम होतो. थोडक्यात, तुम्ही स्वत:साठी जेवढी सकारात्मकता अंगी बाणवता तेवढी इतरांना आणि या अखंड विश्वालाही तिचा लाभ होतो.

अर्थात, जे लोक प्रार्थना करतात, ते प्रार्थना न करणाऱ्या लोकांपेक्षा अधिक चांगले असतात, यावर मात्र माझा अजिबात विश्वास नाही. आपलं अमर्यादित स्व-रूप जाणून घेण्याचा प्रत्येक जण वेगवेगळ्या प्रकारे प्रयत्न करत असतो. प्रार्थना हा त्या अनेकातला एक प्रकार आहे. कुणासाठी संगीत, कुणासाठी कलोपासना, कुणासाठी निसर्ग, कुणासाठी ज्ञानसाधना, तर कुणासाठी तंत्रज्ञान - असे अनेक मार्ग हे स्व-रूपाच्या खऱ्या जाणिवेपर्यंत घेऊन जातात. आपली आंतरिक इच्छा मूर्तिमंत साकारणारा, तीव्र इच्छेची अभिव्यक्ती करणारा, सृजनशीलतेला वाव देणारा आणि आयुष्याला हेतू देणारा हा मार्ग असतो. याचाच अर्थ, प्रार्थना हा आपल्या आत्म्याच्या भव्यतेची जाणीव करून देणारा एकमेव मार्ग नसतो. तसंच काहींना ही जाणीव प्रार्थनेमुळे होते, काहींनी प्रार्थना केली नाही, तर त्यांना ती जाणीव होत नाही - असं नाही. उलट, आपल्या आंतरिक तीव्र इच्छेशी नातं जोडून आयुष्य जगून झेन तत्त्वाप्रमाणे अभिव्यक्त होणं, आपल्या आयुष्याला अर्थ देणं, एकत्वाची जाणीव अनुभवणं, असा त्याचा अर्थ होतो.

स्वत:पासून वेगळ्या असणाऱ्या एखाद्या बाह्य दैवताची प्रार्थना करावी, असं मला व्यक्तिश: वाटत नाही. कारण सदासर्वकाळ मी या विश्वाशी तादात्म्य पावलेय, हे मला ठाऊक आहे. त्यामुळे माझं आयुष्य हीच एक प्रार्थना आहे. ध्यानधारणेचा मात्र मला खूप फायदा होतो. त्यानं माझं मन शांत होतं. जाणिवेच्या केंद्रस्थानी माझं लक्ष केंद्रित करण्यास त्याने मला मदत होते. त्यामुळे या विश्वातील प्रत्येक गोष्टीशी मी कशा पद्धतीने जोडली गेलेय, हे मला जाणवत राहातं. कदाचित माझ्या ध्यानामुळे

इतरांना उन्नयनासाठी फायदा होईलच असं नाही. पण हरकत नाही. व्यक्तिगत स्तरावर जे चांगलं वाटतं, ते प्रत्येकाने करावं.

एखाद्या पद्धतीचा अवलंब तुम्ही सहजपणे करू शकाल, असं जर तुम्हाला वाटत असेल किंवा ती पद्धत अवलंबताना तुम्हाला आनंद होत असेल तर उत्तमच! मात्र ज्या क्षणी या पद्धतीचा तुम्हाला जाच वाटू लागेल, ती अवलंबिण्यासाठी कष्ट घ्यावे लागत आहेत असं लक्षात येईल, ही पद्धती तुमच्या भावना आणि विचार नियंत्रित करतेय असं तुमच्या मनात येईल, त्या क्षणी ही पद्धत आपल्यासाठी योग्य नाही असं तुम्ही स्वत:ला समजावून सांगा. कोणत्याही गोष्टीला मनापासून संमती देण्याची स्थिती येणं म्हणजे तुमच्या तील हा सकारात्मक बदल होय. तुम्ही जसे आहात तसेच राहा. तुम्ही जे आहात तेच बनून राहा. तुम्ही जसे आहात या पलीकडे स्वत:मध्ये काही बदल करून घेणे कदापि योग्य नाही.

मात्र, माझा स्वत:चा एक विश्वास आहे. तो म्हणजे माझ्यासाठी आणि इतरांसाठी जी गोष्ट मी उत्तमपणे करू शकते ती म्हणजे स्वत:ला नेहमी उन्नतीच्या वाटेवर मार्गस्थ ठेवणे. मला ज्या गोष्टीतून आनंद मिळतोय त्या गोष्टी करणे! तुम्हाला हे ऐकून कदाचित आश्चर्य वाटेल परंतु मी 'सकारात्मक विचार' या गोष्टीचा अंधपणाने प्रसार करत नाही. हे आयुष्य एकमेकांशी जोडलेलं आहे ही गोष्ट मान्य आहे. त्यामुळे मला उत्साही राहण्यात मदत होते. त्याचप्रमाणे मी या संपूर्ण जगाला काय देते हेही महत्त्वाचं असतं.

मात्र तरीही नकारात्मक विचार माझ्या मनात येत आहेत हे जेव्हा माझ्या लक्षात येतं, त्यावेळी त्यांचा स्वीकार करून, चूक-बरोबर न ठरवता त्यांना तसंच मनातून प्रवास करून बाहेर जाऊ देणं हा उत्तम मार्ग असतो. ज्या ज्या वेळी मी स्वत:च्या भावना दडपून टाकण्याचा किंवा बदलण्याचा प्रयत्न करते, त्यावेळी त्या तितक्याच वेगानं परत माझ्याकडेच येत असतात. विचार आणि भावना या काही काळानंतर मनातून हद्दपार होतात हे माझ्या लक्षात आलं आहे. याचाच परिणाम, माझ्या समोरची वाट अतिशय नैसर्गिक पद्धतीने माझ्यासमोर उलगडून 'मी खरी कोण आहे,' तसं राहाण्याची मला अनुमती असते.

'नकारात्मक विचार केल्यामुळे आयुष्यात मोठ्या प्रमाणावर नकारात्मकता येते,' अशा प्रकारची सहज म्हणून उच्चारलेली वाक्यं दरवेळी खरी ठरतातच असं नाही. विशेषत: जे लोक अतिशय अवघड काळातून जात असतात, त्यांच्याबाबतीत अशी वाक्यं उच्चारली तर ते अधिकच वाईट असतं. आपले विचार नकारात्मक

असल्याने आता सतत आणखी काहीतरी वाईट घडत राहाणार अशी भीती त्यांच्या मनात उत्पन्न होते. तसंच सरसकट अशाप्रकारची विधानं केली तर कठीण काळातून जाणाऱ्या लोकांच्या मनात, आपणच वाईट असल्याने या साऱ्या घटना घडत आहेत असाही विचार निर्माण होण्याची शक्यता असते. या विचारात अजिबात तथ्य नसतं. आपल्या नकारात्मक विचारांमुळे नको त्या प्रसंगांना सामोरं जावं लागतं, असा जर आपण विचार करू लागलो, तर आपण विचारांचे गुलाम होऊन कमालीचे अस्वस्थ व्हाल. वास्तविक विचारांवर असं काहीही अवलंबून नसतं. आपल्या भावना अधिक महत्त्वाच्या असतात. विशेषत: आपल्याला स्वत:बद्दल काय वाटतं, हे महत्त्वाचं असतं.

सकारात्मक गोष्टींना आकर्षित करणं म्हणजे खूप काहीतरी चांगली गोष्ट आहे असंही नसतं. अर्थात ही बाब मी तितक्या ठामपणे सांगू शकणार नाही. मात्र स्वत:बद्दलच्या असलेल्या आपल्या भावना याच आपल्या आयुष्याचा दर्जा ठरवतात, हे नक्की! दुसऱ्या शब्दात सांगायचं झालं तर सकारात्मक राहाण्यापेक्षाही स्वत:शी प्रामाणिक असणं हे जास्त महत्त्वाचं आहे.

माझी स्वत:चीच गोष्ट घ्या! ज्या गोष्टींमुळे मला त्रास होतो त्यांच्याबद्दल नकारात्मक विचार करण्यास मी स्वत:ला परवानगी देते. स्वत:च्या खऱ्या भावना बाटलीत गच्च बंद करून ठेवण्यापेक्षा त्यांना वाट मोकळी करून देणे हा अधिक चांगला अनुभव असतो. वस्तुत: मला काय वाटत आहे ते अभिव्यक्त करायला अनुमती देणं ही गोष्ट त्यांच्याशी भांडण्यापेक्षा, झगडण्यापेक्षा कितीतरीपट चांगली आहे. कोणत्याही प्रकारे चूक-बरोबरचा निवाडा न करता अशी अनुमती देणं ही एका परीने स्वत:वरच्या प्रेमाला पावती दिल्या सारखीच असते. स्वत:कडे बघण्याचा सौहार्दपूर्ण दृष्टिकोन आणि तशी केलेली कृती ही गोष्ट जीवन आनंदी करण्यासाठी अधिक उपयुक्त ठरते. केवळ आपण आशावादी आहोत या गोष्टीचं ढोंग करून ती मिळत नाही.

अनेकदा आपल्याला अशी एखादी व्यक्ती भेटते, जी अत्यंत उत्साही, चैतन्यपूर्ण आणि दयाळू असते. मात्र प्रत्यक्षात तिचं आयुष्य काहीसं अडखळत असतं. मग आपल्या मनात विचार येतो - बघितलंत, हे असं नुसतं सकारात्मक असून चालत नाही. मात्र खरी गोम इथेच आहे. त्या व्यक्तीचा स्वत:शी काय संवाद चालला आहे हे आपल्याला ठाऊक नसतं. लोक स्वत:शीच दिवस-रात्र काय बोलतात, याची आपल्याला कल्पना येत नाही. ते भावनिकदृष्ट्या आनंदी आहेत का, हेही आपल्याला माहीत नसतं. सगळ्यात महत्त्वाची गोष्ट म्हणजे त्यांचं स्वत:वर

प्रेम आहे का? ते स्वत:चा आदर करतात का, हेही आपल्याला ठाऊक नसतं.

NDE मध्ये मला ज्याची जाणीव झाली त्यातली सर्वांत महत्त्वाची गोष्ट म्हणजे स्वत:ला कधीही चूक-बरोबर, योग्य-अयोग्यच्या निवाड्याच्या तराजूत बसवायचं नाही, कोणतंही भय बाळगायचं नाही. जेव्हा माझा स्वत:शी होणारा संवाद मला सांगतो, 'मी अतिशय सुरक्षित आहे, माझ्यावर निर्व्याज आणि निर्हेतुक प्रेम केलं जातंय आणि माझा स्वीकार करण्यात आला आहे,' त्यावेळी माझ्या मनात निर्माण होणारी ऊर्जा आपोआप बाहेर येते आणि माझ्यासह भोवतालचं जगही हवं तसं बदलून टाकते. माझ्या अंतर्गत अस्तित्वाचं प्रतिबिंब म्हणजे माझं बाह्य आयुष्य...

माझा एखादा दिवस वाईट आहे किंवा एखादा आठवडा वाईट जात आहे हे महत्त्वाचं नसतं. मात्र असा वाईट दिवस किंवा आठवडा यांना मी सामोरी कशी जाते, हे माझ्या दृष्टीने महत्त्वाचं असतं. अशावेळी मला माझ्या स्वत:बद्दल काय वाटतं, हे महत्त्वाचं असतं. मी जेव्हा कठीण प्रसंगातून जात असते त्यावेळी ती जी विशिष्ट प्रक्रिया होत असते त्यावर विश्वास असणं महत्त्वाचं असतं. शिवाय ते मी कसं साधते, हे अधिक महत्त्वाचं असतं. अवघड प्रसंगातून जात असताना काळजी, दु:ख किंवा भीती यांच्याकडे मी घाबरून पाठ तर फिरवत नाही ना? किंवा या भावना माझ्या मनातून जाईपर्यंत मी त्या दडपून तर टाकत नाही ना? ही गोष्ट सांभाळणं महत्त्वाचं असतं. स्वत:शी प्रामाणिक राहा असं मी जे वारंवार सांगतेय, त्यातून मला हेच स्पष्ट करायचं आहे. जेव्हा खुल्या दिलानं मी या भावनांचाही स्वीकार करते त्यावेळी मनातल्या या भावना हळूहळू विरळ होत जातात आणि खूप कमी वेळा पुन्हा मनात येतात.

NDE पूर्वी माझ्या मनात येणाऱ्या, अस्वस्थ करून टाकणाऱ्या भावनांना मी दडपून टाकण्याचा प्रयत्न करत असे कारण या भावनांमुळे माझ्या आयुष्यामध्ये नकारात्मकता येईल असा माझा विश्वास होता. दुसरी गोष्ट म्हणजे माझ्यामुळे इतरांना त्रास व्हावा असं मला वाटत नसे. त्यामुळे सकारात्मक राहाण्यासाठी माझे विचार आणि माझी शक्ती यांच्यावर नियंत्रण करण्याचा मी प्रयत्न करत असे. मात्र आता तुम्ही खरे जसे आहात तसाच स्वत:चा स्वीकार करणं आणि स्वत:चा आदर करणं हीच या आयुष्याची गुरुकिल्ली आहे, असं मला समजलं आहे.

काळाचा प्रत्येक तुकडा हा आपल्या परीने आगळावेगळा असतो. कुठलाही क्षण एकदा निघून गेला, की या भौतिक जगात तो परत आणता येत नाही आणि परत जगताही येत नाही. हे वास्तव मी स्वीकारून त्या क्षणामध्ये जगायला शिकले आहे.

मी शक्य तेवढा तसा प्रयत्न करते. एका क्षणाचं भावनिक ओझं मी कधीही दुसऱ्या क्षणात नेत नाही. उलट प्रत्येक क्षण मी अतिशय स्वच्छ आणि कोरी पाटी आहे असं समजते. कारण प्रत्येक क्षणामध्ये अनेक नवीन शक्यता दडलेल्या असतात. मला स्वत:ला कोणत्या गोष्टींमुळे आनंद होतो, उत्साह वाटतो किंवा ज्या गोष्टी मला सुखावतात, त्या मी त्या त्या वेळी करते. मग मी कदाचित एखाद्या वेळी ध्यानधारणा करते, तर कधी शॉपिंगला जाते. एखाद्या वेळी फक्त चॉकलेट खाऊनही मला आनंद मिळतो. थोडक्यात मला जे वाटेल ते मी त्या क्षणी करते.

आपण वास्तवात जे आहोत तसंच राहाणं आणि त्यातूनच एक सुरेलपणा साधणं या गोष्टींमुळे सकारात्मक विचार पुन:पुन्हा मनात आणण्याची गरज राहात नाही. ज्या गोष्टींमुळे आपल्याला आनंद मिळतो, चेतना मिळते आणि आपली सर्वोत्तम अभिव्यक्ती होते त्या करत राहाणं हे महत्त्वाचं! याचाच अर्थ, तुम्ही स्वत:वर खुल्या दिलाने निर्व्याज प्रेम करत आहात, हेही त्यातून सिद्ध होतं. या प्रवाहात आपण जेव्हा पुढे पुढे जात असतो, तेव्हा आपोआपच तुम्हाला आयुष्यात उत्साह आणि चेतना निर्माण झाल्याची जाणीव होते. तेव्हा आपल्या भव्य स्व-रूपाच्या आपण अतिशय जवळ असतो. आपल्या अवतीभोवती अतिशय सुखद गोष्टी घडत आहेत असं लक्षात आल्याने तुम्हाला उत्साह येतो. मग आपोआपच तुमच्या भोवताली तशाच गोष्टी घडू लागतात.

एकाच वेळी काही गोष्टी घडणे आणि आकर्षण या गोष्टींबद्दल अलीकडच्या काळात मोठ्या प्रमाणावर चर्चा होतेय. त्यांना खूप महत्त्व देण्यात आलं आहे. आपल्या भोवताली योग्य वेळी, योग्य गोष्टी सहजपणे फार प्रयत्न न करता होणं, याचाच अर्थ, या गोष्टी आपण आकर्षित करून घेत असतो असा होत नाही. गोष्टी आकर्षित करून घेण्यापेक्षाही त्या सहजपणे आणि आपोआप घडाव्यात यासाठी अनुमती देणं यावर माझा जास्त विश्वास आहे.

मी पूर्वी सांगितल्याप्रमाणे आपण सारे या विश्वाशी तादात्म्य पावलो आहोत. आपलं जे भव्य स्व-रूप आहे तसंच राहणं हे मुख्य प्रयोजन आहे. आपण अंतर्यामी जसे आहोत त्याचंच प्रतिबिंब बाह्य जगात दिसणार आहे. माझ्या आयुष्यातले अनेक दुर्दैवी प्रसंग, अपयश या गोष्टी माझा दृष्टिकोन विचलित होऊन बाह्य जगावर केंद्रित झाल्याने, मी सतत तुलना करत राहिल्याने, जी स्पर्धा निर्माण झाली; त्यातून निर्माण झाल्या. मला पूर्वी नेहमी प्रत्येकाच्याच बाबतीत अपुरेपणा जाणवायचा. त्यातून हव्यास आणि स्पर्धात्मक वृत्ती निर्माण होत असे. पूर्वी मला इतरांना काहीतरी पटवून देण्याची आवश्यकता वाटत असे. मी ज्या पद्धतीने विचार करते त्या पद्धतीने त्यानेही

विचार करावा, असा माझा आग्रह असे. प्रत्येक व्यक्तीचं आगळंवेगळं व्यक्तिमत्त्व आणि तिचा एकमेवाद्वितीय असा स्वभाव या गोष्टींचा मी स्वीकारच करत नसे.

या सगळ्या भावना - हे विश्व अपुरं आहे, मर्यादित आहे - या विचारांतून निर्माण होत होत्या. वास्तविक पाहाता विशाल रूप धारण करणं, मोठं होणं आणि आपण जेवढे आहोत तेवढ्या साऱ्यांना समाविष्ट करून घेणं हे शक्य आहे. कारण खरोखरच हे विश्व अमर्याद आहे. आपण किती विशाल रूप धारण करू शकतो किंबहुना अशा तऱ्हेने मोठं रूप धारण करण्यासाठी आपण अनुमती कशी देतो, यावर ते अवलंबून आहे. फक्त अट एकच अशा तऱ्हेने मोठं रूप धारण करताना ते आतून बाहेर धारण करायला हवं. बाहेरून आत येऊन चालणार नाही.

माझ्या स्वत:च्या अमर्याद आत्म्याखेरीज इतर कोणतीही गोष्ट बाहेर नाही, ही गोष्ट जेव्हा माझ्या लक्षात आली, त्या क्षणापासून मी स्वत:वर लक्ष केंद्रित केलं. परिपूर्णतेच्या दिशेने मी वाटचाल करू लागले. मात्र या गोष्टीला अनेक पैलू होते. ती एकांगी वाटचाल नव्हती. एखाद्या कॅलिडोस्कोपमध्ये बघितलं तर प्रत्येक वेळी नवी प्रतिमा आपल्याला दिसते. विशेष म्हणजे त्या सतत हलणाऱ्या चित्रांमध्ये ती परिपूर्ण असते. माझ्या दृष्टीनेही वाटचाल करत असताना त्या वाटेवरचं सौंदर्य टिपणं हे महत्त्वाचं असतं. जेव्हा मी मला स्वत:ला समजुतीच्या, जाणिवेच्या पुढच्या स्तरावर घेऊन जाते, त्यावेळी माझ्या हातून काही चुका घडल्या तर त्यांचाही मी मोकळ्या मनाने स्वीकार करत असते. मला स्वत:ला माझ्याबद्दल अतिशय चांगलं वाटलं पाहिजे हे माझं ध्येय आहे. हे करत असताना मी कोणत्याही बाबतीत आग्रही नसते. जेव्हा माझ्या हातून काही चुका होत नाहीत हे लक्षात यायला सुरुवात होते, मी बरोबरच आहे हे जेव्हा मला कळतं, त्यावेळी माझ्या मनातले हे विचार माझ्या बाह्यजगातही प्रतिबिंबित होतात. माझ्यात जे सर्वोत्तम आहे ते आकर्षून घेण्याचा माझा प्रयत्न असतो. या विश्वासाठी मी करत असलेली ही सर्वोत्तम गोष्ट आहे.

बाहेर जाऊन जग बदलणं हे मला शक्य नाही. कारण या गोष्टींमुळे चूक-बरोबर, योग्य-अयोग्य यांचा तराजू एका परीने मी हाती घेत असते. काहीतरी चूक आहे म्हणून ते बदलायला पाहिजे अशी भूमिका घेऊन मी जर वागू लागले, तर त्यातून अनेक समस्याच निर्माण होतात. उलट आत्मीयता सोडून पूर्ण विश्वास टाकणे या विचाराने मला अधिक विशाल झाल्यासारखं वाटतं. मला स्वत:ला त्यातून इतका पारदर्शीपणा लाभतो की संपूर्ण विश्व माझ्यातून मार्गक्रमण करेल असं वाटत राहातं. जेव्हा अशा पद्धतीने दिलखुलास अनुमती देण्याच्या परिस्थितीत मी असते, त्यावेळी माझ्याबाबतीत अनेक सकारात्मक योगायोग घडतात. पहिल्यांदा एखाद्या गोष्टीचा

पाठपुरावा करण्याची मला सवय होती. मला काहीतरी कृती केली पाहिजे, मिळवलं पाहिजे, संपादन केलं पाहिजे, असा माझा आग्रह असायचा. मात्र भीतीपोटी केली जाणारी कोणतीही गोष्ट - अमुक एक गोष्ट आपल्याकडे नाही, मात्र ती आपल्याला मनापासून हवी आहे अशी भावना ही अधिक भीती उत्पन्न करते हे माझ्या लक्षात आलं. ही भावना आपल्याला दोलायमान अवस्थेत नेते. आता मात्र मी कशाचाही पाठपुरावा करत नाही, एखादी गोष्ट होण्यासाठी मी फक्त अनुमती देते.

आपल्याला नेहमीच परिपूर्ण आणि बिनचूक फळाची अपेक्षा असते. मी स्वत:शी जेवढी दयार्द्र असेन, तेवढे ते भोवतालच्या घटनांमधून प्रतिबिंबित होईल. मी स्वत: विषयी जेवढी कठोर आणि चूक-बरोबरचा न्यायनिवाडा करीत राहीन, तेवढे त्याचं देखील तसंच प्रतिबिंब पडणार आहे. माझं स्वत:विषयी जे मत आहे, त्यावर नेहमीच हे विश्व शिक्कामोर्तब करतं.

सुरुवातीला मी सतत कशाचा ना कशाचा पाठपुरावा करीत असे, मला कृती करून काही ना काही मिळवण्याची, यश संपादन करण्याची आवश्यकता वाटत असे. मात्र निव्वळ भयापोटी केलेल्या कोणत्याही गोष्टीमुळे उलट आपल्याला खरोखर जे हवं असतं, ते जवळ नाही याचीच भीती वाढत जाते. दुहेरी गोंधळात आपण अडकतो. कारण शिकारी आणि लक्ष्य या दोन्हीतील विरहावरच आपलं लक्ष केंद्रित असतं. आता मात्र मी कधीही, कोणत्याही गोष्टीचा पाठपुरावा करत नाही, उलट मी केवळ संमती देते.

उदाहरणार्थ, मला माझं आयुष्य ज्या मार्गाने जाणं अपेक्षित आहे, त्याचा मी जर फार आक्रमकपणे विचार केला, तर त्यामुळे मला या वैश्विक ऊर्जेशीच झगडावं लागणार आहे, तिच्याविरुद्ध जावं लागणार आहे, याची मला आता जाणीव झाली आहे. मी त्यासाठी जेवढ्या निकराने प्रयत्न करेन, तेवढ्याच प्रकर्षाने मला माझ्या चुकीची जाणीव होणार आहे. पण मी एकदा मनाने संमती देऊन त्याचा स्वीकार केला, की मग त्यासाठी कोणतेही प्रयत्न करण्याची गरजच उरत नाही. उलट, त्यातून एक मुक्तता जाणवते, कारण सारे काही एकच आहे. त्यामुळे मला जे मिळवण्याची गरज वाटत होती, ते वास्तविक पहिल्यापासून माझ्यातच आहे, हे मला उमगतं.

अनुमती देण्याच्या... संमतीच्या प्रक्रियेचा आरंभ प्रथम विश्वासापासून होतो व नंतरची पायरी म्हणजे मी खरी कोण आहे, त्याच्याशी प्रामाणिक राहाणे! या गोष्टींमुळे खऱ्या अर्थाने जे काही माझं आहे, त्याच गोष्टी मी आकर्षित करेन अन् ही प्रक्रिया मला योग्य वाटेल त्याच गतीने होईल. जर मी माझ्या चिंतांवर लक्ष केंद्रित

केलं आणि माझ्यामध्ये काय कमी आहे, याचाच विचार करत बसले, तर मला जे अनुभव मनापासून घ्यायचे आहेत, त्या दिशेने माझं आयुष्य मार्गक्रमण करणारच नाही. ते आत्ता जसं आहे, तसंच आणि तिथेच राहील; कारण मी केवळ माझ्या भीतींकडेच लक्ष केंद्रित केलं असेल. ज्या गोष्टी मला अस्वस्थ करतात, ज्या गोष्टी म ला माझ्यातील अपुरेपणाची जाणीव करून देतात, त्यांच्याकडेच माझं लक्ष असणार आहे. नवीन अनुभवांवर विश्वास ठेवून, त्या अनुभवांना अनुमती देऊन मी माझ्या जाणिवांच्या कक्षा व्यापक बनवल्या नाहीत तर हेच घडेल. त्यामुळे कमी-अधिक गतीने चित्र साकारण्यास संमती देणं आवश्यक आहे. माझ्या चिंता किती वेगाने मी दूर करू शकते आणि या प्रक्रियेत स्वत:ला किती निवांतपणे सामावून जाऊ शकते यावर हे अवलंबून आहे. मी विशिष्ट पद्धतीने विचार करण्याच्या वृत्तीला जेवढी कवटाळून बसेन आणि फळाची जेवढी चिंता करेन, तसंच नवीन धाडस करण्यासाठी मला जेवढी भीती वाटेल, तेवढा हा विकास संथपणे होणार आहे. कारण मी त्या प्रक्रियेचा खुलेपणाने स्वीकारच करणार नाही. वैश्विक ऊर्जा माझ्यातून नैसर्गिकपणे प्रवाही होण्यास मी संमती देणार नाही.

हे सारं असं असलं, तरी मी दरवेळी प्रत्यक्षात एका जागी बसून प्रत्येक निवडीचा किंवा शक्यतेचा विचार करत नाही. मी काही करत असेन, तर केवळ त्या क्षणामध्ये सजगपणे जगणं! आणि ही गोष्ट आतून घडत असते. बाहेरून नाही. बाह्य जगात आकर्षून घ्यावं, असं काहीही नसतं, तसंच त्याचा पाठपुरावा करावा, असंही काही नसतं आणि दुसरी गोष्ट म्हणजे, जर सारं विश्व आतमध्ये सामावलेलं असेल, तर मी जे काही माझ्या आत अनुभवते, त्याचा साऱ्यावर परिणाम होतोच.

आयुष्याचा पट हा अगोदरच विणण्यात आला आहे. माझ्या आयुष्यात जे घडायला हवं असं मला वाटतं, ते अगोदरच अमर्याद आणि अभौतिक रूपात तिथं अस्तित्वात आहेच. माझी जबाबदारी फक्त माझं स्वत:चं या धरतीवरचं स्वरूप भव्य करणं ही आहे. त्यामुळे एखादी गोष्ट मला हवी असं वाटलं तर ती जाऊन मला मिळविण्याची गरज नाही. तर माझ्या जाणिवा विस्तृत करत ही वैश्विक ऊर्जा त्या कामी गुंतवणं एवढीच आहे. ही कृती मी केली की मला जे हवं ते खऱ्या अर्थाने माझ्यापर्यंत येणार आहे.

जी गोष्ट मला हवी त्या गोष्टीचा पाठपुरावा करणं म्हणजे ती गोष्ट दडपशाहीने अलग करणं. मात्र जेव्हा मी अनुमती देणं असं म्हणते, याचा अर्थ आपण सारे एक आहोत, प्रत्येक गोष्ट एकमेकांना जोडली गेली आहे आणि जे मला हवंय ते म्हणूनच अगोदरपासूनच माझ्याकडे आहे, या गोष्टीची जाणीव होणे होय.

१८

प्रश्नोत्तरे

माझ्या NDE नंतर माझ्या त्या अनुभवांविषयी लोकांना सांगण्यासाठी जगभर मी गेली काही वर्षे हिंडत आहे. माझे अनुभव जगापर्यंत पोहोचविण्याची मला मोठी संधी मिळाली. लोकांशी झालेल्या चर्चेतून, संवादांतून पुढील काही प्रश्न-उत्तरं पुढे आली. तीच येथे देत आहे.

प्रश्न. तुम्ही त्या पलीकडच्या जगात 'निर्हेतुक प्रेमा'चा अनुभव घेतलात, त्याचं वर्णन कसं कराल? तसंच ते प्रेम या भौतिक वास्तवातील आपण अनुभव घेत असलेल्या प्रेमापेक्षा वेगळं कसं आहे?

उत्तर. पलीकडच्या दुनियेतलं प्रेम पूर्णत: वेगळं आहे. कारण ते अत्यंत शुद्ध स्वरूपाचं आहे. त्या प्रेमाला कोणतीही कृती, अपेक्षा यांची गरज नसते. ते भावनांनुसार व्यक्त होत नाही. कुणाची कृती आणि भावनांनुसार ते व्यक्त होत नाही, ते निखळ प्रेम आहे.

प्रश्न. या भौतिक जगात निर्हेतुक प्रेम अस्तित्वात येऊ शकेल का?

उत्तर. आपण सगळे मूलत: शुद्ध आणि निर्व्याज प्रेमच आहोत. मात्र जेव्हा या भौतिक जगात आपण ते व्यक्त करतो, तेव्हा ते आपल्या मनाच्या चाळणीतून गाळून व्यक्त होत असतं आणि नंतर ते मानवी भावनांच्या रूपात व्यक्त होतं.

हे स्पष्ट करण्यासाठी येथे लोलकाची उपमा द्यावीशी वाटते. शुभ्र प्रकाश लोलकातून आरपार जातो तेव्हा काय होतं? निर्व्याज प्रेम हे शुद्ध व शुभ्र प्रकाश आहे. जेव्हा लोलकातून तो प्रकाश जातो, तेव्हा तो रंगांच्या छटांमध्ये परावर्तित होतो. इंद्रधनुष्यासारखेच अनेक रंग दिसतात. हे रंग म्हणजे आपल्या भावना - आनंद, प्रेम, काळजी, द्वेष, करुणा, तिरस्कार, सहानुभूती आणि इतरही अनेक भावना!

आपण सारे लोलकाप्रमाणे आहोत. प्रेमरूपी पांढराशुभ्र प्रकाश आपल्यातून जातो, तेव्हा इंद्रधनुषी रंगांची प्रभा पसरते. हे सारे रंग (भावना) या विश्वासाठी आवश्यक आहेतच, तसेच कोणाही व्यक्तीला, कोणत्याही एखाद्या रंगाबद्दल - तो योग्य आहे की नाही असा नैतिक निवाडा करणं शक्य नसतं. 'हा रंग दुष्ट आहे', 'हा रंग पापी आहे' - असं आपण म्हणू शकत नाही. मात्र आपण इतर लोक आणि त्यांच्या भावनांच्या अभिव्यक्तीबद्दल असं म्हणतो. काही भावना चांगल्या, काही भावना वाईट असा शिक्का मारतो.

जेव्हा आपण आपल्याच काही भावना नकारात्मक आहेत, असं ठरवून त्या टाळण्याचा प्रयत्न करतो, त्यावेळी आपण जसे आहोत, त्याचाच एक भाग दडपण्याचा तो प्रयत्न असतो. त्यामुळे स्वत:मध्येच अनेक अडथळे निर्माण होण्याची शक्यता असते. आपल्या भव्य रूपाची अभिव्यक्ती होण्यास त्याने प्रतिबंध होतो. जर आपण काही रंग चुकीचे आहेत असं म्हणत ते लोलकातून काढून टाकण्याचा प्रयत्न केला, तर मूळच्या शुभ्र रंगाचं अस्तित्वच राहाणार नाही. तसंच हे आहे. मग लोलक तरी लोलक राहील का?

आपल्याला प्रत्येक भावनेसंबंधी काही 'करण्याची' अपेक्षा नसते. मात्र आपण जे आहोत, त्याचाच त्या एक घटक आहेत, या वस्तुस्थितीचा केवळ स्वीकार करण्याची गरज असते. स्वत:तली एखादी भावना नाकारणे - ही गोष्ट लोलकातील एखादा रंग नाकारल्यासारखी आहे. आपण जेव्हा चूक-बरोबर किंवा योग्य-अयोग्य न ठरवता, आपल्या भावनांचा खुल्या मनाने स्वीकार कराल, तेव्हाच आपल्यात उपजत असणाऱ्या खऱ्याखुऱ्या निर्व्याज प्रेमाची जाणीव होईल.

प्रश्न. हे शरीर धारण करण्यापूर्वी आपण 'भव्य' असतो. आपण 'खरे कोण आहोत' याची आपल्याला पूर्णपणे जाणीव असते, असं तुमचं मत आहे का? जर तसं असेल तर शरीर धारण केल्यानंतर आपली भव्यता हळूहळू कमी का होत जाते? आपल्या स्वत:बद्दलच्या जाणिवेला इतकी हानी कशी पोहोचते?

उत्तर. याबाबतीत मला जे वाटतं ते मी सांगते. पण मला वाटतं, की त्यातून उत्तरांपेक्षा अधिक प्रश्नच उद्भवतील. आपलं खरं रूप आपण विसरू नये आणि आयुष्य इतकं कठीण नसतं - असं मला वाटतं. आपल्या चुकीच्या कल्पना आणि मान्यता यांमुळे आपण हे आयुष्य अवघड बनवून ठेवतो, असं वाटतं.

त्या पलीकडच्या दुनियेत, मला आतून जी जाणीव झाली ती एखादा ठसा

उमटावा तशी माझ्या मनात घट्ट रुजली आहे. ती शब्दांत मांडण्याचा मी प्रयत्न करते. त्या पलीकडच्या दुनियेत मी स्वत:शीच संवाद साधत होते – '...म्हणजे खरं तर आयुष्य इतकं संघर्षमय असायचं कारण नाही – आपण आयुष्याचा आनंद घेत त्याची मजा लुटणं – हे अपेक्षित आहे. हे मला आधी कळलं असतं तर... माझे अव्यक्त विचार, मी स्वत:चा केलेला निवाडा, माझ्या गैरसमजुतीने घातलेल्या मर्यादांच्या चौकटी या साऱ्यांतून माझा स्वत:तच प्रचंड गोंधळ उडाला. त्यातून माझ्या शरीरानेच कॅन्सर जडवून घेतला. आपण या धरतीवर यावं – स्वत:बद्दल चांगले विचार करावेत, स्वत:वर, आयुष्यावर प्रेम करावं, स्वत:ला मुक्तपणे व्यक्त करावं आणि आयुष्याची मजा मनसोक्त लुटावी – ही गोष्ट मला अगोदर कळायला हवी होती.

आता हे स्पष्ट करून सांगणं जरा अवघड आहे, पण मी तसा प्रयत्न करते. माझ्या मनात एक प्रश्न होता तो साधारणपणे पुढीलप्रमाणे मी शब्दांत व्यक्त करते – 'मी स्वत:चा भव्यपणा ओळखू शकले नाही म्हणून मला कॅन्सरसारखा दुर्धर आजार का जडावा?'

त्याचवेळी माझ्या मनात यायचं, 'अरे, हे माझ्याबाबतीत घडलेलं नाही. मी स्वत: कधीच 'बळी' नव्हते. 'कॅन्सर' ही गोष्ट निव्वळ माझी अव्यक्त शक्ती आणि ऊर्जा आहे. फक्त या गोष्टी माझ्या आत व्यक्त झाल्या, माझ्या व्यक्तिमत्त्वाबाहेर व्यक्त झाल्या नाहीत.

त्याचप्रमाणे कॅन्सर ही मला मिळालेली शिक्षा वगैरे नाही हे मला ठाऊक होतं. माझ्यामधल्या जीवनशक्तीला हवं तेवढं भव्य रूपात मी व्यक्त होऊ दिलं नाही. अनिताची सामर्थ्यशाली शक्ती म्हणून व्यक्त होऊ न दिल्यानं 'कॅन्सर' च्या रूपात ती व्यक्त झाली. त्या दुसऱ्या दुनियेत गेल्यानंतरही – मृत्यूच्या सदनात पुढे जायचं, की माझ्या शरीरात परत यायचं – हा पर्याय माझ्या हातात होता. त्यानंतर माझ्या शरीरात कॅन्सर राहाणारच नव्हता. याचं कारण म्हणजे माझ्यातली ती ऊर्जा पहिल्यासारखी कार्यरत राहाणारच नव्हती, तर आता ती माझं अमर्याद स्व-रूप म्हणून अस्तित्वात राहाणारी होती.

'स्वर्ग' हे एखादं स्थळ नाही, ती जागा नाही, तर ती खऱ्या अर्थाने एक अवस्था आहे, स्थिती आहे – ही जाणीव मनात घेऊन मी परतले. तो आनंद मी पृथ्वीवर ही माझ्यासोबत घेऊन आले. ऐकायला कदाचित विचित्र वाटेल, पण आपलं 'खरं घर' म्हणजे देखील आपलं अस्तित्वच असतं. ते एखादं ठिकाण नसतं. आता मी माझ्या घरी परतले आहे, असं मला वाटतं. दुसरीकडे कुठेही जाण्याची माझी इच्छा

नाही. आता मी या जगात आहे, की त्या दुसऱ्या जगात - याने मला काहीही फरक पडत नाही. आपल्या भव्य, विशाल आणि अमर्याद अशा स्व-रूपाचेच हे पैलू आहेत. आपलं खरं घर हे आपल्या स्वत:मध्येच असतं. आपण जिथे जाऊ तिथे ते आपल्याबरोबर येत असतं.

प्रश्न. मला स्वत:ला कधीच NDE चा अनुभव आलेला नाही. मग तुम्ही म्हणता त्या अतुलनीय अशा जीवनशक्तीवर विश्वास कसा ठेवायचा अन् तो कसा टिकवायचा?

उत्तर. हे नक्कीच शक्य आहे. तुमचं भव्य स्व-रूप जाणून घेण्यासाठी तुम्हाला प्रत्यक्षात NDE अनुभवण्याची मुळीच गरज नाही.

या वैश्विक जीवन शक्तीवर विश्वास ठेवून तो दृढ करणे, टिकवणे आणि या शक्तीशी सतत नातं जोडून ठेवणे याचा मार्ग आपल्या स्वत:तच असायला हवा. स्वत:वर प्रेम करून आणि विश्वास ठेवून त्याचा आरंभ होतो, मला ही गोष्ट जेवढी साध्य होते, तेवढं स्वत:ला मी वैश्विक पटाच्या केंद्रस्थानी आहे, असं वाटतं. आपल्याला प्रत्येकाला या प्रक्रियेशी जेवढं जोडून घेता येईल, तेवढे आपण सर्वांशी जोडले जातो आणि इतरांनाही तसंच वाटतं.

प्रश्न. तुमचा स्वत:चा विश्वास किंवा श्रद्धा यांनी तुम्ही बरे होण्यात काही भूमिका बजावली का? आणि तेव्हापासून तुमच्या श्रद्धा बदलल्या का?

उत्तर. मी बरी होण्यात कोणताही विश्वास किंवा श्रद्धा यांची गरज नव्हती, असं मी म्हणेन. उलट माझे पूर्वाश्रमीचे सारे विश्वास, श्रद्धा, शिकवण आणि विशिष्ट तत्त्वं हे सारं मी सोडून दिलं आणि त्यानंतर माझं शरीर आपोआप बरं झालं. माझ्याबाबतीत NDE त्यासाठी कारणीभूत ठरले.

माझ्याबाबतीत सांगायचं झालं तर, ज्या कल्पना मी घट्ट कवटाळून बसले होते, त्यांचा परिणाम विपरीतच झाला. पक्के विश्वास, श्रद्धा यांमुळे आपल्या जीवनानुभवांना मर्यादा येते. कारण आपल्याला जेवढं ज्ञान असतं, तेवढ्यापुरतेच ते आपल्याला बंदिस्त करून ठेवतात. माझ्या शारीरिक जाणिवा माझं या जगातील ज्ञान मर्यादित ठेवतात. याउलट अशाश्वतता एकदा मनाने स्वीकारली की मग माझ्यासमोर असंख्य शक्यता - संधी उलगडतात. संदिग्धतेतून अमर्याद क्षमता दिसू लागतात.

मला जेव्हा शाश्वतता हवीहवीशी वाटते, त्यावेळी अनपेक्षित गोष्टींसाठीची माझी क्षमता डळमळीत होते. पण मी - 'मला ठाऊक नाही. काय होतंय बघू...' असा

विचार केला, तर कदाचित माझं व्यापक स्व-रूप उत्तर आणि पर्याय शोधेल. ती उत्तरं पूर्णत: एखादी ईश्वरदत्त देणगी किंवा कमालीचे योगायोग असू शकतात. जेव्हा मी संदिग्धतेत पाऊल ठेवते, तेव्हाच मला माझ्या पूर्ण सामर्थ्याची जाणीव होत असते. माझे पूर्वग्रह, धारणा, अविश्वास, तत्त्वं, शिकवण मी सोडून देते, तेव्हा अमर्याद विश्व माझ्या मदतीला येतं आणि माझ्या आयुष्यातील सर्वोत्तम फलप्राप्ती मला होते. त्याक्षणी मला आतून सर्वाधिक स्पष्टता लाभते. त्याक्षणी जादू घडत असते.

पूर्वीचे सारे दोर तोडून टाकले, पाश बाजूला सारले की स्वातंत्र्य लाभतं. माझा स्वत:च्या दैवत्वावर आणि भव्यतेवर विश्वास बसतो. एका परीने हा देखील बरे होण्याचाच प्रकार आहे. जेव्हा शारीरिकदृष्ट्या बरं होण्याची गरज मी संपवून टाकते, तेव्हा आयुष्य अधिक मुक्त, परिपूर्ण आणि आनंदी होतं.

प्रश्न. तुमच्या व्याधिमुक्तीमध्ये मूळ स्रोतावरील तुमच्या श्रद्धेची मोठी भूमिका आहे, असं तुम्हाला वाटतं का?

उत्तर. माझ्या अनुभवांमध्ये मी स्वत:च स्रोत बनले आणि तिथे पूर्ण स्पष्टता होती. माझ्या व्यापक जाणिवेपलीकडे तिथे इतर कोणताही स्रोत नव्हता. संपूर्णत्व माझ्यात समाविष्ट झाल्याप्रमाणे वाटत होतं. मी सुरुवातीलाच सांगितल्याप्रमाणे मला बरं होण्यासाठी कोणत्याही श्रद्धेची आवश्यकता नव्हती कारण त्या स्थितीमध्ये पूर्ण स्पष्टता होती आणि मला साऱ्या गोष्टी कळल्या आहेत, असं वाटत होतं. श्रद्धा आणि विश्वास या गोष्टी 'माहिती होण्या'ला मार्ग करून देतात. मला मी सर्व काही बनले आहे, असं वाटत होतं. प्रत्येक गोष्टीत मी होते आणि सारं काही माझ्यात होतं. मी स्वर्गीय आणि अमर्याद बनले.

मला या साऱ्याची स्पष्टता आली, त्यामुळे मला सारं उमगलं. मी परत आले, तेव्हा माझं शरीर बरं होणार आहे, हे माझ्या लक्षात आलं होतं. मला जे अनुभव आले, त्यावरून मला एक गोष्ट लक्षात आली, ती म्हणजे आपण आतून सारे एक आहोत. आपण एकतेतून विविध झालो आहोत... आणि पूर्णत्वाला परत जाणार आहोत. त्या एकत्वाचं दर्शन मला माझ्या NDE च्या वेळी झालं, असं मला वाटतं. याला मी परमेश्वर, स्रोत, ब्रह्मन् किंवा ते सारं काही असं नाव देऊ शकते. पण 'ते' काय आहे, त्याबद्दल विविध लोकांच्या विविध कल्पना असतात. दैवत्व माझ्यापेक्षा किंवा इतर कुणापेक्षाही वेगळं नाही, असा माझा समज आहे. माझ्या दृष्टीने ती एक कायमची स्थिती आहे. वेगळी गोष्ट नाही. मी आतून कायम त्याच्याशी तादात्म्य पावलेली आहे. या परिपूर्णत्वाचा, या विश्वाचा केवळ एक पैलू म्हणजे माझी शारीरिक अभिव्यक्ती आहे.

प्रश्न. व्यक्तिगत इच्छा आणि या संपूर्ण विश्वाची इच्छा यांचं मीलन होतं का? व्याधिमुक्त होण्याची शक्ती मिळेल असा एखादा बिंदू सापडतो का?

उत्तर. नक्कीच! मला स्वत:ला याबद्दल विश्वास वाटतो. प्रत्येकजणाला व्याधीतून बरं होण्यासाठी मुक्त सामर्थ्य शोधता येतं. मला वाटतं, आपल्या साऱ्या पुराणकथा – ज्या आपण पिढ्यान्‌पिढ्या सांगत – ऐकत आलो आहोत – त्या आपल्याला हे साध्य करण्यापासून अडवतात. या साऱ्यांतून अंगी बिंबलेला विश्वास... श्रद्धा यामुळेच आपल्याला तुटल्यासारखं वाटतं. केवळ जगापासून आपण तुटतो, असं नाही, तर स्वत:च्या शरीरापासूनही अलग झाल्यासारखं वाटतं.

आपण अशा अनेक अदृश्य खुणा जपत राहातो, किंबहुना त्यांना कवटाळून बसतो आणि हीच गोष्ट आपल्याला सत्यापासून तोडते. त्याचा परिणाम म्हणजे आपण त्या वैश्विक ऊर्जेपासून वेगळे आहोत, असं आपल्याला वाटू लागतं. आपण आपल्या स्वत:च्या सृजनशील अशा केंद्रापासून दूर जातो आणि दुहेरीपणाला चिकटून बसतो. आपण अशी शक्ती आहोत जी या मुशीतून घडली आहे आणि तीच या दंतकथा पुढे नेते. आपल्या कथा बदलतात, ते आपल्या भौतिक सत्यतेत दिसून येते.

पण आपल्याला अशा पद्धतीने वारंवार बरं व्हायचं असेल तर आपण सारे वैश्विक ऊर्जेशी तादात्म्य पावलो आहोत, याची खात्री पटवून द्यावी लागेल. त्यामुळे आपल्याला आपण सृजनशीलतेच्या केंद्रबिंदूशी जोडले गेलो आहोत, याची जाणीव राहील आणि मग सभोवताली अधिक वैश्विक ऊर्जा भरून राहील.

तुमची व्यक्तिगत सृजनशील इच्छाशक्ती जेव्हा आपणहून वैश्विक जीवनशक्तीमध्ये मिसळून जाते, त्या दोन्हीचा संगम होतो तेव्हाच तुम्हाला बरं वाटतं.

प्रश्न. NDE नंतर तुम्हाला कधी स्वातंत्र्याची जाणीव झाली का आणि असेल, तर त्याचं वर्णन कसं कराल?

उत्तर. खूप मुक्त वाटतं. माझ्या NDE ने मला पूर्वीच्या सगळ्या आदर्शवादांतून, श्रद्धा-विश्वासांतून आणि संकल्पनांतून मुक्त केलंच, त्याखेरीज अशा नव्या प्रकारांचा शोध घेण्याचीही आवश्यकता नाही, हेदेखील जाणवून दिलं.

आपण या तत्त्वांचा, शिकवणींचा आधार का घेतो, तर माझ्या मते या गोष्टी अशाश्वत काळात आपल्याला धीर देतात. पण आपण मात्र त्यांच्यावर अवलंबून राहायला लागतो. त्या खऱ्या असणं, ही आपली गरज बनते. त्यातून आपल्याला

शाश्वततेचा अनुभव मिळतो. सत्याच्या मर्यादित स्वरूपाबद्दलच्या आपल्या मान्यता जितक्या पक्क्या होतात, तेवढ्या त्या अधिकाधिक ठाम होत जातात.

माझ्या अनुभवांनी शारीरिक आणि मानसिक शाश्वततेच्या गरजेतून मुक्ती मिळाल्यावर कसं वाटतं, याची एक झलक दाखवली. दुसऱ्या शब्दांत सांगायचं झालं तर मी म्हणेन, की मला परिपूर्ण वाटणं कोलाहलातही शक्य होतं. मानसिक स्तरावर मुक्त असणं, हे माझ्या दृष्टीने खरं स्वातंत्र्य आहे.

प्रश्न. तुमची प्रकृती सुधारणार नाही, तुम्ही व्याधीतून बऱ्या होणार नाही, हे तुम्हाला कळलं असतं, तर तुम्ही परत येण्याचा निर्णय घेतला असता?

उत्तर. त्या स्थितीत पूर्णपणे स्पष्टता होती. मला कशाची तरी ओढ लागून परत यावंसं वाटत होतं. माझ्या त्या व्याधिग्रस्त शरीराद्वारे व्यक्त व्हावंसं वाटत होतं आणि या जाणिवेमुळेच मला परतावं लागलं, असं मला वाटतं. त्या ज्ञानामुळे माझी अंतर्गत वेदना कमी केली, किंबहुना नाहीशी केली असावी, असं वाटतं. अर्थात शारीरिक आजार नाही तरीही! आजारी शरीरासह जीवन जगण्याच्या आयुष्याला असं प्रयोजन असतंच. प्रत्येक व्यक्तीच्या जगण्याचं प्रयोजन असतंच, असा माझा विश्वास आहे. त्याचा शारीरिक अवस्थेशी तसा काहीही संबंध नाही.

प्रश्न. 'आपण जसे आहोत, तसेच राहायला हवं' हा संदेश तुम्ही वारंवार आणि प्रकर्षाने देता. मग गुन्हेगार आणि मारेकरी - खुनी लोकांबद्दल काय? ते जसे आहेत, तसंच त्यांनी राहावं का? शिवाय, त्या पलीकडच्या जगात तुमच्या कृत्यांचा न्यायनिवाडा होत नाही, असंही तुम्ही म्हणता म्हणजे आपण कुणाचाही खून केला, तरी काही बिघडत नाही?

उत्तर. त्या जगात नावालाही चुकीला सजा नसते कारण मुळात तिथे दोषच नाहीत - आपण सारे शुद्ध जाणिवा असतो.

आपण मेल्यानंतर आपल्या कृत्यांचा निवाडा होत नाही, हेच अनेकजणांना फारसं रुचत नाही. लोकांना त्यांच्या दुष्कृत्यांची, पापांची सजा मिळते – हा विचारच अनेकांना सुखावणारा असतो. पण सजा, पुरस्कार, निवाडा, दोषी ठरवणे – या आणि अशा अनेक गोष्टी 'इथे' घडतात – 'तिथे' नाही. म्हणून तर इथे अनेक कायदे, नियम, पद्धती आहेत.

याउलट त्या जगात आपण जसे आहोत, तसे का आहोत – याविषयी पूर्णतः

स्पष्टता असते. तसंच एखादी गोष्ट आपण केली, तर ती का केली – याबद्दलही स्पष्टता असते. मग ती कितीही चुकीची किंवा तत्त्वात न बसणारी वाटली, तरीही! जे लोक दुसऱ्याला दुखावतात, ते केवळ त्यांच्या स्वतःच्या दुःखामुळे आणि त्यांच्या मर्यादित व वेगळेपणाच्या भावनांमुळे – असं मला वाटतं. बलात्कार किंवा हत्या असे गुन्हे करणाऱ्यांना त्यांच्या स्व–रूपाच्या भव्यतेची पुसटशीही कल्पना नसते. मला तर वाटतं, ते स्वतः आतून अत्यंत दुःखी असावेत, म्हणूनच ते इतरांना इतकं पराकोटीचं दुःख देऊ शकतात. खरं तर त्यांना करुणेची गरज असते – त्यांना चूक ठरवून मेल्यानंतरही पीडा देण्यापेक्षा करुणाबुद्धीच आवश्यक असते.

गुन्हेगार किंवा खुनी लोक हे 'जसे आहेत, तसे' मला वाटतच नाहीत. आपण जेव्हा आपला मार्ग गमावून बसतो आणि 'खरे कोण आहोत', या सत्यापासून दूर जातो त्यावेळी आपण विघातक गोष्टींकडे वळतो, असं माझं मत आहे. गुन्हेगार आपलं केंद्रच हरवून बसतात. स्वतःबद्दल त्यांना आतून काय वाटतं, त्याचंच प्रतिबिंब त्यांच्या कृत्यातून पडतं. आपण गुन्हेगारांकडे बघताना 'ते' आणि बळी म्हणजे 'आपण' या नजरेनेच बघतो. पण प्रत्यक्षात ते म्हणजे 'आपण सारे' आहोत.

एखादी व्यक्ती जशी कॅन्सरमुळे आजारी असते, तसाच एखादा 'सीरियल किलरही' आजारीच असतो अन् जर आज समाजात अधिक संख्येने खुनी – मारेकरी असतील, तर त्याचा सरळ सरळ अर्थ एकच होतो – तो म्हणजे, हा संपूर्ण समाज आजारी आहे. त्यांना तुरुंगात टाकल्याने कदाचित अल्पावधीसाठी फायदा होत असेल, जसा औषधं घेऊन कॅन्सरबाबतीतही थोडा फायदा होतो, तसंच! पण आपण समाजातले प्रश्न जर वेगळ्या पद्धतीने हाताळून परिस्थिती बदलली नाही, तर हे प्रश्न वाढतच जाऊन अक्राळविक्राळ रूप धारण करतील. अधिकाधिक तुरुंगांची गरज वाढेल. आपल्या न्यायव्यवस्थेवर जास्त ताण येईल. गुन्हेगार हे त्यांच्या स्वतःच्याच परिस्थितीचे बळी असतात आणि या सर्वांचा विचार केला तर आपल्या साऱ्यांचेच जे काही प्रश्न असतात, त्यांची भौतिक लक्षणं म्हणजे गुन्हेगार – असं मला वाटतं.

अर्थात, मी त्यांच्या कृत्यांचं समर्थन मुळीच करत नाही. मला माझ्या भव्यतेची जाणीव झाल्याने मी आता बदलले आहे, एवढंच सांगण्याचा प्रयत्न करत आहे. जर आपल्या साऱ्यांना आपलं सत्य जाणवलं, आपली विशालता जाणवली तर कोणीच विघातक कृत्य करणार नाही – कुणालाही इजा पोहोचवणार नाही. जी व्यक्ती आनंदी आहे, जिच्यावर प्रेमाचा वर्षाव होतो आहे, जिचं स्वतःवरही ओतप्रोत प्रेम आहे; ज्या व्यक्तीला आपण एकत्वापासून वेगळे नाही, हे पक्कं ठाऊक आहे, ती व्यक्ती कधीही

दुसऱ्याला इजा करणार नाही, दुखापत करणार नाही. कारण दुसऱ्याला दुखावणं म्हणजे एका अर्थी स्वत:लाच दुखावणं, हे तिला ठाऊक असतं.

प्रश्न. म्हणजे कोणताही गुन्हेगार - एखादा खुनी माणूस त्याच दुनियेत जाईल आणि एखाद्या सत्पुरुषाप्रमाणेच त्याच्याही कृत्यांचा निवाडा होणार नाही - असं तुम्हाला सांगायचं आहे का?

उत्तर. हो! मला अगदी असंच म्हणायचं आहे.

कारण त्या जगात गेल्यानंतर एक महत्त्वाची गोष्ट आपल्या लक्षात येते. आपण जी काही कृत्यं करतो, ती कितीही नकारात्मक असली, तरी ती निव्वळ भीतीपोटी, वेदनेपोटी आणि आपल्या मर्यादित दृष्टिकोनांमुळे घडलेली असतात. त्याशिवाय आपल्याला दुसरा काही मार्ग किंवा पर्यायच माहीत नसतो. म्हणून बऱ्याचशा गोष्टी आपल्या हातून घडत असतात. पण प्रत्यक्षात आपण जेव्हा त्या दुसऱ्या दुनियेत जातो, त्यावेळी आपल्या भौतिक-शारीर मर्यादा आपल्याला स्पष्टपणे जाणवतात. त्यामुळे आपण त्या गोष्टी, ती कृत्यं का केली, हे लक्षात येतं अन् मग जी जाणवते ती निव्वळ करुणा!

आपण ज्यांच्यावर 'गुन्हेगार' म्हणून शिक्का मारतो, ते लोक वास्तविक त्यांच्याच मर्यादा, दु:ख आणि भय यांचे बळी असतात. आपल्याला जेव्हा ही गोष्ट उमगते, तेव्हा आपण प्रत्येकाशी आणि प्रत्येक गोष्टीशी कसे जोडले गेलो आहोत, एवढी एकच जाणीव मनात राहाते. त्या पलीकडच्या जगात 'आपण सगळे एकच आहोत' - ही गोष्ट मला समजली.

प्रत्येकालाच ही गोष्ट कळली, तर आपल्याला कायदे, तुरुंग या गोष्टींची आवश्यकताच उरणार नाही. पण इथे - आपल्याला हे कळत नाही. मग तुम्ही 'आपण' आणि 'ते' अशी विभागणी करून टाकता. भीतीपोटी कृत्यं करू लागतो. म्हणूनच इथे न्याय आहे. कायदे, तुरुंग आणि सजा आहे. या जगात आत्ताच्या क्षणी आपल्याला या गोष्टी सुरक्षेसाठी हव्या असतात. पण त्या पलीकडच्या जगात शिक्षा अशी कोणती गोष्टच अस्तित्वात नाही. कारण तिथे जाता क्षणी - आपण सारे परस्परांशी जोडले गेलो आहोत - ही गोष्ट आपल्या लक्षात येते.

प्रश्न. आपण जर स्वत:चं वास्तव निर्माण करत असलो, तर व्यक्ती कर्माच्या माध्यमातून जे काही करतात, त्याची सजा त्यांना मिळते, असं तुम्हाला वाटतं का?

उत्तर. मी यापूर्वी सांगितल्याप्रमाणे NDE मध्ये सजा किंवा शिक्षा नावाची गोष्टच नसते. कर्म ही अधिकतर संतुलनाची संकल्पना आहे, असं मला वाटतं. कोणतंही कारण आणि परिणामापेक्षा ती संतुलनाची संकल्पना आहे. उदाहरणार्थ, 'वाईट कर्म' – असं मी कधीही म्हणणार नाही. कारण असं काही वाईट कर्म असतं, हेच मला मान्य नाही. परिपूर्ण विश्वासाठी जीवनाचे सारे पैलू आवश्यक असतात असं मला वाटतं.

आपण सर्व जण क्रमवार आणि एका रेषेतील वेळेनुसार आपली आयुष्यं जगतो, यावरही माझा आता विश्वास नाही. अनेक लोकांच्या 'कर्म' या गोष्टीबद्दल ज्या कल्पना असतात, त्याचा मूलाधार म्हणजे वेळेची ही संकल्पना होय! मी स्वत:सुद्धा याच शिकवणीत लहानाची मोठी झाले.

NDE मध्ये माझ्या लक्षात आलं, की आपल्या सर्वांच्या आयुष्यातला कोणताही क्षण – मग तो भूतकाळ, वर्तमानकाळ, भविष्यकाळातला असो, ज्ञात वा अज्ञात असो, कधीही ज्ञात न होणारा असो – तो क्षण एकाच वेळी अस्तित्वात असतो. त्याला आपण या जगात वेळेत मोजतो. मला जे जे मिळवण्याची इच्छा होती, ते सर्व काही माझ्याकडे पहिल्यापासून होतंच, याची जाणीव मला झाली. मला जे बनायचं होतं, ते मी प्रथमपासून होतेच आणि ही गोष्ट सर्वांबाबत सत्य आहे, असा माझा विश्वास आहे. ज्या गोष्टींना आपण सकारात्मक, नकारात्मक, चांगल्या किंवा वाईट – असा शिक्का मारतो, त्या प्रत्यक्षात या परिपूर्ण आणि संतुलित विश्वाचा भाग आहेत.

प्रश्न. लोकांना क्षमेच्या महत्त्वाबद्दल बोलताना मी ऐकलं आहे. त्या पलीकडच्या जगात तुम्हाला खूप मोठ्या प्रमाणावर क्षमा करावी लागते, असं तुम्हाला जाणवलं का?

उत्तर. NDE च्या स्थितीमध्ये इतकी स्पष्टता असते, की त्या जगात क्षमा या संकल्पनेचा अर्थच निराळा होतो. मी मला स्वत:लाच कधी क्षमा केलेली नाही, हे माझ्या तिथे लक्षात आलं. इतर लोक दूरच राहिले. मी काहीतरी चुकीचं केलं, म्हणून नकारात्मक न्यायनिवाडा – तिथे नव्हता. तर साऱ्या गोष्टी मी का केल्या, याबद्दलची जाणीव मला तिथे झाली.

या अमर्याद आणि कोणताही न्यायनिवाडा नसणाऱ्या जगात खरोखरच मला स्वत:ला किंवा इतर कुणालाही क्षमा करण्याची गरजच नव्हती हे मला कळून चुकलं. आपण सारे परिपूर्ण आहोत, या विश्वाची आपण अतिशय सुंदर लेकरं आहोत आणि निखळ प्रेम आहोत. निर्व्याज, निर्हेतुक प्रेम हा आपला जन्मसिद्ध हक्क आहे. न्यायनिवाडा किंवा दोषारोप नव्हे, निर्हेतुक प्रेम मिळवण्यासाठी काहीही 'करण्याची'

गरज नसते. आपण कोण आणि काय आहोत, एवढंच महत्त्वाचं!

गोष्टी चांगल्या आहेत की वाईट, या दृष्टिकोनातून क्षमा करण्याची गरज निर्माण झाली आहे. मात्र जिथे न्यायनिवाडा नाही, तिथे कुणाला क्षमा करणार? ज्या विश्वाच्या पटावर आपण अमर्याद आणि भव्य परिपूर्णत्व तयार करत आहोत, त्यासाठी सारे विचार, शब्द आणि कृत्यं यांची गरज आहे. जसं, मी पूर्वी सांगितलं, त्याप्रमाणे लोलकातून प्रवास करणाऱ्या शुभ्र रंगातून इतर साऱ्या रंगांची प्रभा फाकते, त्यातून जीवन साकारतं, तसंच आहे हे. क्षमा कशासाठी करणार?

या क्षणी मी स्वत:त क्षमेच्या जागी सहानुभूती, निर्हेतुक प्रेम आणि सहवेदना या गोष्टी बाणवल्या आहेत. न्यायनिवाडा करून क्षमेची गरज निर्माण करण्यापेक्षा या विश्वाच्या निर्मितीसाठी आपण सारेजण ज्या वेगवेगळ्या भूमिका पार पाडतो - त्याबद्दलची आस्था आणि पराकोटीचा आदर या बाबी मला महत्त्वाच्या वाटतात. त्याच मी अंगी बाणवल्या आहेत.

प्रश्न. स्वत:वरील पराकोटीच्या प्रेमामुळे माणसं स्वार्थी आणि अहंकारी बनणार नाहीत का?

उत्तर. या अमर्याद विश्वाच्या केंद्रस्थानी आपण आहोत, ही गोष्ट एकदा लक्षात आली की, ती गोष्ट सर्वश्रेष्ठ बनून जाते. त्यातून स्वत:वर प्रेम करण्याचं मूल्य आपल्या लक्षात येतं. कारण आपल्याजवळ जे नाही, ते आपण देऊ शकत नाही.

इतरांना नेहमीच प्राधान्य द्यायचं आणि स्वत:चा विचार सर्वांत शेवटी करायचा किंवा खरं तर स्वत:चा विचारच करायचा नाही, असं मला माझ्या संस्कृतीने शिकवलं. माझ्यावर प्रेम करायला आणि मी जशी आहे, तसा स्वत:चा आदर करायलाच मला कधी शिकवलं गेलं नाही. परिणामी, इतरांना देण्यासाठी आपल्याजवळ आदर असेल. जर आपण स्वत:वर निर्व्याज प्रेम केलं, आपण भव्य आणि विशाल आहोत ही गोष्ट स्वीकारून स्वत:ला अतिशय आदर आणि अनुकंपेने वागवलं तरच या साऱ्या गोष्टी इतरांना आपण देऊ शकाल. स्वत्व साजरं करणं ही प्रमुख गोष्ट असते. ती जमली, की इतरांविषयी आपोआपच आस्था वाटू लागते.

स्वत:विषयी अत्यंत कमी प्रेम वाटत असेल तर स्वार्थीपणा येतो कारण आपल्यात जे कमी आहे, ते कुठून तरी भरून काढण्याचा आपण प्रयत्न करतो. स्वत:विषयी खूप काळजी घेणं, आस्था बाळगणं असं काही नसतंच, तसंच इतरांविषयी खरीखुरी आस्था वाटणं, हेदेखील दिसत नाही. स्वत:विषयी अतिशय कमी प्रेम, योग्य-अयोग्यचा

काटेकोर निवाडा, असुरक्षितता, भय आणि अविश्वास या गोष्टींमुळे आपल्या जगाची अपरिमित हानी होते. जर स्वत:ची जास्त काळजी घेतली, स्वत:बद्दल अधिक आस्था दर्शवली तर या गोष्टी बऱ्याच प्रमाणात कमी होतील.

मी मला 'माझं स्वत:वर निरतिशय प्रेम आहे,' असं सांगितलं. पण ते म्हणताना त्या अर्थाच्या खऱ्या भावना मनात नसतील तर त्याचा अर्थ मी निव्वळ नाटक करत आहे, असा होतो. पण ते खरं नसतं. त्यात काही तथ्य नसतं. स्वत:बद्दलचं प्रेम आणि दुसऱ्याबद्दलचं प्रेम ही एकच गोष्ट असते. आपण सारेजण एक आहोत आणि एकमेकांशी जोडले गेलो आहोत. आपल्याला स्वत:च्या दैवत्वाची जाणीव झाली, तर आपलं भव्य स्व-रूप आणि प्रेम मिळवण्याची पात्रता या दोन्ही गोष्टी समजून घेण्यात मदतच होईल. एकदा आपल्या हे लक्षात आलं, की इतर कोणालाही प्रेम देणं, अधिक सोपं होऊन जातं.

प्रश्न. अध्यात्माच्या मार्गावर अनेक लोकांना अहंकार आपला आध्यात्मिक विकास रोखतो, असं वाटतं. म्हणून अहंकाराचा त्याग केलाच पाहिजे असं त्यांचं म्हणणं असतं. तुम्ही हे मत का मांडत नाही?

उत्तर. याचं कारण म्हणजे तुम्ही अहंकारातून मुक्त होण्याचा जेवढा प्रयत्न कराल, तेवढा तो अधिक जोरात परत येतो. हे अहंकाराच्याच बाबतीत आहे, असं नाही, तर तुम्ही कोणतीही गोष्ट जितक्या बळपूर्वक मागे साराल, तेवढ्याच ताकदीनिशी ती स्वत:च्या अस्तित्वासाठी परत येऊन आदळते. पण जर अहंकाराचा विनाशर्त प्रेमाने स्वीकार केला, या जीवनात तुम्ही कशाप्रकारे व्यक्त होणार आहात, त्याचा एक भाग म्हणून तो स्वीकाराल, तर अहंकार कधीही समस्या बनणार नाही. तुमच्या विकासात तो कधीही अडथळा बनणार नाही, उलट तो तुमचं सामर्थ्यस्थान बनेल.

आपण सारेजण अहंकार सोबत घेऊनच जन्माला येतो. आपण येथे जे कोण म्हणून आलो आहोत, त्याचा तो एक अविभाज्य भाग असतो. केवळ मृत्यूच्या वेळी तो आपल्यात अजिबात नसतो. आयुष्यात अहंकाराविरुद्ध लढत राहाणे म्हणजे स्वत:विषयीचा न्यायनिवाडा अधिक कठोर बनवणे होय. शिवाय, आपण जेव्हा आपल्या अहंकाराचा विनाशर्त स्वीकार करतो, तेव्हाच इतरांचा अहंकारही स्वीकारू शकतो. असं झालं की त्यात कोणतीही समस्या राहात नाही. मग तुमच्यातील मानवता आणि भव्यता यांना झळाळी लाभते.

प्रश्न. सेवाभाव आणि इतरांची सेवा करणं, याबाबत तुमचं काय मत आहे?

उत्तर. जेव्हा मनापासून सेवा केली जाते, तेव्हा ती स्वत:वरील प्रेमाची अत्यंत उच्च अशी अभिव्यक्ती असते. आपल्याला जेव्हा सेवेचा आनंद लाभतो, तेव्हा ही गोष्ट आपल्या लक्षात येते. त्यावेळी अधिक हलकं आणि आनंददायी वाटत असतं. त्यामुळे आपल्याला आणि समोरच्या व्यक्तीलाही आनंद होतो. ज्या व्यक्तीची सेवा केली, तिचा आदर वाढतो.

पण आपण एखाद्याची सेवा बांधीलकी म्हणून किंवा केवळ कर्तव्यभावनेपोटी ज्यावेळी करतो, त्यावेळी त्याचं ओझं वाटू लागतं, त्रास जाणवतो आणि त्यामुळे आपली दमछाक होते असंही वाटतं. त्याने आपलं काही चांगलं होत नाहीच, पण ज्याची सेवा करतो, त्याचाही काही लाभ होत नाही. विशेषत: त्यांना जर आपण त्यांची सेवा निव्वळ कर्तव्यभावनेपोटी करत आहोत, हे लक्षात आलं तर अधिकच वाईट! त्यामुळे त्यांना ते फार क्षुद्र आणि कुचकामी आहेत, असं वाटू लागतं.

दुसरी गोष्ट म्हणजे जेव्हा कोणतीही गोष्ट तुमच्या हृदयाच्या गाभ्यातून घडते, तेव्हा ती 'कृती' राहातच नाही. ती गोष्ट आपण जे आहोत – तीच बनून जाते. त्याचा विचार करण्याची किंवा त्यावर काही कृती करण्याची आवश्यकताच उरत नाही. या पृथ्वीवर सेवेचा आविष्कार घडण्याचं आपण एक साधन मात्र बनून जातो. 'स्वत: सेवा होणे' आणि 'सेवा करणे' यातील फरक हाच आहे.

ही परस्परांशी जोडण्याची भावना केव्हा येते? तर जेव्हा आपण स्वत: आणि विश्व या गोष्टी वेगळ्या नाहीत, अशी एकत्वाची जाणीव होते, तेव्हाच! आपण एखादी गोष्ट जशी स्वत:साठी करतो, तशी या विश्वासाठीही करत आहोत. तसंच हे विश्व आपल्यासाठीच कार्यरत आहे, हे ज्ञान होतं; तेव्हाच ते घडतं आणि ही जाणीव अतिशय आनंददायी असते.

प्रश्न. आज आपण सभोवताली पाहिलं तर सर्वत्र अतिशय वाईट भावना, वादविवाद आणि संघर्ष दिसतो. प्रत्येकाच्या मते, त्याचाच मुद्दा खरा असतो. त्याचा दृष्टिकोनच तेवढा योग्य असतो. पण तुमचा आणि NDE चा अनुभव आलेल्या इतरही काही लोकांच्या मते मात्र आपण जे सत्य मानतो, ते प्रत्यक्षात कमी-जास्त प्रमाणात निव्वळ स्वप्न असतं. यातील खरं कोणाचं मानायचं? याबाबत तुम्ही सविस्तरपणे सांगू शकाल का?

उत्तर. मी माझा अनुभव तेवढा सांगते. जेव्हा माझा 'मृत्यू झाला' तेव्हा मला एखाद्या स्वप्नातून जाग आल्यासारखं वाटलं. मी उठून दुसरीकडे कुठे गेले, असं झालं नाही.

पण निद्रेतून मी जागृतावस्थेत आले आणि मला सर्वसंचारी आकलनशक्ती लाभली असल्याची जाणीव झाली. ३६० अंशातील सर्व गोष्टी एकाच वेळी पाहाता येतील, अशी दृष्टी मला लाभली होती. मी पूर्णत: त्यात विलीन झाले होते, तादात्म्य पावले होते. सर्व जाणिवा मला एकाच वेळी होत होत्या. माझ्याशी संबंधित असणाऱ्या सर्व गोष्टी मला दिसत होत्या, ऐकू येत होत्या, जाणवत होत्या आणि समजतही होत्या. मी एकाच वेळी माझ्या भूतकाळात, वर्तमानकाळात आणि भविष्यकाळात जगू शकत होते. माझ्याशी संबंधित असणाऱ्या आणि भिंतीच्या पलीकडे, अवकाशापलीकडे घडणारे प्रसंग व घटना मला कळत होत्या. म्हणूनच डॉक्टर माझ्याबद्दल माझ्या पतीला सांगत असतानाची दृश्यं, विमानात बसलेला माझा भाऊ आणि इतर अशा अनेक घटना मला दिसत आणि कळत होत्या.

त्या घटनांचं कशाशी साधर्म्य दाखवायचं म्हटलं, तर एखाद्या अंध व्यक्तीला पहिल्यांदाच दिसू लागल्यानंतर जसं वाटेल, तसंच मला वाटत होतं. ती व्यक्ती उठून कुठे दुसऱ्या जागी जात नाही. पण जग जसं आहे तसं (जग कसं असेल, अशा त्यांच्या कल्पनेच्या - अपेक्षेच्या बरोबर विरुद्ध) - अतिशय सुस्पष्टपणे दिसणं - ही गोष्टच चकित करणारी असते. अचानक तिला रंग आणि विविध आकार दिसू लागतात, समजू लागतात. आतापर्यंत ते त्याच्या कल्पनाविषयक समजुतीच्या पलीकडचे असतात.

त्या अर्थाने मला तिथे - आपण सारेजण कशा पद्धतीने एकमेकांशी जोडले गेलो आहोत आणि मी जो विचार करते, त्याचा या विश्वावर कसा परिणाम होतो, हे विश्वच माझ्यात कसं सामावलं आहे - या गोष्टींचं अतुलनीय ज्ञान मिळालं. माझ्यापुरतं बोलायचं ठरवलं, तर जर मी आनंदी असेन, तर हे विश्वही आनंदी होणार आहे. जर मी स्वत:वर प्रेम केलं, तरच इतर सारे माझ्यावर प्रेम करणार आहेत, अन् असं बरंच काही....!

अर्थात, त्या स्थितीतून परत आल्यावर तिथे मला लाभलेल्या काही व्यापक जाणिवा मी गमावल्या. मात्र NDE मध्ये मला मिळालेलं ज्ञान, स्पष्टता आणि प्रेमाची जाणीव या गोष्टी सुटल्या नाहीत. आता सारे धागे जुळले आहेत. पूर्वी मी ज्या पद्धतीने विचार करत असे, तसा मी करूच शकणार नाही. एखाद्या अंध व्यक्तीला दृष्टी आल्यावर पुन्हा अंधत्व आल्यासारखंच आहे हे! जेव्हा ती या जगात वावरेल, तेव्हा त्या गोष्टी त्याला दिसल्या नाहीत तरी प्रत्यक्षात त्या खऱ्या कशा आहेत, हे तिला योग्यप्रकारे माहीत असतं. मला आता नेमकं असंच वाटतं.

हे जग खरं नाही, हे माहीत असल्याने आपण सारेजण आपापल्या ज्ञानानुसार, माहितीनुसार आपापलं वास्तव निर्माण करतो, असं मला वाटतं. त्या जागृतावस्थेत मला हे 3-D सारखं अस्तित्व म्हणजे माझ्या सर्व विचारांचा मिलाफ आहे, असं जाणवलं. मी जेव्हा त्या दुसऱ्या दुनियेत गेले, तेव्हा या जगापेक्षा सत्य अशा ठिकाणी गेल्याप्रमाणे वाटलं. दररोज सकाळी स्वप्नातून जागं होताना आपल्याला जसं वाटतं... तसंच!

प्रश्न. धर्मासंबंधी तुमची काय मतं आहेत? तुम्ही तुमचे अनुभव जेव्हा सांगता, तेव्हा त्याचा फारसा कधी उल्लेख तुम्ही करत नाही, हे माझ्या लक्षात आलं आहे.

उत्तर. याचं मुख्य कारण म्हणजे मृत्यू हा धर्मातीत आहे. मृत्यू ही संकल्पना समजावी आणि आपल्या जगण्यासाठीचा एक आधार म्हणून ती तयार केली आहे. मात्र मी दुसऱ्या जगाचा अनुभव घेतल्यानंतर कोणत्याही धर्मामध्ये तो जेव्हा बसवू पाहाते, तेव्हा तो आकुंचित झाल्याप्रमाणे वाटतो.

आणखी एका कारणासाठी मी धर्माबद्दल बोलत नाही. कारण धर्म एकमेकांत फूट पाडू शकतात आणि माझा तो उद्देश कधीही नसतो. मला सर्वसमावेशक असायला अधिक आवडतं. आपण सारे एकच आहोत, हा अनुभव मी घेतला. मृत्यूनंतर आपण सारे एकाच ठिकाणी जातो, हेही मला कळून चुकलं. तुमची कोणावर श्रद्धा आहे - येशू, बुद्ध, शिव, अल्लाह किंवा कुणावरच श्रद्धा नाही - याच्याशी मला काहीही देणं-घेणं नाही. तुम्हाला स्वत:बद्दल काय वाटतं, हे आणि फक्त हेच महत्त्वाचं आहे कारण तुम्ही हे आयुष्य कसं आचरणार आहात, यावरच केवळ ही गोष्ट निश्चित करत असते. हा आत्ताचा क्षण सोडला तर त्यापलीकडे काहीही नसतं. त्यामुळे तुम्ही जसे आहात, तसंच राहाणं श्रेयस्कर असतं. म्हणूनच स्वत:च्या भव्यतेची जाणीव असणारे, अतिशय तळमळीने काम करणारे शास्त्रज्ञ - हे मानवी सेवा करणाऱ्या शेकडो मदर तेरेसांइतकेच मानवी समाजासाठी मूल्यवान आहेत.

प्रश्न. तुमच्या अनुभवांतून तुम्हाला काय समजलं, याविषयी तुम्ही जी वक्तव्ये केली आहेत, त्यांपैकी एकाचा खूप सखोल, बहुपेडी आणि दूरगामी असा अर्थ निघतो. तुम्ही केलेल्या एका दाव्याबद्दल मी विचार करत आहे. तुम्ही सांगता, की आपण भविष्यात आपलं आयुष्य उलगडत असताना क्षणा-क्षणाला योग्य निवड करून आपला भूतकाळ प्रभावीपणे बदलू शकतो. तुम्हाला जे काही म्हणायचंय, ते थोडंफार याच्या जवळपास जाणारं आहे, की मी वेगळा अर्थ घेत आहे?

उत्तर. मला जे म्हणायचं आहे ते तुम्ही तंतोतंत बरोबर सांगत आहात. काळाच्या पटलावरचा केवळ आताचा एकच क्षण असा असतो, ज्यात आपल्याला आपलं वास्तव साकारायचं असतं. 'आपलं भविष्य घडवायचं असतं,' असं मी म्हणत नाही, हे लक्षात घ्या. मला भूतकाळ आणि भविष्यकाळ प्रवाही आहेत, असं वाटतं अन् अशा तऱ्हेने मी परत यायचं की नाही या माझ्या निर्णयानुसार तपासण्यांचे निष्कर्ष बदलू शकले.

कसं घडतं, या दृष्टीने ते महत्त्वाचे आहेत, हे मी मान्य करते. मात्र माझ्यासाठी ही गोष्ट रोजच घडत असते आणि आता तर माझ्या NDE अनुभवांपेक्षा ही जाणीव अधिक व्यापक झाली आहे.

प्रश्न. तुमच्या NDE विषयीच्या वर्णनात तुम्ही म्हटलं आहे, 'साऱ्या व्याधींचा आरंभ प्रथमतः ऊर्जेत होतो आणि मग त्या शरीरात व्यक्त होतात.' हे कसं घडतं आणि मुळात व्याधी प्रथमतः कशा तयार होतात, याबद्दल तुम्हाला काही जाणवलं का?

उत्तर. माझ्या NDE च्या दरम्यान माझं भौतिक शरीर मला जाणवतच नव्हतं. मी शुद्ध ऊर्जा होते. कदाचित यालाच आत्मा म्हणू शकतो. शरीरापेक्षा तो खूपच मोठा होता. मला पुन:पुन्हा त्याचं 'भव्य' याच शब्दात वर्णन करावंसं वाटतं. कारण त्या स्थितीत मला खरोखरंच तसंच वाटत होतं. माझं भव्य स्व-रूप हेच होतं, हे शरीर म्हणजे निव्वळ एखादं साधन आहे, असं वाटत होतं. जीवनशक्ती किती आणि कशाप्रकारे व्यक्त होतेय, त्याचा मापदंड असावा, एवढ्यापुरतंच ते शरीर मर्यादित होतं. इतकंच नाही तर हे ३D जग हा आणखी एक पैलू आहे. माझी ऊर्जा हीच खरी आहे, असं वाटत होतं.

यामुळे मला आणखी एक गोष्ट जाणवली, ती म्हणजे लोकांमध्ये जेव्हा जबरदस्त ऊर्जा आहे, असं आपण म्हणतो, त्याचा अर्थ ते आपल्या भव्य स्व-रूपाची अधिक चांगल्या पद्धतीने अभिव्यक्ती करत असतात. त्यामुळे ती त्यांच्या शरीररूपी मापदंडातून तीव्रतेने व्यक्त होते. त्याचा परिणाम म्हणजे त्यांची सकारात्मक ऊर्जा आणि शारीरिक अस्तित्व या गोष्टी अतिशय सामर्थ्यवान असतात. प्रत्येकजण भव्य होता... असतो. पण त्यादृष्टीने आपण आपल्या शरीराच्या माध्यमातून किती प्रमाणात व्यक्त होतो, ही आपली निवड असावी.

प्रश्न. तुम्ही बऱ्या झालात, ती ताकद आतून आली, बाहेरच्या कोणत्याही गोष्टीने तुम्ही बऱ्या झाला नाहीत, असं तुम्हाला म्हणायचं आहे का?

उत्तर. ती आतली वा बाहेरची – कोणती ताकद होती – असं नेमकं ठरवता येणार नाही. खरं तर, या दोन्ही गोष्टी त्यासाठी कारणीभूत ठरल्या. मी त्या दुहेरी स्थितीमध्ये व्यक्त होण्याची थांबताच मला जाणवलं की, आत आणि बाहेर असं काही वेगवेगळं नसतंच. मी स्वत:च सर्व गोष्टींचा स्रोत बनले आणि तो स्रोत मी बनला. पण तुम्हाला मी म्हणजे – माझा अहंकार किंवा माझं शारीरिक अस्तित्व – असं म्हणायचं असेल – तर त्यामुळे मी बरी झाले – असं मात्र मुळीच नाही. मी बरी झाले, ती माझ्या अमर्याद स्व–रूपातून व्यक्त झाल्याने आणि त्या स्रोतापासून मी वेगळी नाही, हे समजल्याने!

प्रश्न. विविध पाश्चिमात्य आणि पौर्वात्य उपचारपद्धतींबाबत तुमचं काय मत आहे?

उत्तर. माझ्या मते सर्व प्रकारच्या उपचारपद्धती उपयुक्त आहेतच आणि मुख्य म्हणजे बरं होण्यासाठी NDE ची आवश्यकता असतेच, असं नाही – हे देखील मला स्पष्ट करायचं आहे.

NDE च्या अनुभवांपूर्वी मी जे काही करत होते, ते सारं केवळ भीतीपोटी होतं. अगदी प्रकृती सुधारण्यामागेही पूर्वी भीतीच असे. मी अमुक एखादी गोष्ट केली नाही, तर न जाणो त्याचे काय परिणाम मला भोगायला लागतील, अशी भीती वाटल्याने सारे काही करण्याची माझी मानसिकता बनली होती.

पण एकदा मनातलं भय दूर झालं आणि आपला दृष्टिकोन अधिक विश्वासार्ह बनला की उपचारांचा अधिक चांगला फायदा होऊ शकतो. भारतात अगदी काही दिवसांच्या माझ्या वास्तव्यात माझी प्रकृती सुधारली याचं कारण म्हणजे मी भीतीच्या वातावरणापासून दूर होते. कॅन्सरकडे पूर्णत: वेगळ्या दृष्टिकोनातून बघणाऱ्या संस्कृतीत होते. तो दृष्टिकोन खूपच सकारात्मक होता. हाँगकाँगमध्ये पाश्चिमात्य संस्कृतीचा पगडा होता. तिथे मी ज्या लोकांना भेटत होते, त्यांपैकी बहुतांश लोकांच्या मनात कॅन्सरविषयी प्रचंड भीती होती आणि ती भीती त्यांनी माझ्याही मनात निर्माण केली. पण भारतात मात्र मला एक वेगळा दृष्टिकोन लाभला. त्याने मला आशेचा किरण दिसला. मी त्यावर पूर्ण विश्वास ठेवला आणि त्याचा परिणाम माझ्या प्रकृतीवर झपाट्याने होत असल्याचं मला जाणवलं.

प्रश्न. तुम्ही जेव्हा भारतात जाऊन आयुर्वेदिक पद्धतीचे उपचार घेतलेत तेव्हा तुमचा कॅन्सर बरा झाल्यासारखा वाटला. पण ज्यावेळी हाँगकाँगला परतलात, तेव्हा या आजाराने पुन्हा डोकं वर काढलं. भारतात असताना कॅन्सर बरा झाल्यासारखा वाटला आणि हाँगकाँगमध्ये पुन्हा त्याची लक्षणं दिसू लागली यामागे काय कारण असावं?

उत्तर. मी पुन्हा एकदा सांगू इच्छिते की, भारतात गेल्यानंतर आयुर्वेदिक उपचारांचा माझ्या वर चांगला परिणाम झाला. याचं कारण म्हणजे तिथे कोणताही संघर्ष नव्हता. माझ्या भोवतालच्या सर्वांचा एकाच गोष्टीवर विश्वास होता आणि मीही त्यांच्या दृष्टीने योग्य अशी गोष्ट करत होते. मी अजिबात गोंधळलेली नव्हते. आयुष्यात पहिल्यांदाच मला मी योग्य मार्गा वरून चालले आहे असं वाटत होतं. या साऱ्यांच्या जोडीला मला आयुर्वेदिक डॉक्टर्स, आश्रमातील कर्मचारी आणि इतर लोक यांचा भरपूर पाठिंबा मिळाला. या सगळ्यांमुळे या उपचारपद्धतीचा मला खूप फायदा झाला.

पण जेव्हा मी हाँगकाँगला परत आले, पुन्हा एकदा माझ्यासमोर अमर्याद पर्याय होते. पुन्हा एकदा बहुसांस्कृतिक आणि वेगवेगळ्या उपचारपद्धती यांच्या संघर्षात मी सापडले. पारंपरिक पाश्चिमात्य औषध हा कधीही माझा पहिला पर्याय नव्हता. मात्र जर मी इतर पद्धतींकडे वळलेच नसते तर कदाचित मी त्याची निवड केली असती. व्यक्तिशः माझ्या दृष्टीने तो शेवटचा पर्याय होता.

मी चीनमध्ये जन्मले आणि लहानाची मोठी झाले असते तर, त्यामुळे पारंपरिक चिनी औषधांचा कदाचित मला फायदा झाला असता. किंबहुना मी आजारीच पडले नसते. चिनी संस्कृतीमध्ये कॅन्सरला पाश्चिमात्य लोकांचा रोग असं संबोधलं जातं. हे तुम्हाला माहिती आहे का, चीन, जपान आणि भारततही पाश्चिमात्य देशांपेक्षा कॅन्सरचं प्रमाण खूप कमी आहे.

काही लोकांच्या मते कॅन्सर आहारामुळे होतो. पण मला मात्र आहार हा इतर सर्व गोष्टींपैकी एक आहे, असं वाटतं. या सगळ्यातला दुसरा महत्त्वाचा घटक मला 'मानसिकता' असावा असा वाटतो. पाश्चिमात्य देशात कॅन्सरविषयीची मानसिकता, या आजाराविषयीची प्रचंड भीती आणि त्यातून सातत्याने जाणीव जागृती मोहिमा हे चक्र फिरत असतं. पारंपरिक पाश्चिमात्य औषधं फक्त कॅन्सर शोधून काढण्यावर लक्ष केंद्रित करतात. तेथील बहुतांश तंत्रज्ञान निष्कर्षात्मक आहे म्हणजेच आजाराचं निदान करण्यावर त्यांचा भर असतो. मात्र सर्वांगीण शारीरिक स्वास्थ्यासाठी आणि संतुलनासाठी त्यांचे प्रयत्न कमी असतात.

प्रश्न. पौर्वात्य आणि पाश्चिमात्य उपचारपद्धतींच्या दृष्टिकोनातील कोणता फरक तुम्हाला जाणवला?

उत्तर. या दोन्हीही पद्धती मी एकामागून एक वापरत होते. त्यामुळे माझी भावनिक अवस्था भीती आणि आशा यांच्यामध्ये हिंदोळणाऱ्या झोपाळ्यासारखी झाली होती.

पाश्चिमात्य उपचारपद्धतीच्या डॉक्टरांनी केवळ माझ्या कॅन्सरवर लक्ष केंद्रित केलं. त्यामुळे काहीतरी बाह्य गोष्ट माझ्या शरीरावर हल्ला करत आहे असं मला वाटत होतं आणि काहीही झालं तरी मला त्यातून सुटका करून घ्यायची होती. थोडक्यात कॅन्सर हा आपला शत्रू आहे आणि त्याच्यावर हल्ला केलाच पाहिजे असं वाटत होतं. त्याने केलेल्या निदानामुळे माझ्या मनामध्ये भीती पक्की रुजून बसली.

पौर्वात्य डॉक्टरांनी (आयुर्वेदिक आणि पारंपरिक चिनी औषधपद्धती) माझ्या आजाराकडे लक्ष केंद्रित करण्यापेक्षा माझ्या स्वास्थ्याकडे सर्वांगीण दृष्टिकोन ठेवून बघितलं. त्यांनी माझा आजार हा माझ्या शरीरामधील अनेक प्रकारचं असंतुलन बरं करण्यासाठी माझ्या शरीराने दिलेला प्रतिसाद आहे, अशा नजरेनं बघितलं. हे असंतुलन फक्त शारीरिक नव्हतं, तर ते भावनिक आणि मानसिकसुद्धा होतं. या दृष्टीने विचार केला तर कॅन्सर हा माझा मित्र होता. माझ्या दृष्टीने या पद्धती खूप सुखावणाऱ्या होत्या. त्यांनी मला निश्चितपणे आशेचा किरण दाखवला.

NDE च्या अनुभवानंतर कॅन्सर हा शत्रू किंवा व्याधी नसतेच, असं मी सहजपणे जाणून घेऊ शकले. तो मला काय सांगू इच्छितो आहे हे मला कळत होतं. माझ्या बाबतीत कॅन्सर हा खरं तर मला बरं वाटण्यासाठीचं शरीराचं निव्वळ एक साधन होता. माझ्या दृष्टीने कॅन्सरकडे एक शत्रू म्हणून बघणं ही गोष्ट शरीरात लपलेल्या या व्याधीला लवकरात लवकर दूर करण्यासाठी होत होती. NDE च्या अनुभवात मात्र माझ्यात खोलवर काहीतरी जाणीव निर्माण होत होती. काहीतरी घडत होतं, ज्यामुळे कॅन्सरच्या पेशी नाहीशा होत होत्या.

प्रश्न. विशेषतः कॅन्सर संदर्भातील उपचारपद्धती या प्रामुख्याने संस्कृतीवर आधारलेल्या असतात आणि त्यांच्यामध्ये चांगलं किंवा वाईट, श्रेष्ठ किंवा कनिष्ठ असं काही नसतं, असा तुमच्या सांगण्याचा हेतू आहे का?

उत्तर. अगदी बरोबर. मला नेमकं हेच सांगायचं आहे. माझ्या अनुभवांच्या आधारे मला हेच म्हणायचं आहे. लक्षात घ्या. माझ्या दृष्टिकोनातून मला जे काही वाटतं त्यानुसार आधुनिक काळातील अनेक आजार हे खरं तर मानसिक किंवा आध्यात्मिक आजार असतात. ते आपल्या शरीरात व्यक्त होतात. जी उपचारपद्धती आपल्या मनाला, आपल्या आत्म्याला स्पर्श करते, तिच्यामुळे त्या आजारातून बरं होण्याची शक्यता अधिक असते. ती केवळ आपल्या शरीरावर उपचार करत नाही, तर आपल्या दृष्टिकोनात ती बदल घडवून आणते. मनापासून स्वीकारलेली कोणतीही उपचारपद्धती, जिला सभोवतालच्या संस्कृतीचा आधार आहे, ती जास्त प्रभावी ठरते. विशेषतः

रुग्णाच्या मानसिकतेला आणि आध्यात्मिक दृष्टिकोनाला स्पर्श करणारी पद्धत इतर कोणत्याही पद्धतीपेक्षा निश्चित प्रभावी ठरते.

प्रश्न. तुमच्या अनुभवांच्या आधारे कॅन्सर आणि त्यावरील औषधं यावर तुमचं मत काय आहे? आगामी काळात आपण कॅन्सर बरं करणारं औषध तयार करण्याच्या जवळ आहोत असं तुम्हाला वाटतं का?

उत्तर. व्यक्तिश: माझं मत असं आहे, की माझ्यासारख्या काही केसेस त्यांना जी व्याधी असते ती प्रामुख्याने मन आणि आत्मा यांना जडलेली असते, शरीराला नाही. ही गोष्ट माझा अनुभव मला सांगतो. कोणतीही व्याधी शरीरात अभिव्यक्त होणं ही गोष्ट वरवरची नसते. त्यात खोल काहीतरी दडलेलं असतं आणि त्याचं ते लक्षण असतं. अशा आजारांमध्ये त्यांचे उपाय औषधांमध्ये दडलेले नसतात, असं मला वाटतं. कारण एका अर्थी वैज्ञानिक चुकीच्या दिशेने विचार करतात. जसं, ते लक्षणांचा अभ्यास करतात, कारणांचा नाही आणि त्यानंतर जी औषधं तयार केली जातात, ती त्या लक्षणांवर घालायचा बुरखा असतो. त्यांना लक्षणं कमी-जास्त करता येतात. पण हमखास उपाय मिळेल असं मला वाटत नाही.

आजाराच्या बाबतीत खूप कुतूहल असतं असं मला वाटतं. हीच गोष्ट मला NDE च्या वेळी माझ्या आजाराबाबत जाणवली. मात्र अजूनही मला कॅन्सरची खरी कारणं कोणती असू शकतात याविषयीचं व्यवस्थितपणे, भरपूर पैसे खर्चून केलेलं संशोधन अद्याप आढळलेलं नाही, पण त्याच्यावरच्या औषधांवर मात्र अब्जावधी डॉलर्स खर्च झाले आहेत. औषधं विकून भरपूर पैसे मिळवणं ही गोष्ट सोपी आहे, की लोकांना त्यांच्या स्वत:च्या दैवी भव्यतेची जाणीव करून देणं सोपं आहे असा प्रश्न मला नेहमी पडतो.

मला खात्री आहे, की माझा कॅन्सर हा माझ्या स्व-च्या परिचयाशी जुळलेला होता. माझा आत्मा स्वत:ला गमावून बसलो आहे ही खंत करत होता आणि ती खंत माझ्यापर्यंत पोहोचविण्याची पद्धत शरीराने अवलंबली. कॅन्सरच्या माध्यमातून जर मला मी खरी कोण आहे हे सत्य कळलं असतं, तर कॅन्सर झालाच नसता. माझा आत्मा स्वत:ची ओळख विसरलाच नसता.

प्रश्न. मृत्यूनंतरचं जग या दृष्टिकोनातून तुमचं पैशाविषयी काय मत आहे? काही लोकांच्या मते या जगातील सर्व समस्या आणि वाईट गोष्टी यांचं मूळ पैसा हेच आहे. याविषयी तुम्हाला काय वाटतं?

उत्तर. पैशाला कोणतीही शक्ती नसते. केवळ आपण त्याचा वापर कशा पद्धतीने करतो त्यावर ते अवलंबून असतं. हे पैशाच्याच नाही तर सर्वच बाबतींत लागू होतं. कोणतीही गोष्ट चांगल्यासाठी तशीच वाईट कारणांसाठीही वापरली जाऊ शकते. पण मूलत: ती तटस्थ असते. आपण त्याला चांगली किंवा वाईट शक्ती देतो. आपण आपले नकारात्मक आणि सकारात्मक विचार किंवा निवड सगळ्या बाबतीत करतो – पैसे, धर्म, वंश आणि इतरही अनेक गोष्टी. आपण त्यांच्याविषयी विशिष्ट अशा कल्पना, तयार करतो. त्यांना आपलं भावनिक नियंत्रण सोपवतो. आपण अशी परिस्थिती निर्माण केली आहे, जिथे लोक एकतर सामर्थ्यशाली होतील किंवा स्वत:च्या बचावासाठी लढतील.

ही वाईट गोष्ट आहे असं मला अजिबात म्हणायचं नाही किंबहुना या जगात जगण्यासाठीचा तो एक आवश्यक भागही असू शकतो. आपण त्या अर्थाने दुहेरी जगात जगत असतो. तेथे चांगलं किंवा वाईट ठरवतो. सकारात्मक काय किंवा नकारात्मक काय, याचे निर्णयही आपणच घेतो. आपल्यात भावना असतात आणि आपण त्या अनुषंगाने आपल्या धारणा बनवतो. हे सारं पैशाच्याही बाबतीत लागू होतं. ते भावनिक नियंत्रण आपण दुसऱ्या कशाला तरी देऊ शकतो. म्हणजे इतर एखादी वस्तू किंवा आदान-प्रदान पद्धती. ते नियंत्रण मिळाल्यानंतर पैशाला जे वजन असतं, तेच त्याही गोष्टींना येईल.

मात्र मृत्यू या दुहेरी वास्तवाच्या पलीकडे आहे. धर्म, वंश, संस्कृती, आपली सर्व मूल्यं आणि श्रद्धा या साऱ्यांच्या पलीकडे मृत्यू आहे. आपण यापैकी काहीही नसतो. मात्र काळाच्या या क्षणी अशा सर्व गोष्टींतून आपण फक्त व्यक्त होत असतो. आपण त्याही पलीकडे आहोत, खूप महान आहोत.

प्रश्न. स्वतःच्या आजारातून मुक्त होण्याची इच्छा असणाऱ्या अनेकजणांना काही संकल्पनांचा अवलंब कसा करायचा हे जाणून घ्यायचं आहे. जसं 'तुमची प्रकृती बरी होईल यावर विश्वास ठेवणे', 'गोष्टी सोडून देणे आणि रोगमुक्त व्हायला संमती देणे', आणि 'रोगमुक्तीसाठी तुमची स्थाननिश्चिती करणे'. कोणत्याही सामान्य माणसाला या उदात्त गोष्टी जमवणं शक्य आहे का? ज्यांना स्वतःचं शरीर रोगमुक्त करायचं आहे, अशा लोकांना या गोष्टी प्रत्यक्षात कशा आणायच्या याबद्दल माहिती हवी आहे.

उत्तर. कोणतीही विशिष्ट पद्धती, आज्ञाप्रणाली किंवा इतर तत्सम गोष्टींचा मी पुरस्कार करत नाही. कारण मी जर तसं केलं तर स्वत:च काही विशिष्ट आणि कधीही न बदलणारी शिकवण देण्याचा प्रयत्न करत असते, असा त्याचा अर्थ होतो. या सगळ्यातून बाहेर

पडलं पाहिजे हाच महत्त्वाचा मुद्दा आहे. मात्र एक गोष्ट मी निश्चितपणे सांगेन ती म्हणजे कोणताही आजार किंवा लक्षणं यांच्याकडे एखाद्या शत्रूसारखं आणि काहीही करून यातून सुटका करून घ्यायला हवी या नजरेने बघू नका. ही भीतीपोटी आलेली प्रतिक्रिया असते. मला असं वाटतं की, माझ्या शरीरात या लक्षणांच्या माध्यमातून एका परीने मला बरं करण्यासाठीच प्रयत्न चालू होते. जर मी या आजारासंबंधी पूर्णपणे विरुद्ध दृष्टिकोन बाळगला आणि तो आजार नाहीसा करून टाकण्यासाठी प्रयत्न केले तर नेहमी त्याच्या उलट होतं. मी जितकं या आजाराच्या विरोधात विचार करेन तेवढा तो आजार माझ्या मानसिकतेमध्ये घट्ट रुतत जाणार आहे.

याचा अर्थ असा नाही, की तुम्ही डॉक्टरांकडे जायचंच नाही आणि त्यांचा सल्लाच घ्यायचा नाही. एखादा आजार किंवा शरीरातून होणारी त्याची अभिव्यक्ती या गोष्टींकडे मी कुठल्या नजरेने बघतेय एवढंच मला सांगायचं आहे. त्या आजारामुळे तुम्ही हवालदिल होऊन जाऊ नका. त्याच्या छायेखाली राहून त्या आजारातून स्वत:ची सुटका कशी करता येईल एवढाच विचार करत वावरू नका. प्रत्यक्षात अशी गोष्ट जर घडली तर त्यामुळे त्याचा फायदा होण्याऐवजी तुमचं नुकसानच होण्याची शक्यता अधिक आहे. त्याउलट तुमच्यातील सकारात्मकता जागृत करतील आणि सृजनशीलतेला खतपाणी मिळेल अशा कामांमध्ये स्वत:ला गुंतवून घ्या.

माझ्याबाबतीत बोलायचं झालं तर मी शक्य तेवढ्या परीने माझी प्रकृती विशिष्ट स्थितीत असावी हा आग्रह सोडून देण्याचा प्रयत्न केला. त्यातून स्वत:चा आनंद शोधण्यासाठी आणि प्रत्येक क्षणाचा आनंद लुटण्यासाठी मला मदतच झाली. मी पूर्वीपासून निरोगीच आहे असाच विचार मी करत होते. वर्तमानात जगा म्हणजेच या क्षणाचं भावनिक ओझं पुढच्या क्षणात वाहून नेऊ नका. लक्षात ठेवा, प्रत्येक क्षण आगळावेगळा आहे. त्याची पुनरावृत्ती होणं शक्य नाही. सतत भीतीच्या दडपणाखाली राहायचं की व्याधीला चिकटून बसायचं, हा फक्त तुमचा पर्याय आहे. यातला कोणता पर्याय निवडायचा, हे तुम्हीच ठरवायचं आहे.

त्यासाठी तुम्हाला कोणताही आध्यात्मिक गुरू किंवा इतर कोणीही असायची गरज नाही. प्रत्येक क्षण मनापासून संपूर्ण जगा, त्याची मजा घ्या. ज्या गोष्टींमुळे तुम्हाला आनंद मिळतो त्या गोष्टी करा – मग तुमच्या हातात एक महिना असू दे किंवा शंभर वर्षे असू देत!

प्रश्न. या सगळ्या थिअरिज अतिशय सुंदर आहेत. पण व्यावहारिक सल्ला काय? तुम्ही आता निरोगी कशा राहाता? तुम्ही काय खाता आणि आहारात काय खाण्याचं टाळता?

उत्तर. माझ्या NDE नंतर माझा आहार बदलला आहे. पण तुम्ही ज्या पद्धतीने विचार करता असा नाही. सुरुवातीला मी जे काही खात असे त्याबद्दल मला भयंकर अस्वस्थता वाटत असे. मी पूर्णपणे शाकाहारी होते. मी फक्त ऑरगॅनिक अन्न खात होते. मायक्रोबायोटिक्स, व्हिटॅमिन्सच्या सप्लिमेंटस्, गव्हांकुराचा रस असं सारं काही मी घेत असे आणि हे सारं केव्हा, तर मी आजारी पडण्याअगोदर. मायक्रोव्हेवज्पासून प्रिझव्हेटिव्हज्पर्यंत सर्व गोष्टींपासून कॅन्सर होतो असा माझा समज होता. मी अतिशय आरोग्यपूर्ण पदार्थ खात होते. मात्र ते निव्वळ भीतीपोटी खात होते.

पण आता मला जे खावंसं वाटतं ते मी खाते. चॉकलेट्स किंवा उत्तम प्रकारची वाईन, शॅंपेन या साऱ्यांचा मी मन:पूर्वक आस्वाद घेते. फक्त अन्न खात असताना वेळ छान जाईल एवढंच मी पाहाते कारण त्यामुळे आयुष्यही चांगलं बनत असतं. दुसऱ्या कुठल्याही गोष्टीपेक्षा स्वत: आनंदी राहाणं हे अधिक महत्त्वाचं आहे असं मला वाटतं. केवळ आजारी पडू या भीतीपोटी तथाकथित योग्य अन्न खाणं आणि त्याचा दुराग्रह धरणं यात कोणतीही मजा नाही. उलट तुम्ही जितकी काळजी कराल तेवढे तुम्ही समस्यांना आमंत्रण द्याल. आपण आपल्या शरीराला जे-जे देतो, त्यापेक्षा कितीतरी पट अधिक गोष्टी घ्यायला ती समर्थ आहेत. विशेषत: आपण आनंदी राहून आणि तणाव दूर ठेवून त्यांचा सन्मान केला पाहिजे. मी अगदी आरोग्यपूर्ण पदार्थ खाल्ले तरीही आता ते अतिशय प्रेमाने खाते, भीतीपोटी खात नाही. शिवाय आयुष्याच्या सर्व पैलूंमध्ये मी याच पद्धतीने वागते. तुम्ही सुद्धा त्याचप्रकारे जगावं असं मला वाटतं.

प्रश्न. तुमच्या NDE मधून एखादा संदेश किंवा धडा इतरांनीही घ्यावा किंवा समजावा असं तुम्हाला वाटतं का? असा एखादा संदेश, जो अतिशय महत्त्वाचा असून तुम्हाला सांगावासा वाटतोय?

उत्तर. आपण सगळ्यांनी एकच गोष्ट लक्षात घेतली पाहिजे, ती म्हणजे आपल्या व्यक्तिमत्त्वाचा प्रत्येक भाग अतिशय भव्य आहे - तुमचा अहंकार, बुद्धिमत्ता, शरीर आणि आत्मा! तुम्ही खरंच महान आहात. या वैश्विक निर्मितीचं एक अतिशय सुंदर निर्माण आहात. तुमच्यातील प्रत्येक पैलू हा परिपूर्ण आहे. तुमच्यात तुम्ही सोडून द्याव्यात, तुम्हाला माफ करावं असं काहीही नाही. तुम्हाला जे बनायची गरज आहे

किंवा आवश्यकता वाटते तसे तुम्ही मुळातच आहात. हे सगळं सांगणं कदाचित गुंतागुंतीचं वाटेल पण प्रत्यक्षात तसं नाही.

एखादा धर्म जर तुम्हाला देवापेक्षा खूप लहान किंवा कमी लेखत असेल तर एक तर तुम्ही त्याचा चुकीचा अर्थ लावत आहात किंवा तुम्हाला योग्य आणि सत्य गोष्टीची शिकवण दिली जात नाही असा होतो. एखादा गुरू किंवा शिक्षक किंवा तज्ज्ञ तुम्हाला तुम्ही फारसे ज्ञानी नाही आणि अजून तुम्हाला खूप काही शिकायचं आहे, खूप काही गोष्टी सोडून द्यायच्या आहेत असं सांगत असेल तर ते योग्य शिकवण देत नाहीत, तुम्ही खरे कोण आहात हे तुम्हाला सांगत नसतील किंवा त्यांच्या बोलण्याचा तुम्ही चुकीचा अर्थ घेत आहात असं मला वाटतं.

तुमच्या जवळच्या प्रत्येक व्यक्तीला त्या जशा आहेत तशाच राहायला सांगा. त्या जशा आहेत तशाच तुम्हाला त्या आवडतात, तुमचं त्यांच्यावर प्रेम आहे याचं त्यांना स्मरण करून द्या. त्या परिपूर्ण आहेत तसेच तुम्हीही परिपूर्ण आहात. प्रेम करू नये असं जगात काहीही नाही. काहीतरी कमी आहे या भावनेतून बहुतांशी वेदना आणि त्रास जन्म घेत असतात. तुम्ही कुणापेक्षाही आणि कोणत्याही गोष्टीपेक्षा कमी नाही. तुम्ही संपूर्ण आहात.

तुम्हाला जी गोष्ट मिळवायची आहे ती पहिल्यापासून तुमच्याकडे आहे ही गोष्ट लक्षात घेण्याची गरज आहे. तुमचं आगळं-वेगळं अस्तित्व भयमुक्तपणे व्यक्त करा. म्हणून तुम्ही जसे आहात ते का, याचं उत्तर लक्षात येईल. कारण तुम्ही या जगात आहात.

निरोप घेताना...

या पुस्तकाचा समारोप करण्यापूर्वी अंतिमत: चार शब्द तुमच्याबरोबर बोलावेसे वाटतात. तुम्ही कधीही स्वत:चं सामर्थ्य गमावू नका. उलट सतत तुमच्या भव्यतेची जाणीव मनात असू द्या. योग्य मार्ग निवडण्याबद्दल जेव्हा जेव्हा विचार होतो, तेव्हा प्रत्येक व्यक्तीचा मार्ग वेगळा असतो, हे लक्षात ठेवा. मला मिळालेलं एकमेव वैश्विक उत्तर म्हणजे स्वत:वर विनाशर्त प्रेम करा आणि तुम्ही जसे आहात तसे निर्भयपणे जगा हेच आहे! माझ्या छअए दरम्यान मी शिकलेला हा सर्वांत महत्त्वाचा धडा आहे. मला स्वत:ला प्रामाणिकपणे वाटतं की, ही गोष्ट मला अगोदरच ध्यानात आली असती तर मला कॅन्सर झालाच नसता.

आपण जेव्हा स्वत:शी प्रामाणिक असतो, तेव्हा या पृथ्वीतलावर आपण सत्यासाठी माध्यम बनतो. आपण सारे एकमेकांशी जोडले गेलो आहोत; त्यामुळे प्रत्येकाच्या आयुष्याला स्पर्श करत असतो. सारेजण एकमेकांवर प्रभाव टाकत असतात. आपण जे प्रेम आहोत, ते प्रेम बनून राहाणं, हे आपल्यासाठी बंधनकारक आहे. तसंच आपल्यासाठी योग्य असतील ती उत्तरं स्वत:च्या अंतरंगातून यायला हवीत.

स्वत: आनंद घेणं, किती महत्त्वाचं असतं, हे मी प्रकर्षाने सांगू इच्छिते. हे आयुष्य आणि तुम्ही स्वत:, स्वत:कडे फार गांभीर्याने पाहू नका. हे मला जरूर सांगावंसं वाटतं. अनेक पारंपरिक, आध्यात्मिक पद्धतींमध्ये आयुष्याकडे अतिगांभीर्याने बघायला आपल्याला शिकवलं जातं, हा माझ्या मते सर्वांत मोठा दोष आहे. मला स्वत:ला काटेकोर अशी शिकवण वा तत्त्वं बनवणं फारसं मान्य नाही, हे तुम्हाला ठाऊक आहेच. जर मी कधी एखादी आध्यात्मिक पद्धती निर्माण करण्याचा प्रयत्न केलाच, काही ठोस अशी शिकवण द्यायचा प्रयत्न केलाच, तर दररोज सर्वांनी भरपूर वेळा शक्य तेवढं मनमोकळं हसावं, यासाठी मी काहीतरी करेन. विशेष

करून स्वत:वरच हसण्यासाठी! कोणतीही प्रार्थना, ध्यानधारणा, मंत्र, आहारातील बदल यांपेक्षा ही गोष्ट अधिक प्रभावी असेल. जेव्हा आपण दैनंदिन प्रश्नांकडे, समस्यांकडे विनोद आणि प्रेमाच्या बुरख्यातून पाहू, तेव्हा त्या भयंकर भासत नाहीत.

या माहिती तंत्रज्ञानाच्या जगात अक्षरश: विजेच्या वेगाने बातम्यांचा भडिमार आपल्यावर होत असतो. कमालीचा तणाव आणि भय यांच्या जगात आपण राहात आहोत. प्रत्येक गोष्टीपासून किंवा समस्यांपासून स्वत:चा बचाव करण्यासाठी आपण पर्यायांचा 'बाहेर' शोध घेतो. स्वत: स्वत:चा आनंद घेणं आपण पार विसरून गेलो आहोत. आपल्या अंतरंगाची काळजी घेणंच विसरलो आहोत.

आपलं आयुष्य ही आपली प्रार्थना आहे. या विश्वाला आपण दिलेली भेट आहे. जेव्हा हे जग सोडून आपण जाऊ तेव्हा आपल्या मागे ठेवलेल्या आठवणी हा आपल्या प्रियजनांसाठीचा वारसा असतो. आपण हे स्वत:चंच देणं लागतो – स्वत:ला आणि आपल्या भोवतालच्या साऱ्यांना आनंदी करून सर्वत्र आनंद पसरवणं हे देणं लागतो.

आनंद... आणि आपणच प्रेम आहोत, ही जाणीव या आधारे जर आपण आयुष्याची वाटचाल केली, तर आपण प्रत्येक क्षेत्रात अग्रेसर राहू यात शंकाच नाही. त्यातच चॉकलेट्सची गोड जोड द्या म्हणजेच आयुष्यात गोडवा आणा, मग तुम्ही जिंकणारच यात शंकाच नाही.

तुम्ही तुमची भव्यता जाणून या जगात निर्भयपणे व्यक्त व्हावं आणि त्यातून आनंद मिळवावा हीच माझी इच्छा आहे.

हे पुस्तक वाचल्यानंतर आपला अभिप्राय कृपया या mail ID *वर अवश्य पाठवा.*

books.feedback@tejgyan.org

लेखिकेविषयी

भारतीय मातपित्यांच्या पोटी अनिता मूरजानी यांचा सिंगापूर येथे जन्म झाला. वयाच्या दुसऱ्या वर्षी त्या हाँगकाँग येथे स्थायिक झाल्या. अनेक वर्षे त्यांचे तिथेच वास्तव्य आहे. त्यांची पार्श्वभूमी आणि ब्रिटिश व्यवस्थेतील शिक्षण यामुळे त्या बहुभाषिक आहेत. त्या इंग्लिश, कँन्टॉनीज आणि त्यांची मातृभाषा बोलू शकतात. तसंच शाळेत त्या फ्रेंचही शिकल्या आहेत. एप्रिल २००२ मध्ये त्यांना कॅन्सर झाल्याचे निदान होण्यापूर्वी अनेक वर्षे त्या कॉर्पोरेट जगतात कार्यरत होत्या. २००६ साली आरंभीच्या काळात त्यांनी NDE चा अनुभव घेतला व त्यानंतर आयुष्याकडे बघण्याचा त्यांचा दृष्टिकोन पूर्णत: बदलून गेला. त्या पलीकडच्या दुनियेत त्यांना आलेले अनुभव, त्यांना लाभलेले दृष्टिकोन व सखोलता यांचा पगडा आता त्यांच्या कामावर दिसून येतो.

NDE नंतर अनितांना त्यांचे अनुभव व्यक्त करण्यासाठी जगभरात विविध परिषदा आणि इतर प्रसंगी आमंत्रित करण्यात येतं. हाँगकाँग विद्यापीठातील वर्तणूकशास्त्र विभागात त्या दीर्घकालीन आजार, मृत्यूला सामोरे जाताना आणि आध्यात्मिक श्रद्धांचे मानसशास्त्र अशा विषयांवर भाषण देण्यासाठी अनेकदा जातात. आपण आपल्या आयुष्यात अतिशय बिकट परिस्थितीतून मार्ग काढत यशस्वी होऊ शकतो. त्यासाठी आवश्यक असणारे अंतर्सामर्थ्य आणि समज या बाबी आपल्या आतच दडलेल्या असतात, ही गोष्ट त्यांनी स्वत:च्याच उदाहरणातून सिद्ध केली आहे.

अनिता हाँगकाँग येथे त्यांच्या पतीसमवेत राहातात आणि जेव्हा त्या चर्चासत्रांसाठी प्रवास करत नाहीत त्यावेळी शहरातील बहुद्देशीय कंपन्यांसाठी इंटरकल्चरल कन्सल्टंट म्हणून काम करतात.

अनिता मूरजानी यांची वेबसाईट www.anitamoorjani.com

सरश्री - अल्प परिचय

स्वीकार मुद्रा

सरश्रींचा आध्यात्मिक शोधाचा प्रवास त्यांच्या बालपणापासूनच सुरू झाला होता. हा शोध सुरू असतानाच त्यांनी अनेक प्रकारच्या पुस्तकांचं अध्ययन केलं. त्याचबरोबर या शोधकाळात त्यांनी अनेक ध्यानपद्धतींचा अभ्यासही केला. त्यांच्यातील या जिज्ञासेने त्यांना अनेक वैचारिक आणि शैक्षणिक संस्थांमध्ये जाण्यासाठी प्रेरित केलं. जीवनाचं रहस्य समजण्यासाठी त्यांनी **प्रदीर्घ काळ मनन करून आपलं शोधकार्य सातत्याने सुरू ठेवलं. या शोधातूनच त्यांना 'आत्मबोध' प्राप्त झाला.** आत्मसाक्षात्कारानंतर त्यांना जाणवलं, की **अध्यात्माचा प्रत्येक मार्ग ज्या शृंखलेने जोडलेला आहे, तो म्हणजे 'समज' (Understanding).**

आत्मबोधप्राप्तीनंतर त्यांनी अध्यापनाचं कार्य थांबवलं आणि जवळ जवळ दोन दशकांहूनही अधिक काळ आपलं समस्त जीवन मानवजातीच्या कल्याणासाठी आणि आध्यात्मिक विकासासाठी अर्पण केलं.

सरश्री म्हणतात, ''सत्यप्राप्तीच्या सर्व मार्गांचा प्रारंभ जरी वेगवेगळ्या मार्गांनी होत असला, तरी सर्वांचा अंत मात्र एकच समज प्राप्त केल्याने होतो. ही **'समज'च सर्व काही असून ती स्वतःमध्ये परिपूर्ण आहे.** आध्यात्मिक ज्ञानप्राप्तीसाठी या 'समजे'चं श्रवणच पुरेसं आहे.'' ही समज प्रकाशमान करण्यासाठी आजपर्यंत त्यांनी आध्यात्मिक विषयांवर **चार हजारांहून अधिक प्रवचनं दिली आहेत.** या प्रवचनांद्वारे ते अध्यात्मातील अतिशय गहन संकल्पना सहज, सुलभ आणि व्यावहारिक भाषेत समजावून सांगतात. समाजातील प्रत्येक स्तरावरील मनुष्य सरश्रींद्वारे सांगितल्या जाणाऱ्या या समजेचा लाभ घेऊ शकतो. त्यासाठी कोणत्याही धर्म, जात, उपजात, वर्ण, पंथ वा लिंग यांचं बंधन नसतं. विश्वाच्या प्रत्येक कानाकोपऱ्यांतील लोक आज 'तेजज्ञान'च्या अनोख्या ज्ञानप्रणालीचा लाभ घेत आहेत. याच व्यवस्थेचा आणखी एक महत्त्वपूर्ण भाग म्हणजे, **दररोज सकाळी आणि रात्री ९ वाजून ९ मिनिटांनी लाखो लोक विश्वशांतीसाठी प्रार्थना करत आहेत.**

सरश्री – अल्प परिचय

सरश्री तेजज्ञान यूट्यूब चैनल

तेजज्ञान फाउंडेशन - परिचय

तेजज्ञान फाउंडेशन आत्मविकासातून आत्मसाक्षात्कार प्राप्त करण्याचा एक मार्ग आहे. यासाठी सरश्रींद्वारा एक अनोखी बोधप्रणाली (System for Wisdom) निर्माण झाली आहे. या प्रणालीला आंतरराष्ट्रीय प्रमाणपत्राद्वारे ISO 9001:2015च्या आवश्यकतेनुसार आणि निकष पडताळून सरळ, व्यावहारिक आणि प्रभावी बनवलं गेलं आहे. या संस्थेच्या प्रबोधनपद्धतीच्या भिन्न पैलूंना (शिक्षण, निरीक्षण आणि गुणवत्ता) स्वतंत्र गुणवत्ता परीक्षकांद्वारे (Quality Auditors) क्रमबद्ध पद्धतीने पडताळलं गेलं. त्यानंतर या पैलूंना ISO 9001:2015 साठी पात्र समजून या बोधपद्धतीला हे प्रमाणपत्र प्रदान करण्यात आलं. या फाउंडेशनचे लक्ष्य आहे नकारात्मक विचारांकडून सकारात्मक विचारांकडे वाटचाल.

तेजज्ञान फाउंडेशन परिचय

हॅपी थॉट्स तेजज्ञान यूट्यूब चैनल

महाआसमानी - अल्प परिचय

Self Development to Self Realization Towords Self Stabilizaion

तुम्हाला सर्वोच्च आनंद हवाय? असा आनंद, जो कोणत्याही बाह्य कारणावर अवलंबून नाही... जो प्रत्येक क्षणी वृद्धिंगत होतो. या जीवनात तुम्हाला प्रेम, विश्वास, शांती, समृद्धी आणि परमसंतुष्टी हवी आहे का? शारीरिक, मानसिक, सामाजिक, आर्थिक आणि आध्यात्मिक अशा आयुष्याच्या सर्व स्तरांवर यशस्वी होण्याची तुमची इच्छा आहे का? 'मी कोण आहे' हे तुम्हाला अनुभवाने जाणावंसं वाटतं का? तुमच्या अंतर्यामी अशा सर्व प्रश्नांची उत्तरं जाणण्याची इच्छा आणि 'अंतिम सत्य' प्राप्त करण्याची तृष्णा असेल, तर तेजज्ञान फाउंडेशनतर्फे आयोजित 'महाआसमानी शिबिरा'त तुमचं स्वागत आहे. हे शिबिर सरश्रींच्या मार्गदर्शनावर आधारित आहे.

महाआसमानी अल्प परिचय

हॅपी थॉट्स सरश्री (इंग्लिश) यूट्यूब चैनल

तेजज्ञान फाउंडेशनच्या सोशल मिडिया ॲक्टिव्हिटीज

तेजज्ञान इंटरनेट रेडियो

तेजज्ञान इंटरनेट रेडिओद्वारे २४ तास ३६५ दिवस, सरश्रींच्या प्रवचन आणि भजनांचा लाभ घ्या. त्यासाठी पाहा लिंक

http://www.tejgyan.org internetradio.aspx

Tejgyan Internet Radio on all platforms like Android, iPhone, iPad and Amazon

---

यू ट्यूबद्वारे प्रार्थनेमध्ये सहभागी होऊ शकता.

गुड मॉर्निंग प्रेयर दररोज़ सकाळी 6.15am-6.25am

ध्यान प्रार्थना बीज :
3.30pm-3.45pm & 9pm -9.15pm

शिबिर - Train & Boost Your Immunity

उत्तम असेल आपली रोगप्रतिकारशक्ती,
तरच होईल आपली स्वास्थ्याशी युक्ती

शिबिर - श्राद्ध और पितृदोष युक्ति

पूर्वजांसाठी मुक्ती प्रार्थना कशी करावी

Liberation from Ancestral Karmic Bondage

शिबिर - हॅपीवाले रिश्ते

जीवित रिश्तों का लक्ष्य

- जितृ पक्ष

यूट्युबच्या साहाय्यानेदेखील सरश्रींच्या प्रवचनांचा लाभ घेऊ शकता.

आजच यूट्युब चॅनलला सबस्क्राइब करा.

YouTube **channels**

Happy Thoughts - Tejgyan
Sirshree - Tejgyan
Happy Thoughts - Parma Gyan

*****Voice of Happy Thoughts App**

Registration link : https://happythoughts.co/
Contact No. : 7447797317

Voice of Happy Thoughts

Follow Us

www.ingramcontent.com/pod-product-compliance
Lightning Source LLC
Chambersburg PA
CBHW031323230926
51848CB00001B/66
9788184154306